பழி, பகை, பஞ்சம்,

பங்களாதேஷ்

பழி, பகை, பஞ்சம்,

பங்களாதேஷ்

கோகிலா

ZDP
SPECIFICS

Title: Pazhi, Pagai, Panjam, Bangladesh
Author's Name: Kokila

Published by ZDP Specifics

ZDP Specifics
(An imprint of Zero Degree Publishing)
No. 55(7), R Block, 6th Avenue,
Anna Nagar,
Chennai - 600 040

Website: www.zerodegreepublishing.com
E Mail id: zerodegreepublishing@gmail.com
Phone: 89250 61999

ZDP Specifics Firs t Edition: December 2024

ISBN: 978-93-48439-44-4

TITLE NO ZDPS : 101

Rs. 280/-

Layout: G.Selva kumar
Cover Design: Vijayan, Creative Studio
Printed at Rathna Offset, Chennai, India

பொருளடக்கம்

என்னுரை

பங்களாதேஷ் வரலாறு நமக்கு ஓரளவுக்கு அறிமுகம் உடையதே. தகவல்களுக்குப் பஞ்சமில்லை. இணைய ஆர்கைவ் தளங்கள், ஆங்கில நூல்கள் என விவரங்கள் விளக்கமாக ஆவணப்படுத்தப்பட்டுள்ளன. இந்தியர்கள் என்கிற கோணத்திலேயே நாம் அவற்றைப் பார்த்திருக்கிறோம். படித்திருக்கிறோம். இந்நூல் பங்களாதேஷ் களத்தில் நின்று அவற்றை அலசுகிறது. தேவைப்படும் நேரத்தில் மேலெழும்பி பருந்துப் பார்வையில் அண்டை நாடுகள், மற்ற உலக நாடுகள் பற்றியும் பேசுகிறது. கோணம் மாறும்போது நுண்ணிய தகவல்களும் முக்கியத்துவம் பெறுகின்றன. அவற்றை இந்நூலில் பதிவு செய்துள்ளேன்.

இந்நூலை கால் பங்கு எழுதியவுடனே நண்பர், எழுத்தாளர் ஜெயரூபலிங்கத்திடம் கொடுத்துப் படித்துப் பார்க்கச் சொன்னேன். அவருடைய கருத்துகள் மேற்கொண்டு நூலை எழுத உதவின. முழுவதும் எழுதி முடித்தவுடன் நண்பர், எழுத்தாளர் அ.பாண்டியராஜனிடம் கொடுத்தேன். குறுகிய காலத்தில் பிழை திருத்திக் கொடுத்து உதவினார். இருவருக்கும் நன்றி.

எழுதுவதற்கு ஊக்கமளித்து வழிகாட்டும் ஆசிரியர் பா. ராகவனுக்கு நன்றி.

- கோகிலா

website : www.writerkokila.com

ஜூலைப் புரட்சி

பங்களாதேஷ் பிரதமராக இருந்த ஷேக் ஹஸினா 2024ஆம் ஆண்டு நடந்த மக்கள் புரட்சியால் நாட்டை விட்டு வெளியேறினார். தன் நாட்டுக்கு வெளியே வசிப்பது அவருக்கொன்றும் புதிதல்ல. பங்களாதேஷில் ஆட்சி மாற்றம் நடப்பதும் புதிதல்ல. அடுத்து வருபவர் எத்தனையாவது பிரதமர் என்பது கணக்கிடுபவரைப் பொறுத்து மாறும். நடந்தது புரட்சியா அல்லது தேசவிரோதச் செயலா என்பது கூட அடுத்து அமையும் ஆட்சியைப் பொறுத்தே.

போராட்டங்களால் உருவான நாடு பங்களாதேஷ். ஆளுங்கட்சிக்கு எதிரான போராட்டம் எல்லாம் அவ்வப்போது நடப்பவைதான். ஒரே கட்சி பல ஆண்டுகள் ஆட்சியில் இருந்தால், எதிர்ப்பு மனநிலையைப் பற்றிச் சொல்லவே வேண்டாம். மக்களாட்சிப் பாதையிலிருந்து விலகிச் சென்ற ஹஸினா ஆட்சி மீது மக்களுக்கு வெறுப்பு இருந்தது. வேலையில்லாத் திண்டாட்டம் அதற்கு வலு சேர்த்தது.

அடக்குமுறையால் போராட்டங்களைச் சமாளித்துக் கொண்டிருந்தார் ஹஸினா. 2024ஆம் ஆண்டு, ஜூலை மாதம் நடந்த போராட்டம் உச்சநீதிமன்றம் கொடுத்த தீர்ப்புக்கு எதிராகத்தான். ஆனால் அதை ஹஸினா கையாண்டவிதம் அவரை நாட்டைவிட்டுத் தப்பி ஓடும் அளவுக்குக் கொண்டுபோய்விட்டது.

நாட்டின் விடுதலைப் போரில் பங்கு பெற்றவர்களின் வாரிசுகளுக்கான இடஒதுக்கீடு தீர்ப்பை எதிர்த்து மாணவர்கள் ஆரம்பத்தில் அமைதிப் போராட்டங்களையே நடத்தினர். எங்களிடமும்தான் மாணவர் அமைப்பு இருக்கிறது என ஆளுங்கட்சி ஆள்களை இறக்கியது. கைகலப்பில் ஆரம்பித்து வன்முறைக்கு அழைத்துச் சென்றது.

தீர்ப்பை எதிர்த்து நடந்த போராட்டங்களை ஆட்சியை எதிர்க்கும் போராட்டமாக மாற்றியது ஹஸினாவின் பேச்சு. விடுதலைப் போரில் பங்கெடுத்தவர்களுடைய பிள்ளைகளுக்குக் கொடுக்காமல் ரசாக்கர்களுக்கா இடஒதுக்கீடு கொடுப்பது எனக் காட்டமாகச் செய்தியாளர்களிடம் கேள்வி எழுப்பினார்.

ரசாக்கர் என்று உருதுச் சொல்லுக்கு, தானே முன்வந்து உதவி செய்பவர் எனப் பொருள் கொள்ளலாம். அது உருது அகராதியில். பங்களாதேஷ் அகராதியில் அதற்கு முற்றிலும் வேறான பொருள். கெட்டவார்த்தை. இழிவிலும் இழிவான சொல். பாகிஸ்தானுக்கு ஆதரவாக இருந்தவர்களை இச்சொல்லால் குறிப்பிட்டார்கள். அப்புறம், ஆளும் கட்சிக்கு எதிராகப் பேசுபவர்களை எல்லாம் இப்படி அழைக்க ஆரம்பித்தார்கள்.

எதைச் சொன்னாலும் தேசத்துரோகி முத்திரை குத்தி ரசாக்கார் என்று பழிக்க ஆரம்பித்தால் என்னவாகும்? யாரும் எதிர்த்துப் பேசவே கூடாதெனும் அடக்குமுறை ஆட்சியில்தான் இப்படி நடக்கும். ஆம். அடிப்படைச் சிக்கல் அதுதான். அகங்காரப் பதில் ஒன்று எல்லாக் கோபத்தையும் ஹஸினா பக்கம் திருப்பியது.

நீ யார்? நான் யார்?

ரசாக்கார் ரசாக்கார்

சொல்வது யார்? சொல்வது யார்?

டிக்டேக்டர் டிக்டேக்டர்

துப்பாக்கி குண்டுகளின் சத்தத்தை மீறி இந்தச் சொற்கள் ஒலித்தன. உலகளாவிய கவனம் பங்களாதேஷ் பக்கம் திரும்பியது. அதுவரைக்கும் உள்நாட்டுப் போராட்டமாக இருந்த ஒன்று ரசாக்கார் முழக்கத்தால் அனைத்துலகச் சிக்கலானது.

நம்மை உதவிக்கு அழைக்கிறார்களோ என பாகிஸ்தான் ஆர்வமானது. பங்களாதேஷ் போராட்டத்தில் பாகிஸ்தான் ஆதரவுக் கோஷம் என இந்திய ஊடகங்கள் ஓயாமல் செய்தி வெளியிட்டன. சீனா, அமெரிக்கா, ரஷ்யா உள்படப் பல நாடுகள் தயார் நிலைக்குப் போயின. போர் என்றால் ஆயுதம். அறிக்கை என்றால் காகிதம் போதும். பங்களாதேஷ் அமைந்திருப்பது புவியியல் முக்கியத்துவம் வாய்ந்த இடத்திலாயிற்றே. துண்டு போட்டு வைத்துக் காத்திருக்கின்றன வல்லரசு நாடுகள்.

இதனால் பங்களாதேஷுக்கு அழுத்தம் கூடியது. ஆளுங்கட்சியின் மாணவர் அணியோடு இளைஞர் அணி, தன்னார்வலர் அணி என்று பல அணிகள் ஆளுக்கொரு ஆயுதத்துடன் காவல்துறையோடு இணைந்துகொண்டனர். எதிர்த்தரப்பில் எதிர்க்கட்சி மட்டும் எனில் இன்னொரு வன்முறைச் சம்பவமாக விக்கிப்பீடியா கணக்கில் ஒரு கட்டுரை கூடியதோடு முடிந்து போயிருக்கும். பொதுமக்களும் வீதிக்கு வந்தபிறகு சமாளிப்பது கடினம்.

ஜூலை மத்தியில் ஆரம்பித்த வன்முறையின் அளவு கூடிக்கொண்டே போனது. இடஒதுக்கீடு பற்றி பின்னர் பேசலாம். முதலில் ஹஸினா பதவி விலகட்டும் என்றனர் மாணவர்கள். நாடு தழுவிய போராட்டத்தைக் கட்டுப்படுத்தக் காவல்துறை மட்டும் போதவில்லை. எல்லையோரப் பாதுகாப்புப் படையும், விரைவு நடவடிக்கைப் படையும் களத்தில் இறங்கின.

போராட்டங்களை முன்னெடுத்த மாணவர்கள் கடும் கோபத்தில் இருந்தனர். தங்களோடு தோள் சேர்த்துப் போராடிய மாணவர்கள் கொல்லப்பட்டதற்கு நீதி கிடைத்தே ஆகவேண்டும் என நினைத்தனர்.

எங்களைப் பொறுத்த வரை ஜூலை மாதம் முடியவில்லை. நாங்கள் நாள்களை எண்ணிக் கொண்டிருக்கிறோம் என்றனர். ஆகஸ்ட் ஐந்தாம் தேதி அதாவது மாணவர் கணக்கில் ஜூலை முப்பத்தைந்தாம் நாள் நடந்த பேரணி, சாலையே தெரியாத அளவுக்கு மக்கள் கூட்டம். அதிகம் பேர் உயிரிழந்ததும் அன்றுதான். வைரல் ஆன வீடியோ ஒன்றில் தந்தை ஒருவர் மகனை இழுத்து காவலர் முன் நிறுத்தி, இவன் என் மகன்தான், சுட்டுக் கொல்லுங்கள் என்றார். அந்த அளவுக்கு வெறுத்துப் போயிருந்தனர். அந்தக் கோபத்துக்கு முன்பு காவல்துறை வசம் இருந்த ஆயுதங்கள் பலனற்றுப் போயின. வன்முறையில் காவலர்களும் இறந்தனர். ஒருகட்டத்தில் காவலர்கள் பின்வாங்கினர். மறுநாள், மக்கள் பேரணி ஹஸினா வீட்டை நோக்கிப் போனது.

அதுவரைக்கும் அதிகாரிகள் எவ்வளவோ எடுத்துச் சொல்லியும் பின்வாங்கத் தயாராக இல்லை ஹஸினா. இன்னும் நிறைய பேரை அனுப்பி போராட்டத்தைக் கட்டுப்படுத்தாமல் இருப்பதாக அதிகாரிகளைக் கடிந்து கொண்டார். உயிருக்கே ஆபத்து, கிளம்ப வேண்டும் என்று அதிகாரிகளும் அவர் தங்கையும் சொன்னதை

அவரால் ஏற்கமுடியவில்லை. கடைசியில் வெளிநாட்டில் இருக்கும் மகன் பேசிப் புரியவைத்தார். ஹஸினாவை நாட்டை விட்டு வெளியேறச் சொன்னது ராணுவம். ஜூலைப் போராட்டம் தொடங்கிய முப்பத்தாறாவது நாள், ஆகஸ்ட் ஐந்தாம் தேதி பதவி விலகினார். அடைக்கலம் தேடி இந்தியாவுக்கு கிளம்பினார்.

மத்ஸ்ய நியாயம். இந்த வங்கத் தத்துவத்தின் பொருள், நிர்வாகம் செய்ய ஆள் இல்லை என்றால் சிறிய மீன்களைப் பெரிய மீன் விழுங்கிவிடும். அந்த மீனையும் அதைவிடப் பெரிய மீன் விழுங்கிவிடும். ஹஸினா சென்ற பிறகு முகமது யூனுஸ் தற்காலிகப் பொறுப்பேற்கும் வரை, ஒரு வாரம் அப்படித்தான் இருந்தது.

வங்கத்தந்தை முஜிபுர் ரஹ்மானின் சிலை உடைப்பு, வன்முறைகள், கொலைகள், தீ வைப்பு என ஒரு வாரம் யார் ஆட்சியும் இன்றி ஏதேதோ நடந்தன. ஐக்கிய நாடுகள் சபை அறுநூற்றைம்பது பேர் இறந்ததாகச் சொன்னது. சில ஊடகங்கள் ஆயிரம் என்றன.

மாணவர்கள் போக்குவரத்தைச் சரி செய்வது முதற்கொண்டு பாதிக்கப்பட்ட மக்களுக்கு உதவுவது வரை அமைதி திரும்ப, களத்தில் செயல்பட்டனர். ஹஸினா நாட்டை விட்டு வெளியேறிய நாளை புதிய பங்களாதேஷ் பிறந்தது எனக் கொண்டாடினர். அப்படிப் பல பிறந்தநாள்களை பங்களாதேஷ் கொண்டாடிவிட்டது.

சிறிய தேசம் பெரிய முக்கியத்துவம்

வடாபாவ் உள்ளே சொருகி வைத்த வடை மாதிரி இந்தியாவின் மேற்கு வங்க, வடகிழக்கு மாநிலங்களுக்கு இடையில் இருக்கும் நாடு பங்களாதேஷ்.

வங்கத்தந்தை முஜிபுர் ரஹ்மான் படுகொலைக்குப் பிறகு ராணுவத் தலைவர் ஜியாவுர் ரஹ்மான் பதவிக்கு வந்தார். அவரும் படுகொலை செய்யப்பட்டார். அடுத்து வந்த எர்ஷத்தின் ஆட்சியை படுகொலை செய்யப்பட்டவர்களின் வாரிசுகள் முடிவுக்குக் கொண்டுவந்தனர். மக்களாட்சி என்ற பெயரில் முஜிப்பின் மகள் ஷேக் ஹசினா, ஜியாவுர் ரஹ்மான் மனைவி காலிதா ஜியா இருவரும் மாறி மாறி ஆண்டார்கள். நீங்கள் இருவரும் வேண்டவே வேண்டாம் என்று மாணவர்கள் முகமது யூனுஸுக்கு பதவியைக் கொடுத்தார்கள்.

இப்படி ஒரே நேர்கோட்டில் போகும் எளிய வரலாறு போலத் தோன்றலாம். ஆனால் உண்மை வேறு. சிவப்பு, பச்சை, மஞ்சள், வெள்ளை எனப் பல நிற வயர் இணைத்த டைம்பாம் மாதிரிதான் பங்களாதேஷ். சிக்கலானது. எதைத் தொட்டால் எப்போது வெடிக்கும் என்பது யாருக்குமே தெரியாது. பற்ற வைப்பது யார் என்பதும் மர்மம்தான். ஹசினா தன் பதவி போனதுமே அமெரிக்காவை நோக்கிக் கைநீட்டினார்.

ஆசியா, ஐரோப்பா, ஆப்பிரிக்காவில் எழுபது நாடுகளை இணைக்கும் திட்டம் ஒன்றை சீனா பரிந்துரைத்துள்ளது. *BCIM economic corridor* - பங்களாதேஷ், சீனா, இந்தியா, மியான்மர் பொருளாதார மண்டலத்தின் முக்கியமான கண்ணியாக பங்களாதேஷ் இருக்கிறது. இருபத்தோராம் ஆண்டின் கடல்வழி பட்டுச் சாலை என்றொரு திட்டமும் (*Belt and Road*

Initiative - BRI) சீனா வசம் இருக்கிறது. அதிலும் பங்களாதேஷை சேர்த்துக்கொண்டுள்ளது சீனா. நிலையற்ற அரசியல் தன்மையால் சீனா உள்ளே வரவும் பங்களாதேஷ் சம்மதிக்கவும் வழி உண்டாகிறது.

கடல், ரயில், சாலை வழிப் பாதைகளை உருவாக்குவதன் மூலம் அமெரிக்காவைக் கூட அச்சுறுத்தமுடியும் சீனாவால். இந்த வழி பாகிஸ்தான் ஆக்கிரமித்திருக்கும் காஷ்மீர் வழியாகச் செல்ல, சீனா - பாகிஸ்தான் ஒப்பந்தம் இருப்பதால் இந்தியா இதில் விலகியிருக்க முயல்கிறது. இந்தியா நட்பு நிலையில் இருந்தாலும் எதிரி நிலையில் இருந்தாலும் சீனாவுக்கு பங்களாதேஷ் கடற்கரை இருப்பதால் எந்தச் சிக்கலும் இல்லை.

கோக்ஸ் பஜார் *(Cox's Bazaar)* கடற்கரையில் பல பில்லியன் டாலர்களைக் கொட்டி சிறப்புப் பொருளாதார மண்டலத்தையும் உருவாக்குகிறது சீனா. சிட்டகாங்கின் தெற்கே சுமார் நூற்றைம்பது கிலோ மீட்டர்கள் தூரத்திற்கு இயற்கையாக அமைந்த மிக நீளமான கடற்பகுதி கோக்ஸ் பஜார். இதை ஒட்டி நான்காயிரத்துக்கும் குறைவான மக்கள் வசிக்கும் தீவு செயின்ட் மார்டின். மியான்மருக்கும் பங்களாதேஷுக்கும் இடையே இந்தத் தீவு யாருக்குச் சொந்தம் என்பதில் கருத்து வேறுபாடு நிலவுகிறது. சீனாவைத் தற்போதைய போட்டியாளராகக் கருதும் அமெரிக்கா இந்தத் தீவில் மிகவும் ஆர்வம் காட்டுகிறது. இங்கே அமெரிக்க விமானத்தளத்தை நிறுவிக்கொள்ள அனுமதித்தால் தன்னுடைய ஆட்சி பறிபோகாது எனத் தன்னிடம் சிலர் சொன்னதாகத் தெரிவித்தார் ஹஸினா.

இப்படி எல்லா நாடுகளும் ஒரு துண்டு நிலத்தைச் சொந்தமாக்கிக் கொள்ள நினைக்கும் நாடு பங்களாதேஷ். பிரிட்டிஷ் இந்தியாவில் வங்காள மாகாணமாக இருந்த நிலப்பகுதி, கிழக்கு மேற்காகப் பிரிந்தது. மேற்கு வங்காளம் இந்தியாவுடன் இணைந்தது. கிழக்கு வங்காளம், பாகிஸ்தானின் ஒரு பகுதியாக பிரிட்டிஷிடம் இருந்து விடுதலை பெற்றுவிட்டது.

இந்தியாவின் வடமேற்கில் மேற்கு பாகிஸ்தான். வடகிழக்கில் கிழக்கு வங்காளம். இரண்டும் இணைந்து ஒரே நாடு. டாக்காவில் ரயில் ஏறினால் பாதி நாளுக்குள் கிழக்கு வங்காளத்தின் எந்த எல்லையோர மாவட்டத்துக்கும் போய்விடலாம். அதுவே

பாகிஸ்தானில் உள்ள தலைநகர் கராச்சிக்குப் போகவேண்டுமெனில் இரண்டு நாளாவது ஆகும். கிட்டத்தட்ட இரண்டாயிரம் கிலோ மீட்டர்கள் இடைவெளியல்லவா இருக்கிறது. நடுவில் இந்தியா வேறு.

வரலாறு, புவியியல், நிர்வாக அறிவும், ஆய்வும் தேவை இல்லை. யார் வேண்டுமானாலும் இது வேலைக்கு ஆகாது என்பதை எளிதில் யூகிக்க முடியும். பங்களாதாஷ், தனி நாடாகப் பிய்த்துக் கொண்டு ஓட பாகிஸ்தான் தன்னாலானதைச் சிறப்பாகச் செய்தது. இந்தியாவின் பங்களிப்பையும் யாரும் மறுக்கமுடியாது.

ஆங்கிலேயர்கள் விடுதலை கொடுத்துவிட்டுக் கிளம்பினாலும் அந்நியத் தலையீடுகள் இருந்தன. பனிப்போர் காலமாயிற்றே. அமெரிக்காவும் சோவியத் யூனியனும் தங்கள் அணிக்கு ஆள்சேர்த்துக் கொண்டிருந்தனர். உள்நாட்டு விவகாரங்களில் மறைமுகமாகத் தலையிடும் போக்கை இரு தரப்புமே செய்தன. வெளிப்படையான ஆதரவு நிலைப்பாடுகள் தனிக்கதை. இந்தக் காய்நகர்த்தல்களில் பங்களாதேஷ் பலமுறை சிக்கியது. கடல்வழிப் பாதையின் குறிப்பிடத்தக்க கண்ணி பங்களாதேஷ். அண்டை நாடுகளான இந்தியா, சீனா தொடங்கி தொலை தூரத்தில் இருக்கும் நாடுகள் வரை தங்கள் செல்வாக்கை தக்கவைத்துக் கொள்ள முயல்கின்றன.

இந்தியாவில் பெரும்பாலானோர், பங்களாதேஷுக்கு விடுதலை வாங்கிக் கொடுத்ததே இந்தியாதான் என்பார்கள். பாகிஸ்தானைப் பொறுத்தவரை தங்கள் நாட்டின் ஒரு பகுதியை இந்தியா போரிட்டுப் பிரித்துத் தனி நாடாக்கிவிட்டது. பங்களாதேஷின் கோணம் மாறுபட்டது. தங்களுடைய விடுதலைப் போராட்டத்தில் இந்தியாவும் ஆதரவு கொடுத்தது என்கிறது. விருமாண்டி போன்ற திரைப்படங்களில் ஒரே நிகழ்வைப் பல காதாபாத்திரக் கோணங்களில் சொல்வதை ராஷோமோன் எஃபெக்ட் என்பார்கள். அதைப்போல அந்தந்த நாட்டில் அவரவர் கோணத்தில் வரலாறு பதிவு செய்யப்படுவது இயல்புதான்.

ஆனால் உள்நாட்டிலேயே ஒன்பது கோணங்களில் விடுதலை வரலாறு பதிவாகியிருப்பது பங்களாதேஷுக்கே உரிய தனித்துவமாகத்தான் இருக்கவேண்டும். ஹஸினா, தனக்கு ராணுவம் கொடுத்த நாற்பத்தைந்து நிமிடங்கள் அவகாசத்தில்

அவசர அவசரமாக பெட்டியைத் தூக்கிக்கொண்டு ஹெலிக்காப்டர் ஏறவும் இதுவே காரணம்.

பங்களாதேஷ் நாடாக உருவான வரலாறு மட்டும்தான் சமீபத்தியது. வங்கத்தின் வரலாறு பல்லாயிரம் ஆண்டுகள் பழைமை வாய்ந்தது.

இந்தியாவின் வரலாறும் வங்காள தேசத்தின் வரலாறும் வெவ்வேறானதல்ல. குறிப்பிட்ட காலகட்டம் வரை இரண்டும் ஒன்றுதான். சொல்லப்போனால் இந்திய வரலாறாகப் பதிந்தவற்றில் பலவும் வங்கத்தின் தனித்துவமான விஷயங்கள்.

பங்களாதேஷில் உள்ள வாரி படேசுவரர் இடிபாடுகள் தொன்மையின் சுவடுகளைக் கொண்டுள்ளன. இன்றைக்கு இரண்டாயிரத்து ஐந்நூறு ஆண்டுகளுக்கு முந்தைய இரும்புக் காலத்தைச் சேர்ந்த பொருள்கள் கண்டெடுக்கப்பட்டன. விலை மதிப்பு மிக்க மணிகள், ஆபரணங்கள், வெள்ளிக் காசுகள் மூலம், செழிப்பை உணர முடிகிறது. ஐயாயிரம் ஆண்டுகளுக்கு முந்தைய செப்புக்காலத்தின் அறிகுறிகளும் இருப்பது பழமையான மக்கள் நாகரிகம் இங்கே இருந்தையும் சுட்டுகிறது.

மகாபாரதம் உள்ளிட்ட நூல்களில் வங்க அரசைப் பற்றிய குறிப்புகள் உள்ளன. ஆளைத் தூக்கி வீசும் யானைப் படையைக் கொண்ட வங்க அரசுகளைப் பற்றி நாகரிகமற்ற மக்கள் என்பதாகச் சொல்லப்பட்டுள்ளது. புராணக் கதைகளைக் காலத்தின் ஆதாரமாகக் கொள்ளமுடியாதுதான். ஆனால் அவை எழுதப்பட்ட காலத்தைக் கணக்கில் எடுத்துக்கொள்ளலாம். அலெக்சான்டர் படையெடுப்பில் தப்பினாலும் மவுரிய, குப்த அரசுகளின் கீழ் ஆளப்பட்டது. புத்த மதம் உருவாகித் தழைத்தது இப்பகுதிகளில்தான். இங்கிருந்தே இலங்கை உள்ளிட்ட பல பகுதிகளுக்கு புத்தம் பரவியது.

தேசங்களின் சொர்க்கம் வங்கம்

வங்கத்தில் ஆரம்பித்துப் பரவிய ஆட்சி என்றால் பாலப் பேரரசைச் *(Pala Empire)* சொல்லாம். எட்டாம் நூற்றாண்டில் வங்கத்தில் அமைந்த பாலப் பேரரசு இந்தியத் துணைக் கண்டத்தின் பல பகுதிகளில் ஆட்சியைப் பிடித்தது. பிகார், வங்காளம், நேபாளப் பகுதிகளை ஒரு குடையின் கீழ் ஆண்டது. இன்றைய இந்தியாவின் உத்திரப்பிரதேச மாநிலத்தில் உள்ள கனூஜ் வரைக்கும் ஆண்டுள்ளனர்.

கோபால அரசரும் அவருக்குப் பின்வந்த அவர் சந்ததிகளுமாக, சுமார் நானூறு ஆண்டுகள் ஆட்சி. வடகிழக்கில், அதாவது வங்காளம் தொடங்கி வட இந்தியா, வடமேற்கு இந்தியா வரைக்கும் பரவி இந்தியத் துணைக்கண்டத்தில் நல்லாட்சி புரிந்துள்ளனர். பிராமணர்களுக்கு கூடுதல் சலுகைகள் வழங்கப்பட்டிருந்தாலும் எல்லா மத நம்பிக்கைகளுக்கும் இடமளித்துள்ளனர்.

புத்த மடாலயங்களுக்கு நிலம் வழங்கினர். விவசாயிகளான கவியத்ராக்களுக்கு நில மானியம் வழங்கப்பட்டது. ராஜா, ராஜபுத்ரர், ரணகா, மகாசமந்தர்களுக்கு நிலம் வழங்கிய சாசனங்கள் உள்ளன. பாதுகாப்புச் சேவைக்காக இவர்களுக்கு நிலம் வழங்கப்பட்டிருக்கலாம் என ஆய்வாளர்கள் கருதுகின்றனர். நிலத்தைப் பிரித்துக் கொடுத்து நிர்வாகம் செய்து சட்டம் ஒழுங்கை நிலைநாட்டுவதில் பால அரசர்கள் கவனம் செலுத்தியுள்ளனர்.

டெரகோட்டா எனப்படும் சுடுமண் கலைப் பொருள்கள் வங்காளப் பண்பாட்டில் முக்கியத்துவம் பெற்றது இந்த ஆட்சியில் இருந்துதான். மருத்துவம், காவல்துறை, உணவு என அனைத்துக்கும் திட்டம் வகுத்துத் தெளிவாக நிர்வாகம் செய்தனர். சட்டதிட்டங்கள் முறையாக இருந்துள்ளன. அறிவுகெட்டத்

தனமாகப் பேசுவது சட்டவிரோதம் என விதி இருந்ததாம். அது எவ்வளவு உண்மையோ தெரியாது, ஆனால் அறிவை வளர்க்கப் பால அரசு முயன்றது உண்மை.

பிகாரின் நாளந்தா பல்கலைக் கழகத்தில் கல்வி பயில தெற்காசிய நாடுகள் பலவற்றில் இருந்தும் மக்கள் வந்ததை அறிவோம். ஒன்பது மாடி உயரத்துக்கு நூல்கள் அடுக்கி வைத்து அறிவை வளர்த்த இடம். இங்கே கல்வி கற்க வழங்கப்படும் நல்கைகள் முறையாக இல்லை என்று பால அரசர்கள் மேலும் சில பல்கலைக் கழகங்களைத் தோற்றுவித்தனர். அவற்றில் ஜகதலா, சோமபுரம் இரண்டும் இன்றைய பங்களாதேஷில் உள்ளன. உலக பாரம்பரிய மையத் தளமாக யுனெஸ்கோவால் அறிவிக்கப்பட்டுள்ள சோமபுர மடாலயத்தின் பிரம்மாண்டம் வியப்பளிக்கக் கூடியது.

போட்டி போட்டு வளர்த்த பல்கலைக்கழகங்களும் அறிவுக் களஞ்சியங்களும் அழிந்து போயின. முஸ்லிம் அரசர்களால் நாளந்தா அழிக்கப்பட்டது என்பது பரவலான நம்பிக்கை. அது தவறு எனப் பல ஆய்வாளர்கள் கருதுகின்றனர். பால அரசுக்கும் முஸ்லிம் அரசுக்கும் இடையில் அமைந்தது சேன அரசு. தென்னிந்தியாவைப் பூர்விகமாகக் கொண்ட இம்மன்னர்கள் இந்து ஆட்சியை வங்கத்தில் நிறுவினர்.

வங்கத்தில் இவர்கள் காலத்தில் இந்து மத அடிப்படைவாதம், சாதி அடுக்குகள் வலுப்பெற்றன. சிற்பக் கலையும் கட்டடக்கலையும் சிறந்து விளங்கிய சேன ஆட்சியில் நிறைய கோயில்கள் எழும்பின. சமஸ்கிருத மொழி பரவலாகி நிறைய பக்தி இலக்கியங்கள் எழுதப்பட்டன. நெடுங்காலம் புத்த, இந்து மதங்கள் தனித்தனியாக அமைதியாக வாழ்ந்த நிலம் வங்கம். சேன அரசர்களின் ஆட்சி அந்த நற்பெயரை முடிவுக்குக் கொண்டுவந்தது. புத்த மதத் துறவிகள் அதிகளவில் அண்டை நாடுகளுக்கு இடம்பெயர்ந்தது இக்காலகட்டத்தில்தான். இமாச்சல மலைகளுக்குத் தப்பி ஓடித் தஞ்சம் புகுந்தனர். முஸ்லிம் படைகள் வந்தபோது புத்த மதத்தினர் அவர்களுக்கு ஆதரவாக இணைந்து சேன அரசுக்கு எதிராகப் போரிட்டனர்.

இவற்றைச் சுட்டிக் காட்டி நாளந்தா அழிந்ததற்கும் முஸ்லிம் அரசர்களுக்கும் தொடர்பில்லை என வாதிடுகிறார்கள்

ஆய்வாளர்கள். எப்படியோ அடுத்து இஸ்லாம் ஆட்சி படிப்படியாக வங்கத்தை ஆக்கிரமித்தது.

அசாம், பிகார், ஒடிசா பகுதிகளில் நடந்த எல்லா மாற்றங்களிலும் மையமாக வங்கம் இருந்தது. காடு, மலைகள் நிறைந்த நிலப்பகுதியானது, தப்பியோடிய அரசர்கள், புரட்சிக் குழுக்கள் சிறிய தயாரிப்புக்குப் பிறகு மீண்டும் வந்து சண்டையிட ஏதுவாக இருந்தது.

சுல்தானிய, முகலாய அரசுகள் ஆட்சி செய்த காலகட்டம் முழுக்கவே வன்முறை நிறைந்த காலம். முஸ்லிம் அரசர்களுக்குள்ளேயே அடித்துக் கொண்டார்கள். கட்டாய மதமாற்றம், கோயில்கள் அழிப்பு, படுகொலைகள் எல்லாம் பல்கிப் பெருகின. சில நூறு ஆண்டுகளாக ஆட்சி யாருடையது என்பதை நிரூபிக்க நடந்த இச்செயல்களால் இஸ்லாம் பரவவில்லை. இந்து, புத்த மதத்தினர், பழங்குடியினர் எதிர்த்து பலமாக நெருக்கடியளித்ததால் மதப்பரவல் அதிகம் இல்லை. மாறாக வேறு சில காரணங்களால், இஸ்லாம் மதம் வங்கத்தில் தழைத்தது.

வங்கத்தில் நுழைந்ததும் பத்மா எனப் பெயர் மாற்றிக் கொள்ளும் கங்கை ஆறு அவ்வப்போது தன் பாதையையும் மாற்றிக் கொண்டு வந்துள்ளது. பதினெட்டாம் நூற்றாண்டில் பத்மா ஆறு பெரிய ஆறாக மாறி விவசாயம் செய்வதற்கான வாய்ப்பை வழங்கியது.

முகலாய அரசர்கள் விவசாய உற்பத்தியை ஊக்குவித்தனர். நிலம் வாங்குதல், காடழிக்கும் பணியை மேற்கொள்ளுதல், குடியிருப்பை உண்டாக்குதல், வணிகம் செய்தல் போன்ற பல்வேறுபட்ட அனுமதிகளை வழங்கினர். அனுமதி கேட்கும் அளவுக்குச் செல்வத்துடன் இருந்தது பெரும்பாலும் இந்துக்கள்தான். அவர்களுக்குக் கீழே வேலை செய்ய மக்கள் தேவைப்பட்டனர். இதனால் பெருமளவில் மக்கள் குடியேற்றம் இப்பகுதியில் நடந்தது.

வேலை தேடி வந்த ஏழை எளியோர் பலர் கிழக்குப் பகுதியில் குடியேறினர். அவர்களுக்கு சூஃபிகள் வழிகாட்டிகளாக இருந்தனர். குடும்பத் தகராறு என்றாலும் கூலி கிடைக்கவில்லை என்றாலும் இஸ்லாமிய சூஃபிகளிடம் தஞ்சம் அடைந்தனர் மக்கள். காடுகளை அழித்து விவசாயம் நடந்தது. வயல்வெளி பெருகப் பெருக இஸ்லாமும் பரவியது.

அரிசி ஏற்றுமதியில் உலகப் புகழ்பெற்றது வங்கம். விவசாயக்கூலிகளாக வேலை செய்பவர் எந்த அரசாங்கத்திலும் முன்னேறியதில்லை. தலைமுறை தலைமுறையாக அம்மக்கள் உழைத்துக் கொண்டே இருந்தனர். புதிதாகப் பிறந்தவர்கள் இயல்பாக இஸ்லாம் மதத்தை ஏற்றுக்கொண்டனர்.

உழைக்கும் வர்க்கம் முஸ்லிம் மதத்தைத் தழுவியது. நிலங்களை வாங்கி இவர்களைப் பணிக்கு அமர்த்தி வேலை வாங்கியவர்கள் இந்துக்கள். எண்ணிக்கையில் சிறுபான்மையினர். மேற்கு வங்கத்தில் பெருமளவு இந்துக்களும் கிழக்கு வங்கத்தில் பல்வேறு மத, இனக் குழுக்களும் கலந்து வாழ்ந்த நிலப்பகுதியில் மாற்றம் வந்தது. கிழக்கு வங்காளத்தில் இஸ்லாம் மதம், பெரும்பான்மை மக்களின் மதமானது.

இதன் பிறகு போர்ச்சுகீசியர்களும் ஆங்கிலேயர்களும் வந்தனர். விவசாய விளைபொருள்கள் மட்டுமின்றி ஆடைகள் உற்பத்தித் துறையிலும் வங்காளத்தின் வளர்ச்சி இவர்களை ஈர்த்தது. நிர்வாக அடுக்கு முறை அப்படியே தொடர்ந்தது.

மதராஸில் சிறு வெற்றியை ஈட்டி கல்கத்தாவுக்கு வந்தார் ராபர்ட் கிளைவ். கிழக்கிந்தியக் கம்பெனியின் எழுத்தர் வேலைக்கு வந்து ராணுவப் பணிக்கு மாறியவர். சூழ்ச்சி செய்து பிளாஸிப் போரில் வென்றார். வங்காளத்தில் ஆட்சியைப் பிடித்து பிரிட்டிஷ் ராஜாங்கத்தை நிறுவினார்.

ஆங்கிலேய ஆட்சியாளர்கள் உழைக்கும் மக்களைச் சுரண்டுவதில் உலக சாதனை படைத்தார்கள். வணிகத்தில் சிறந்து வளத்தில் கொழித்த வங்காளத்தைக் கொஞ்சம் கொஞ்சமாகக் கப்பலேற்றி லண்டன் அனுப்பினர். ஆங்கிலேயர்கள், இங்கிருந்து எடுத்து சென்றவற்றின் மதிப்பு 45 டிரில்லியன் டாலர் என்கிறார்கள் பொருளாதார வல்லுநர்கள். தோராயமாக நாற்பது கோடி கோடிகள். எடுத்துச் சென்றது போக மிச்சம் மீதியையாவது பகிர்ந்து நிர்வாகம் செய்திருக்கலாம். அதுவும் இல்லை.

எப்படி ஆட்சி செய்வது என்பதை டிரையல் அன்ட் எரர் முறையில் சோதித்து எதை எதையோ செய்து கொண்டிருந்தனர். இரட்டை அடுக்கு நிர்வாகத்தை அறிமுகப்படுத்தி யாருமே நிர்வாகம் செய்யாமல் ஊழல் மட்டும் செய்தனர். வரி மேல் வரி

போட்டதால் விலைவாசி உச்சத்தில் இருந்தது. ஆங்கிலேயர் ஆண்ட மற்ற இந்திய நிலப்பகுதியோடு ஒப்பிட்டாலும் வங்காளத்தில் பொருள்களின் விலை கூடுதல். நிர்வாகச் சீர்கேடுகளால் பஞ்சம் வந்தது. தோராயமாக நூறு ஆண்டுகளுக்குள், சுமார் 25 பஞ்சங்களை ஆங்கிலேயர் உண்டாக்கினர். ஆமாம். இவற்றில் பெரும்பாலானவை பொறுப்பில்லாத ஆட்சி செய்த ஆங்கிலேய ஆட்சியாளர்களால் உருவாக்கப்பட்டவை.

அவுரங்கசீப், தேசங்களின் சொர்க்கம் வங்கம் எனப் புகழ்ந்தார். அதெல்லாம் பழங்கதையானது. ஒரு காலத்தில் சீரும் சிறப்புமாக வாழ்ந்த இனத்தில் நிறைய பேர் ஏழைகளாகிவிட்டனர். பூர்வகுடிகளும் குடியேறியவர்களுமாகச் சேர்த்துக் குறுகிய நிலப்பரப்பில் மக்கள் தொகை எண்ணிக்கை மிக அதிகம். எல்லா இன, மத, சாதியிலும் ஏழைகள் இருந்தனர். ஆனால் பணம் படைத்தோரில் இந்துக்களின் எண்ணிக்கை அதிகம்.

ஆங்கிலேயர்களின் பிரித்தாளும் கொள்கை இதை நன்றாகப் பயன்படுத்திக் கொண்டது. வர்க்கப் பிளவை வகுப்புவாத மதப் பிரிவினையாக மாற்றியது. அடிப்படைவாத இந்து, முஸ்லிம் தலைவர்கள் மக்கள் செல்வாக்கினைப் பெறவில்லை என்றாலும் குழப்பிவிடும் வேலையை நன்றாகச் செய்தனர்.

பிரித்தாளும் கொள்கை

பிரிட்டிஷ் இந்தியாவின் முதல் பிரிவினை நடவடிக்கை வங்காள மாகாணத்தில்தான் நடந்தது. பிரிவினை வாதம். பிரித்தாளும் கொள்கை. இட ஒதுக்கீடு. பிரதிநிதித்துவம். இவை பங்களாதேஷ் வரலாறு முழுக்க மரு வைத்து மாறு வேஷத்தில் மீண்டும் மீண்டும் வந்தன. வருகின்றன. எனவே, சற்று விவரமாக வரலாற்றின் இப்பகுதியை அலச வேண்டியது அவசியம்.

ஆரம்ப காலகட்டத்தில் ஆங்கிலேயர்களிடம் இந்தியர்கள் விடுதலை கேட்டுப் போராடவில்லை. ஆங்காங்கே பிரிந்து நின்று ஆங்கிலேயர்களின் ஆக்கிரமிப்புக்கு எதிராகச் சண்டையிட்டனர். எல்லா இந்திய ராஜாக்களையும் - இந்து ராஜா, முஸ்லிம் ராஜா சேர்த்து - வென்று ஆங்கிலேயர்கள் தங்கள் ஆளுகையின் கீழ் இந்தியத் துணைக் கண்டத்தைக் கொண்டுவந்துவிட்டனர்.

அழுகுணி ஆட்டம் ஆடினாலும் அதிகாரம் அவர்கள் கைக்குப் போய்விட்டது. முஸ்லிம் ராஜா, இந்து ராஜா காலம் முடிந்து பிரிட்டிஷ்-கிறிஸ்துவ ராணி, ராஜா. அவ்வளவுதான். எனவே, ஆங்கிலேய ஆட்சியை முழுதாக ஏற்றுக் கொண்டு இந்தியர்கள் தங்களுக்கான அங்கீகாரத்தை கேட்டுப் போராடினார்கள். தம்மைத் தாமே நிர்வாகம் செய்யும் உரிமைதான் இந்தியர்கள் கேட்டது. விடுதலைப் போராட்டம் எல்லாம் அதன் பிறகே வந்தது.

ஆட்சியாளர்களுக்குக் கீழே இருப்பவர்கள் ஒற்றுமையாக இருந்தால்தான் உரிமைகளைப் பெற முடியும். அதை ஆங்கிலேயர்கள் உடைக்க நினைத்தனர். பிரித்தாளும் கொள்கையின் மூலம் ஒற்றுமையைக் குலைத்தனர்.

எல்லாவற்றுக்கும் அவர்களை மட்டுமே பொறுப்பாக்கிவிட முடியாது. ஆங்கிலேயர் வருவதற்கு முன்பு, இந்தியத் துணைக் கண்டத்தில் வசித்தோர், எதிரில் வரும் மாற்று மதத்தவரின் காதைக் கடித்துத் துப்பிக் கொண்டு மத வெறியுடன் சுற்றிக் கொண்டிருக்கவில்லை என்பது உண்மைதான். அதே அளவுக்கு இன்னொரு விஷயமும் உண்மை. சமமின்மை நிலவியது. அதை ஆங்கிலேயர்கள் உருவாக்கவில்லை. ஊதிப் பெரிதாக்கினார்கள்.

ஆட்சியில் இருக்கும் மன்னரைப் பொறுத்துத்தான் எல்லாமே. மதவாத கொடுங்கோல் மன்னர்களும் மதத்தைப் பொருட்டாக எண்ணாது மக்களை நன்றாக நிர்வகித்த மன்னர்களும் இரு மதங்களிலுமே இருந்ததை வரலாறு சொல்கிறது. தங்கள் மத நம்பிக்கைகளுக்கு மாறான ஆட்சி அமைந்தால் வண்டி கட்டிக் கொண்டு கிளம்பி வேறு ராஜா ஆட்சியின் கீழ் குடியேறுவதும் சாத்தியம். பாஸ்போர்ட், விசா இல்லாத காலமல்லவா.

பத்தொன்பதாம் நூற்றாண்டில், பிரிட்டிஷ் ராஜாங்கம் என்கிற ஒரு குடையின் கீழ் எல்லாம் வந்துவிட்டது. பல ஆயிரம் ஆண்டுகளுக்கு முன்னர் ஒரு தேசமாக இருந்த புராணக் கதைகளை விடுத்துப் பார்த்தால் நவீன வரலாற்றில் ஒற்றை ஆட்சியின் கீழ் இவ்வளவு பெரிய இந்தியத் துணைக் கண்டப் பகுதி வந்தது அதுதான் முதல்முறை.

முகலாய ஆட்சியில் கூட தமிழ்நாடு தனித்திருந்தது. ஆனால், கிழக்கிந்தியக் கம்பெனி ஆட்சி தொடங்கியதே அங்கிருந்துதான். வங்காளமும் அப்படியே. வங்கத்தின் பல பகுதிகளும் பல பேரரசுகளுக்கு எட்டாத தூரத்தில் இருந்தன. ஆனால், பிரிட்டிஷ் மணிமகுடத்தில் வங்காளம் ரத்தினக் கல்லாக ஜொலித்தது. வங்காளத்தின் கவர்னராக இருந்த பெனக்டிக்ட்தான் இந்தியாவின் கவர்னர் ஜெனரல் ஆனார். பிரிட்டிஷ் ராஜ்ஜியம் தொடங்கியதே வங்காளத்தில் இருந்துதான்.

மதராஸ், வங்காளம், மத்திய, வடமேற்கு மாகாணம் எனப் பல பெரிய நிலப்பகுதிகளாகப் பிரித்து ஆங்கிலேயர்கள் இந்தியத் துணைக் கண்டத்தை ஆண்டனர். சாதி மதப் பிரிவினைகளைப் புரிந்து கொள்ளவும் வகைப்படுத்தவும் திணறினர். அன்று நிலவிய மத வேற்றுமைகளை, தீண்டாமை ஏற்றத்தாழ்வுகளை, பிரித்தாளும்

கொள்கைக்கு ஆயுதமாக ஆங்கிலேய அரசு பயன்படுத்திக் கொண்டது.

இந்திய மக்கள் தொகையை நிர்வகிக்கும் அளவுக்கு அவர்களிடம் ஆள் பலம் கிடையாது. இந்தியர்கள் சிலரைத் தேர்ந்தெடுத்துத் தங்களுக்குக் கீழே வைத்துத்தான் நிர்வாகம் செய்தனர். ஒவ்வொரு காலகட்டத்திலும் இதில் சீர்திருத்தங்கள் செய்து நடைமுறைப்படுத்தினர். இந்திய சிவில் சர்விஸ் தேர்வுகள் *(ICS)* காலத்தின் கட்டாயமாகின.

ஆரம்பத்தில் இத்தேர்வுகள் லண்டனில் நடத்தப்பட்டன. காலப்போக்கில், ஆங்கிலேயர்களுடன் இந்தியர்களும் தேர்வில் கலந்து கொள்ள அனுமதி வழங்கப்பட்டது. முதன் முதலில் *(1863)* இப்பணிக்குத் தேர்வான இந்தியர் வங்காளத்தைச் சேர்ந்தவர். சத்யேந்திரநாத் தாகூர். இவர் இந்திய தேசியகீதத்தை எழுதிய ரவீந்திரநாத் தாகூரின் சகோதரர். பங்களாதேஷ் தேசியகீதமான அமர் சோனார் பங்களா பாடலும் தாகூர் எழுதியதே. நமது தங்க வங்கம் என்று பொருள்.

பல போராட்டங்கள், கோரிக்கைகளின் விளைவாகத் தேர்வுகள் இந்தியாவில் நடந்தன. சுமார் அரை நூற்றாண்டுக்காலப் போராட்டம். பின்னர், நிர்வாகப் பணிகளில் முழுக்கவும் இந்தியர்களே நியமிக்கப்பட்டனர். இவர்களைக் கட்டி மேய்க்கும் பொறுப்பில் ஆங்கிலேயர்கள் இருந்தனர். அதிகம் பணியில் சேர்ந்தது இந்துக்கள்.

முஸ்லிம் ஒருவர் முதன்முதலாக இந்தப் பணியில் சேர, சுமார் நாற்பதாண்டு காலம் ஆனது. பெரும்பான்மை மக்களுடன் சிறுபான்மையினர் போட்டியிட்டு வெல்வது எளிதல்லவே. தங்களுக்கென்று சில இடங்கள் ஒதுக்கப்பட்டால் மட்டுமே சிறுபான்மையினர் தேர்வாகும் வாய்ப்பு கிடைக்கும். இதையொட்டி, பிரதிநிதித்துவக் கோரிக்கைகள் எழுந்தன.

ஆங்கிலேய ஆட்சியில் வங்காள மாகாணம்தான் மிகப்பெரிய நிலப்பகுதி. இன்றைய பங்களாதேஷ், இந்தியாவின் மேற்குவங்க மாநிலம், பிகார், பகுதியளவு ஜார்க்கண்ட், சத்திஸ்கர், ஒடிஷா உடன் அஸாமும் இணைந்த பகுதி. இங்கிலாந்து நாட்டை விடப் பெரியது. கிட்டத்தட்ட எட்டு கோடி மக்கள் வசித்தனர்.

இவ்வளவு பேரை நிர்வகிக்க எளிதாக இரண்டு பகுதிகளாக பிரிக்க நினைத்தார் வைஸ்ராய் கார்சன்.

தென்னாப்பிரிக்காவில் இருந்து காந்தி, இந்தியாவுக்கு வந்திராத காலகட்டம் இது. ஆனால், இந்திய தேசிய உணர்வுடன், தங்கள் உரிமையைப் பெறப் போராட்டங்கள் தொடங்கியிருந்தன. எனவே கார்சன், மக்களைப் பிரிக்கும் கோட்டை மிகநுட்பமாக வரைந்து பிரிவினையை உண்டாக்கினார் (1905).

பதினைந்து வங்காள மாவட்டங்களும் அஸாமும் இணைந்த பகுதி கிழக்கு வங்காளம். மூன்று கோடிக்கு மேல் மக்கள் இப்பகுதியில் வசித்தனர். இதில் பெரும்பாலானோர் முஸ்லிம்கள். பிற்காலத்தில் ஏறக்குறைய இப்பகுதியே பங்களாதேஷாக மாறியது. டாக்கா இதன் தலைநகர் ஆனது. மீதம் உள்ள பகுதிகளை இணைந்து கல்கத்தாவைத் தலைநகராகக் கொண்டு மேற்கு வங்காளம் உருவானது. பெரும்பான்மை மக்கள் இந்துக்கள்.

இப்படிப் பிரிப்பதன் மூலம் கிழக்கு வங்காளப் பகுதியில் பின்தங்கிய நிலையில் உள்ள முஸ்லிம் மக்களின் நிலை உயரும் எனச் சொன்னார் கார்சன். இதற்குப் பெரும்பாலான மக்களிடம் கடும் எதிர்ப்பு எழுந்தது. மேற்கு வங்காளத்தில் இருந்த இந்துக்கள் தங்களை வங்காளிகளாகத்தான் அடையாளப்படுத்திக் கொண்டனர். பிரிக்கப்பட்ட மேற்கு வங்கப் பகுதியில் இந்துக்களாகவே இருந்தாலும், வங்காளத்தில் இன அடையாளத்தின்படி சிறுபான்மையினராக உணர்ந்தனர். வங்காளிகள் அதாவது இந்துக்கள், முஸ்லிம்கள், மற்ற சிறுபான்மை இனத்தவர் இணைந்து பல போராட்டங்களை முன்னெடுத்துத் தங்கள் எதிர்ப்பை ஆங்கிலேய அரசுக்குத் தெரிவித்தனர்.

இந்திய விடுதலைப் போராட்டத்தில் வந்தேமாதரம் எனும் முழக்கம் எல்லா இடத்திலும் ஒலித்ததல்லவா. அந்த வந்தேமாதரம் பாடல் புகழ்பெறத் தொடங்கியது இப்போதிலிருந்துதான். பக்கிம் சந்திர சாட்டர்ஜியால் எழுதப்பட்டு ரவிந்திரநாத் தாகூரால் பாடப்பட்ட இப்பாடலை ஆங்கிலேய அரசு தடை செய்தது.

தடைக்குப் பிறகு வந்தேமாதரம், இந்திய விடுதலையின் அடையாளமாக கிராமங்கள் வரைக்கும் பரவி ஒலித்தது. சுதேசி இயக்கம் உருவானது. ஒத்துழையாமையை முன்னெடுத்தனர். வெளிநாட்டுப் பொருள்களைப் புறக்கணிக்க இந்திய தேசியத் தலைவர்கள் அழைப்பு விடுத்தனர்.

பிரிவு நல்லது

வங்காள மக்கள் முன்னெடுத்த ஒத்துழையாமை இயக்கம் இந்தியா முழுக்க எதிரொலித்தது. ஆங்கிலேயர் பள்ளிகள், கல்லூரிகள், நீதிமன்றங்கள் அனைத்தையும் இந்திய மக்கள் புறக்கணித்தனர். துணிகள் உள்பட எல்லா விதமான வணிகப்பொருள்களையும் பயன்படுத்த மறுத்தனர்.

சுதேசியாக அனைத்தையும் ஆரம்பித்தனர். தேசியக் கல்லூரிகள் தொடங்கி அனைத்துக் கல்வி நிலையங்களிலும் இந்திய மன்னர்களைப் பற்றிப் பாடம் எடுக்கப்பட்டது. இந்தியர்கள் தயாரிக்கும் உள்நாட்டு ஆடைகளை மட்டுமே அணிய பரப்புரை செய்யப்பட்டது. நாடு முழுக்க முந்நூற்றுக்கும் மேற்பட்ட சுதேசி நீதிமன்றங்கள் உருவாகின. ஆங்கிலேய அரசின் நீதிமன்றத்தில் பணிபுரிந்த இந்திய வழக்கறிஞர்கள் சுதேசி நீதிமன்றத்துக்கு வந்து வழக்குகளை நடத்தினர். தமிழ்நாட்டில் வ.உ.சிதம்பரம் பிள்ளை சுதேசிக் கப்பலோட்டியது இதன் ஒரு பகுதியாகத்தான். டெல்லியில் இப்போராட்டங்களை முன்னெடுத்த சயித் ஹைதர் ரஜா ஒரு முஸ்லிம்.

கிழக்கு வங்காளம், மேற்கு வங்காளம் எனப் பிரிந்ததும் நாடு முழுக்க தேசிய உணர்வு ஆட்கொண்டது உண்மைதான். ஆனால், வங்காளத்தில் இருந்த அனைத்து மக்களும் இதில் கலந்து கொண்டார்களா? இல்லை. இந்தப் பிரிவினை சரிதான். இதனால் முஸ்லிம்களுக்கு நல்லது எனச் சிலர் வாதாடினர். விளைவு? இந்திய விடுதலைப் போராட்டத்தில் இந்திய தேசிய காங்கிரஸ், முஸ்லிம் லீக் என இரண்டு கட்சிகளை இப்பிரிவு உருவாக்கியது.

இந்திய சிவில் சர்விஸ் பணிகளில் இந்தியர்களுக்கு பிரதிநிதித்துவம் வேண்டித் தொடங்கப்பட்ட இயக்கமே பின்னாளில் இந்திய தேசிய

காங்கிரஸ் ஆனது. தொடங்கியது ஆங்கிலேய அதிகாரி. ஓய்வுபெற்ற அரசு அதிகாரியான இவர், படித்த இந்திய இளைஞர்களிடம் அரசு நிர்வாகத்தில் அவர்களின் பங்களிப்பு இருக்க வேண்டியதின் அவசியத்தை வலியுறுத்திப் பரப்புரை செய்தார். படித்த இந்திய இளைஞர்களின் கைக்கு வந்தது காங்கிரஸ். மூத்த தலைவர்கள் வழிகாட்டுதலில் அரசியல் போராட்டங்களை முன்னெடுத்தனர். இந்திய தேசியக் கருத்தாக்கத்தில் முஸ்லிம் இளைஞர்களும் தலைவர்களும் இணைந்தே இருந்தனர்.

வங்காள மாகாணப் பிரிவினைக்குப் பிறகு, முஸ்லிம்களுக்குப் பிரதிநிதித்துவம் வேண்டி சிம்லாவில் ஒரு கூட்டம் நடந்தது. அகா கான் தலைமையில் முப்பத்தைந்து முஸ்லிம்கள் அப்போதைய வைஸ்ராய் மின்டோவைச் சந்தித்து அரசியலில் முஸ்லிம்களுக்கு பிரதிநிதித்துவம் கோரினர். அதன் பிறகு உருவானது *(1906)* முஸ்லிம் லீக் கட்சி. முகமது அலி ஜின்னா முஸ்லிம் லீக் கட்சியின் முதன்மையான முகமாக இருந்தார்.

சட்டமியற்றும் அவைகளிலும் பிரதிநிதித்துவப் பிரிவினை நுழைந்தது. அடுத்தடுத்து மாறுதல்கள் நடந்தன. சீர்திருத்தங்கள் என்ற பெயரில் அடுத்து வந்த பிரிவினை ஆயுதம் தனி வாக்காளர் தொகுதிகள்.

முஸ்லிம்கள் அதிகம் இருக்கும் பகுதிகள் தனி வாக்காளர் தொகுதியாக *(Separate Electoral)* அறிவிக்கப்பட்டன. இன்றைக்கு இந்தியாவில் நடைமுறையில் இருக்கும் தனித் தொகுதி *(Reserved constituency)* போன்றதல்ல இம்முறை. தனித் தொகுதியை பழங்குடி அல்லது பட்டியலினத்தைச் சேர்ந்த ஒருவருக்கு ஒதுக்கினாலும் தொகுதியில் உள்ள மக்கள் அனைவரும் ஒன்றாகச் சேர்ந்து வாக்களித்து அவரைத் தேர்ந்தெடுப்பர். தேர்ந்தெடுக்கப்பட்டவர், மொத்த தொகுதி மக்களின் பிரதிநிதியாகிறார். அதேநேரத்தில் அந்தத் தொகுதியில் குறிப்பிட்ட வகுப்பைச் சேர்ந்தவர் மட்டுமே போட்டியிட அனுமதி இருப்பதால் ஒட்டு மொத்தமாகப் பார்த்தால் அந்த வகுப்பைச் சேர்ந்த மக்களுக்கும் பிரதிநிதித்துவம் கிடைக்கிறது.

தனி வாக்காளர் தொகுதி என்பது முஸ்லிம் மக்களில் இருந்து ஒரு முஸ்லிம் பிரதிநிதியை முஸ்லிம் மக்கள் மட்டுமே வாக்களித்துத் தேர்ந்தெடுப்பர். அதே தொகுதியில் ஒரு பொது வேட்பாளரும்

இருப்பார். நாங்கள் தனி, நீங்கள் தனி. இதன் மூலம் முஸ்லிம் மதவாதத் தலைவர்களின் அரசியல் செல்வாக்கு உயர்ந்தது.

வங்காளத்தைப் பிரித்தபோது, தங்கள் அரசியல் எதிர்காலத்துக்கு இந்தப் பிரிவினை நல்லது என அவர்கள் நினைத்தனர். முஸ்லிம்கள் முன்னேற இதுவே நல்வாய்ப்பு என்றும் நம்பினர். அதை உண்மையாக்கும் விதத்தில் டாக்கா நன்றாக வளர்ச்சி பெற்றது. பொருளாதார முன்னேற்றம் மட்டுமின்றி கல்வி நிலையங்கள் பலவும் உருவாகின. இந்தியாவில் இருந்த மற்ற மாகாணங்களை விடுத்து வங்காளத்தில் பிரிவினையை அமுல்படுத்தியதன் நோக்கம் அதுதான். கிட்டத்தட்ட பாதிக்குப்பாதி இருக்கும் முஸ்லிம்களில் வெகு சிலர் மனத்தில் இந்த எண்ணம் எட்டிப்பார்த்தாலும் ஆங்கிலேய அரசுக்கு வெற்றிதான்.

ஆறாண்டுகளுக்குப் பிறகு போராட்டங்களுக்குப் பணிந்து ஆங்கிலேய அரசு, வங்காளத்தை இணைத்தது (1911). பீகார், அஸாம், ஒடிஷாவைப் பிரித்துவிட்டு, வங்காள மொழி பேசுபவர்களை இணைத்து வங்காள மாகாணமாக அறிவித்தது. அதுவரைக்கும் கல்கத்தாவை மையமாகக் கொண்டு நடந்த ஆங்கிலேய ஆட்சி அதன்பிறகு டெல்லியை மையமாகக் கொண்டு தொடர்ந்தது.

இந்திய வரலாற்றில் இந்துக்களும் முஸ்லிம்களும் இணைந்து போராடி, பிரிந்த வங்காளத்தை வெற்றிகரமாகச் சேர்த்துவிட்டதாகப் பதிவானாலும் உண்மையில் அது தோல்விதான். பல முஸ்லிம்கள் மனத்தில் தனி நாடு அவசியம்தானோ என்கிற எண்ணம் துளிர்த்தது. வலுவானது. அவ்வப்போது ஆங்கிலேயர்கள் அதற்கு நீர் பாய்ச்சி வளர்த்தனர். இந்து, முஸ்லிம் மதவாதிகள் உரமிட்டனர்.

ஆளப்படுவது இந்தியர்கள். அவர்கள் சொல்வதைக் கொஞ்சமாவது கேட்டுத்தான் ஆகவேண்டும். சும்மா இல்லை. ஒவ்வொரு கோரிக்கைக்கும் பல போராட்டங்கள் பல ஆண்டுகள் நடந்தன. ஆட்சி, அதிகாரம், அரசியலமைப்பு எப்படி இருக்க வேண்டும் என்பதைப் பரிந்துரைக்க உரிமை கேட்டுப் போராடும் வரைக்கும் எல்லாரும் ஒரே அணி மாதிரி தெரியும். சரி, உங்கள் யோசனைகளைச் சொல்லுங்கள் என ஆங்கிலேய அரசு கேட்கும் போது அணிகள் பிரிந்துவிடும். நேரு ரிப்போர்ட் என்று காங்கிரஸ் தரப்பில் ஒன்றைச் சமர்ப்பித்தால் அதில் எங்கள் கருத்தைச்

சேர்க்கவில்லை என ஜின்னாவின் 14 பாயின்ட்கள் தனியாகச் சமர்ப்பிக்கப்படும்.

இந்திய சிவில் சர்வீஸ் பணிகளில் ஆரம்பித்து கவர்மென்ட் ஆஃப் இந்தியா ஆக்ட் (1935) வரைக்கும் நிர்வாகச் சட்டங்கள் படிப்படியாக அதிகாரங்களைப் பரவலாக்கி வரையறுத்தன. ஒவ்வொரு முறை இவை மாற்றி எழுதப்படும் போதும் வங்காளத்தில் கலவரங்கள் நடந்தன. இந்திய தேசியத்துடன் இந்து தேசியம், முஸ்லிம் தேசியம் கருத்தாக்கங்களும் வளர்ந்தன.

இந்திய தேசியவாதிகளைப் போலவே இந்து தேசியம் பேசியவர்களும் இந்தியா பிரியக்கூடாது என நினைத்தனர். ஒரே கருத்து மாதிரி தோன்றினாலும் இவர்களுக்குள் வேறுபாடு உள்ளது.

காந்தி, பாலகங்காதரத் திலகர், ஜெயப்பிரகாஷ் நாராயணன், ராஜாஜி, நேரு, சுபாஷ் சந்திரபோஸ், சுப்ரமணிய சிவா, மௌலானா ஆசாத், கான் அப்துல் சாபர்கான் போன்ற பல இந்திய விடுதலைப் போராட்டத் தலைவர்கள் ஆளுக்கொரு விதமான நம்பிக்கை கொண்டிருந்தவர்கள். இந்து மதத்தில் ஆழ்ந்த நம்பிக்கை கொண்ட தலைவர்கள், குழந்தைத் திருமணம் சரியென வாதாடும் பிற்போக்கு இந்து தலைவர்கள் மட்டுமின்றி மத நம்பிக்கையற்ற தலைவர்களும் இருந்தனர். பகத்சிங், சுபாஷ் சந்திரபோஸ் போன்றோர் தங்கள் இயக்கத்தில் சேர எந்த மதச் சங்கத்திலும் உறுப்பினராக இருக்கக் கூடாது என விதி வைத்திருந்தார்கள்.

ஒற்றுமையை வலியுறுத்துவதைத் தாண்டி, அகண்ட பாரத இந்து ராஜ்ஜியக் கனவு கண்ட சாவர்கர் போன்றோரும் இருந்தனர். இவர்கள் பேசிய இந்து தேசியம், சிறுபான்மையினரை அச்சுறுத்தியது. இதைப்போலவே முஸ்லிம் தலைவர்கள் சிலருக்கு காலிபத் எனப்படும் முஸ்லிம் தேசக் கனவு இருந்தது. அவர்களும் பிரிவினையை எதிர்த்தார்கள். ஆனால், முஸ்லிம் தரப்பிலும் தேசியத்தை முதலில் வைத்து தங்கள் மத நம்பிக்கையைப் பின்னால் வைத்து இந்திய தேசியத்தை நோக்கி வழி நடத்திய தலைவர்கள் இருந்தனர்.

பிரதிநிதித்துவம் கேட்ட அனைவரையும் தேசத்துரோகிகள் பட்டியலில் சேர்த்துவிட இயலாது. எண்ணிக்கை அளவில்

அதிகம் இருந்தாலும் தாழ்த்தப்பட்ட பழங்குடி பட்டியலின மக்கள் அதிகாரத்துக்கு வரமுடியவில்லை. அவர்களுக்கு பிரதிநிதித்துவம் கேட்ட அம்பேத்கரை காந்தி ஆதரிக்கவில்லை. தெற்கில் தமிழ்நாட்டில் இருந்து அம்பேத்கருக்கு ஆதரவுக் கரம் நீண்டது. பெரும்பான்மை இந்துக்களில் முன்னேறிய சமூகம் மட்டுமே வாய்ப்புகளைப் பெற்றது. அது, மறுக்கமுடியாத உண்மை. கருப்பு வெள்ளையாக மட்டுமே இவ்விவகாரத்தை அணுகிய இந்திய காங்கிரஸ் தலைவர்கள் சரியான தீர்வுகளை முன்வைக்கவில்லை.

இன்றைய காலகட்டத்தில் பெருந்தொற்றுக் கிருமியைத் தட்டு டம்ளர் வைத்து விரட்டுவது, விளக்கேற்றிப் பயங்காட்டுவது போன்று அக்காலத்தில் ராக்கி கட்டி அன்பைத் தெரிவித்து ஒற்றுமையை வலியுறுத்தினர். இதன் மூலம் இந்து, முஸ்லிம் உறவு வலுப்படும் என உண்மையிலேயே நம்பினர். ஆனால் தங்களுக்கான பிரதிநிதித்துவம் உறுதிசெய்யப்படுவது அவசியம் என நம்பிய முஸ்லிம்கள் எண்ணிக்கை பெருகியது. ஜின்னா வலுப்பெற்றது அதனால்தான்.

பிரிவா? அழிவா?

இரண்டாவது உலகப் போர் *(1939-1945)*, இந்தியாவில் இருந்து ஆங்கிலேய அரசு வெளியேற வேண்டிய கட்டாயத்தை உருவாக்கியது. இந்திய விடுதலைப் போராட்டங்கள் அதிக நெருக்கடியைக் கொடுத்தன. இந்தியாவில் இருக்கும் போர்வீரர்கள் பிரிட்டிஷ் பக்கம் நிற்க வேண்டும் எனில் இந்தியர்கள் கேட்பதைக் கொடுப்பதைத் தவிர வேறு வழி இல்லை.

விடுதலையைத் தாமதப்படுத்தலாம். அதற்கு மேல் எதுவும் செய்வதற்கில்லை. அதிகாரத்தைப் பிரித்துக் கொடுக்கும் பேச்சுவார்த்தைகளால் தாமதமான விடுதலை எல்லாத் தரப்பிலும் பதற்றமான சூழலை உண்டாக்கி இருந்தது.

அன்றைய பிரிட்டிஷ் இந்தியாவில் இருந்த இரு பெரும் கட்சிகள் காங்கிரஸும் முஸ்லிம் லீக்கும். இரண்டு கட்சிகளும் அடிப்படையிலேயே வேறுபட்டிருந்தன. இந்தியாவைப் பிரிக்கக்கூடாது என்பது காங்கிரஸ் நிலைப்பாடு. முஸ்லீம் லீக், எங்களை அத்துவிடுங்கள், நாங்கள் போகிறோம் என்பதில் உறுதியாக இருந்தது. ஒருகட்டத்தில் காங்கிரஸ்காரர்கள் பலருக்கும் இதில் கொஞ்சம் உடன்பாடு இருந்தாலும் காந்தியின் கருத்தையே எப்போதும் பிரதிபலித்தார்கள்.

காந்தியோ பிடிவாதக்காரர். பள்ளிக்கூடம் செல்லும் பிள்ளை மாதிரி எதைச் சொன்னாலும் 'நான் சாப்பிடமாட்டேன் போ' என்று அடம்பிடிப்பவர். மக்கள் அவர் மீது வைத்திருந்த நன்மதிப்பால் காங்கிரஸ் தலைவர்கள் அவர் பேச்சை மீறி எதையும் செய்யத் தயங்கினர்.

காங்கிரஸும் முஸ்லிம் லீக்கும் தங்களுக்குள் பேசியிருந்தால் ஒருவேளை சுமுகத் தீர்வு ஏற்பட்டிருக்கலாம். பிரிவினைப்

பஞ்சாயத்திற்கு ஆங்கிலேயர்களைத் தலைமையேற்க அனுமதித்து, கூடிக் கூடிப் பேசினார்களே ஒழிய முடிவுக்கு வரவில்லை. சிம்லாவில் நடந்த பேச்சுவார்த்தைக்குப் பிறகும் ஒப்பந்தம் கையெழுத்தாகவில்லை. பிரிட்டனுக்குத் தன்னுடைய அதிகாரத்தை ஏதேனும் ஒரு வழியில் புதிதாக அமையும் அரசில் பிணைப்பதில்தான் அதிக ஆர்வம் இருந்தது. சரி, நீங்கள் முடிவுக்கு வராவிட்டாலும் நாங்களாக யோசித்து ஒரு திட்டம் அறிவிக்கிறோம் என்றது. பிரிட்டிஷ் வைஸ்ராய் வேவல் தலைமையில் திட்டம் வெளியானது.

கேபினட் மிஷன் 1946. முன்னுரை, முடிவுரை அனைத்திலும் கொஞ்சிக் கெஞ்சி ஒரு விஷயத்தைச் சொன்னார்கள். 'நீங்களே அரசைத் தேர்ந்தெடுத்தாலும் காமென்வெல்த் அமைப்பில் இணைந்து பிரிட்டிஷ் அதிகாரத்தை மறைமுகமாக ஏற்றுக் கொள்ளுங்கள் செல்லங்களே' என்பதுதான் அது. அறிக்கையின் நடுவில் இந்தியாவை அரைகுறையாகக் கூறு போட்டு ஒரு திட்டம் முன்மொழியப் பட்டிருந்தது. இந்தியா, பாகிஸ்தான் பிரிவதைத் தடுக்கும் கடைசி முயற்சி. ஒன்றிய இந்தியாவுக்குள் சுயாட்சி.

முஸ்லிம்கள் தாங்கள் எப்படி ஆளப்பட வேண்டும் என்பதைப் பிறகு முடிவு செய்யலாம். முதலில் அவர்கள் கோரிக்கையில் இருக்கும் உண்மைத் தன்மையை ஒப்புக்கொண்டு, அதன் அடிப்படையில் யார் எங்கே எவ்வளவு என்கிற கணக்கைப் போட்டார்கள்.

இந்தியா முழுக்க இருந்த கோடிக்கணக்கான மக்களில் தோராயமாக கால் பங்கு முஸ்லிம்கள் இருந்தனர். நாடு முழுக்கப் பரவலாக வசிப்பவர்கள் தனிப்பட்ட வகையில் முடிவெடுக்கட்டும். அங்கேயே இருந்தாலும் சரி, இடம்பெயர்ந்தாலும் சரி. அவர்கள் விருப்பம். முஸ்லிம்கள் அதிகம் பேர் வசிக்கும் பஞ்சாப், வங்காளப் பகுதிகள்தான் முக்கியமான விவாதப்பொருள்.

இந்தியாவை மொத்தம் மூன்றாகப் பிரித்தனர். இருபுறமும் கைவிரித்துப் பரந்து விரிந்து நிற்கும் இந்தியாவின் இரு கைகளையும் வெட்டியது போலப் பிரித்தனர்.

மதராஸ், பாம்பே, ஒரிசா, பிகார், மத்திய, ஒன்றிய மாகாணங்கள். இந்துக்கள் அதிகம் இருக்கும் இப்பகுதிகள் பிரிவு ஏ. நடுவில்

இந்தப் பகுதி இருக்க மேற்கிலும் கிழக்கிலும் முஸ்லிம்கள் அதிகம் இருந்தனர்.

பிரிட்டிஷ் இந்தியாவின் வடமேற்கில், பஞ்சாப், சிந்து, பலுசிஸ்தான், வடமேற்கு எல்லைப் புற மாகாணம். (வடமேற்கு எல்லைப்புற மாகாணம் என்பது ஆப்கானிஸ்தானுக்கு இந்தப்பக்கம் அம்பு, சித்ரால், தீர், ஸ்வத் அரசுகளுடன் கைபர் பக்துன்வாவின் பெரும்பகுதியையும் உள்ளடக்கிய பகுதி). இது பிரிவு பி.

வடகிழக்கில் வங்காளமும் அஸ்ஸாமும். இது பிரிவு சி.

பிரிவு பி, சி பகுதிகளில் அப்போது இருந்த கணக்கின் படி, முஸ்லிம்களும்(52%) முஸ்லிம் அல்லாதவர்களும்(48%) கிட்டத்தட்ட பாதிக்குப் பாதி இருந்தார்கள். முஸ்லிம் அல்லாதவர்கள் என்றால் அதில் சீக்கிய மதத்தினரும் இருந்தனர். கிறித்துவர்கள், பழங்குடிகளும் அடங்குவர்.

மத்திய, மாநில, சமஸ்தான அளவில் மூன்றாக அதிகாரத்தைப் பிரித்து நிர்வாகம் செய்யப் பரிந்துரைத்தது ஆங்கிலேய அரசு. அதிகாரத்தை மூன்றாகப் பிரித்தது போலவே வாக்களிக்கும் மக்களையும் பிரித்தது.

பொது, முஸ்லிம், சீக்கியர் எனப் பிரித்துக் கணக்கெடுத்து அதன் அடிப்படையில் சட்டமன்ற உறுப்பினர்களை வரையறுத்தது. அவரவர் பிரதிநிதிகளை அந்தந்த மதத்தைச் சேர்ந்த மக்கள் வாக்களித்துத் தேர்ந்தெடுப்பர். பொது என்கிற வகைப்பாட்டில் இந்துக்களுடன் முஸ்லிம், சீக்கியர் அல்லாத மற்றெல்லா சிறுபான்மையினரும் வந்துவிடுகின்றனர். அவர்களைப் பிரதிநிதிப் படுத்தவும் அவ்வறிக்கையில் வழிகாட்டுதல் இருந்தன. பின்னாளில் இந்திய அரசியலமைப்புச் சட்டம், மாநிலங்கள் உருவாக இந்தத் திட்டமே அடிப்படையாக இருந்தது.

தபால், தந்தி, ரயில் சேவை முதற்கொண்டு இராணுவம் வரைக்கும் பல ஆண்டுகளாக ஒன்றாக நிர்வகிக்கப்படுகிறது. அதைப் பிரித்தால் நிர்வாக ரீதியில் பெரும் சிக்கல். அதோடு காலம்காலமாக இணைந்திருப்பதைப் பிரிக்காமல் ஆட்சியதிகாரத்தை மட்டும் பிரித்துக் கொள்ளலாம். பாதுகாப்பு, வெளியுறவு விவகாரங்களை மத்திய அரசு பார்த்துக் கொள்ளட்டும். மற்றதை சுயாட்சி பெற்ற மாகாணங்கள் நிர்வாகம் செய்யட்டும். இந்திய ஒன்றியத்துக்குள்

இந்துக்களும் முஸ்லிம்களும் சுயாட்சி உரிமையுடன் தங்கள் விருப்பப்படி ஆண்டுகொள்ளலாம்.

மேலோட்டமாக நல்ல யோசனை போலத்தான் இருந்தது. கேபினட் மிஷனை ஆரம்பத்தில் இரு கட்சிகளும் ஏற்றுக்கொண்டன. பின்னர் காங்கிரஸ், மக்களை குழுவாகப் பிரிப்பதில் உடன்படவில்லை. அதோடு தொழில்மயமாக்கும் திட்டங்களை வகுக்கும் போதும் இது சரிவராது என காங்கிரஸ் தலைவர் ஜவஹர்லால் நேரு நினைத்தார். மத்தியில் அதிக பலம் இருந்தால் மட்டுமே ஆட்சியதிகாரம் சிக்கலின்றிப் போகும். மத்திய அரசுக்கு அதிகாரங்கள் குறைவாக இருந்தால் இந்தியா உடைந்துவிடும் என்பது காங்கிரஸ் நிலைப்பாடு. பத்திரிகையாளர்களிடம் பேசும்போது நேரு, இத்திட்டத்தைப் பின்னர் எங்களுக்கு ஏற்றவாறு மாற்றிக் கொள்ளும் உரிமை இருக்கிறது எனக் குறிப்பிட்டார்.

அவ்வளவுதான். இதற்கு மேல் பொறுக்க முடியாது. கேபினட் மிஷன், கேர் டேக்கர் அரசு இரண்டையும் நிராகரித்தார் ஜின்னா. போர் வேண்டாம் என்றுதான் நினைக்கிறோம். போர்தான் வேண்டுமெனில் அதற்கும் நாங்கள் தயார். இந்தியாவைப் பிரித்துக் கொடுக்க முடியாதென்றால் பிய்த்துப் போட்டாலும் பரவாயில்லை *(divided India or a destroyed India)* எனத் துணிந்தார்.

நேரடி நடவடிக்கை நாளுக்கு முஸ்லிம் லீக் அழைப்பு விடுத்தது. மூன்று நாடுகளின் வரலாற்றிலும் அழியா வடுவாக மாறிய வன்முறைகளுக்கு விடுக்கப்பட்ட அழைப்பு அது.

நீண்ட கத்திகளின் வாரம்

இந்தியாவில் இருந்து பிரிந்து, பின்னர் பாகிஸ்தானிடம் இருந்தும் பிரிந்து உருவானதே பங்களாதேஷ். இதற்கெல்லாம் ஆரம்பப் புள்ளியாக நேரடி நடவடிக்கை நாள் இருக்கிறது. இதற்கு மேல் இந்துக்களும் முஸ்லிம்களும் சேர்ந்து வாழ்வது சாத்தியம் இல்லை என்கிற முடிவை நோக்கி நகரத் தொடங்கிய நாள். இந்தியா விடுதலை அடைவதற்குச் சரியாக ஒரு வருடம் முன்னர் நடந்தது.

ஆகஸ்ட் 16, 1946. நேரடி நடவடிக்கை நாளுக்கு அழைப்பு விடுக்கப்பட்டது.

இந்தியா முழுக்க விடுக்கப்பட்ட அழைப்பென்றாலும் வங்காளம்தான் முதன்மையான இலக்கு. அப்போது வங்காள மாகாணப் பிரதமர் பொறுப்பில் இருந்த ஹுசைன் சையித் சுஹ்ரவாடி, வங்காள மாகாணத்தின் மக்கள் செல்வாக்கு பெற்ற தலைவர். வங்கத்தந்தை முஜிபுர் ரஹ்மானின் வழிகாட்டி. ஆக்ஸ்போர்டு பல்கலைக்கழகத்தில் சட்டமும் அரசியலும் படித்தவர். பிரித்தானிய ஆட்சியில் கல்கத்தா நகர மேயராகப் பணியாற்றியவர்.

முஸ்லிம் லீக் சார்பில்தான் வங்காளப் பிரதமராக சுஹ்ரவாடி இருந்தார். ஆளும் கட்சி நடத்திய போராட்டம். பலத்தைக் காண்பித்தாகவேண்டிய கட்டாயம். கல்கத்தா நகரில் ஏற்பாடு செய்யப்பட்டிருந்த போராட்டத்தில் முப்பதாயிரம் பேர் கலந்துகொள்வார்கள் என எதிர்பார்க்கப்பட்டது. பின்னர் ஐந்து லட்சம் எனக் கணித்தார்கள். திரண்டதோ பத்து லட்சம் பேர்.

ஜின்னாவின் அழைப்பின் பேரில் புறநகர்ப் பகுதியில் இருந்தும் கிராமங்களில் இருந்தும் முஸ்லிம்கள் கல்கத்தா நோக்கித் திரண்டு

வந்திருந்தனர். இந்துக்கள் நமக்கான உரிமையைத் தரமாட்டார்கள். தனி நாடு மட்டுமே தீர்வு. ஒவ்வொரு தலைவராகப் பேசப் பேசக் கூட்டத்தினர் கோபத்தில் கொந்தளித்தனர்.

தலைவர்கள் பேசி முடித்ததும் அனைவரும் கல்கத்தா வீதிகளில் ஊர்வலமாகச் செல்ல ஆரம்பித்தனர். காலைப் பொழுதில் இருந்தே கலவரம் தொடங்கிவிட்டது. இந்து, முஸ்லிம் இரு தரப்புமே தயாராகத்தான் இருந்தனர். முந்தைய நாள் தடிகள் பெருமளவில் தயாரிக்கப்பட்டுக் கொள்முதல் செய்யப்பட்டன. இரும்புக்கொல்லன் பட்டறைகள் ஓய்வின்றி இயங்கின. இரு தரப்புமே வன்முறையைக் கையில் எடுத்தனர். இந்துக்கள், தலா பாலம், பெல்கச்சியா பாலத்தில் தடுப்புகள் வைத்து முஸ்லிம்கள் ஊர்வலத்தைத் தடுத்தனர். முஸ்லிம்கள், சுற்றுப் பாதையில் இந்துக்களின் கடைகளைக் குறிவைத்து முன்னேறினர்.

பதினோரு மணியளவில் இரு தரப்பும் செங்கற்களை எறிந்து தாக்கிக் கொண்டனர். அதுவரைக்கும் முன்னணியில் இருந்த முஸ்லிம் லீக் மாணவர்கள் மதியத்துக்கு மேல் கலவரம் தீவிரமாகப் போவதை உணர்ந்து வீடு திரும்பினர். முடிந்தவரை தங்கள் குடும்பத்தைப் பாதுகாக்கத் தங்களால் ஆனதைச் செய்தனர்.

பிற்பகலில் கலவரம் கைமாறியது. கசாப்புக் கடைக்காரர்கள், கொத்தனார்கள், தொழிற்சாலையில் வேலை செய்பவர்கள், பால்காரர், ரிக்ஷாகாரர், டீக்கடைக்காரர்கள், வண்டி இழுப்பவர்கள். இவர்கள் வடக்கு கல்கத்தாவில் கிட்டத்தட்ட ஒரு போரை நடத்திக் கொண்டிருந்தார்கள். எந்த விதிகளுக்கும் அடங்காத போர்.

ஒரு சில இடங்களில் காவலர்கள் துப்பாக்கிச் சூடு நடத்தினர். சுட்டுக் கொன்றது குற்றம் எனத் தங்களையே குற்றவாளியாக்கினால் என்ன செய்வது? இதை எண்ணிப் பல அதிகாரிகளும் காவலர்களும் தயங்கினர். அவர்களால் சமாளிக்க முடியாத அளவுக்கு அதிகக் கூட்டமும் வன்முறையும் இருந்தன.

கட்டுப்படுத்தக் காவல் துறையினர் இல்லை என்றதும் வெறி இன்னும் ஏறியது. விவேகானந்தா சாலையில் ஐம்பது இந்து ரிக்ஷாக்காரர்களை மொத்தமாக வெட்டிக் கூறு போட்டனர். சென்ட்ரல் ஏவ் பகுதியில் உள்ள கோயில் அருகில் முப்பது

முஸ்லிம்கள் கொல்லப்பட்டனர். முதல் இரண்டு நாள்கள் அதிகளவு கொலைகள் நடந்தன. அதன் பிறகு இராணுவம் வந்தது. படிப்படியாக வன்முறை குறைந்தது. ஆறாம் நாள் வைஸ்ராய் அதிகாரத்தின் கீழ் வங்காளம் வந்தது. ஐந்து பட்டாலியன் ராணுவப் படை வந்து இறங்கிய பிறகு கலவரம் நின்றது.

இதற்கு முன்பும் கல்கத்தாவில் மதக் கலவரங்கள் நடந்துள்ளன. இந்தக் கலவரத்தில் நடந்த அளவுக்கு வன்புணர்வும், வன்முறையும் நடந்ததில்லை. அது, முற்றிலும் புதிது. உடலைக் குத்திக் கிழித்து அறுத்துக் கூறுபோட்டு வெளிப்பட்ட வன்மம் அதுவரை காணாதது. பெண்களிடம் வல்லுறவு கொள்வதும், மார்பகங்களை வெட்டி வீசுவதும் அச்சத்தை விதைக்கும் ஆயதங்களாகக் கையாளப்பட்டன.

நான்காயிரம் பேர் இறந்தனர். பத்தாயிரம் பேர் காயமடைந்தனர். கணக்கில் இருக்கும் எண்ணிக்கை இது. இதைவிடப் பல மடங்கு கூடுதலாக இருக்கும் என்பதே நேரில் பார்த்தவர்களின் கருத்து. அதிக உயிர்ப்பலி முஸ்லிம்கள் தரப்பிலும் அதிக பொருட்சேதம் இந்துக்கள் தரப்பிலும். நாஜிப் படுகொலைகளை நினைவூட்டும்படி ‘வீக் ஆஃப் தி லாங் க்னைவ்ஸ்’ எனத் தலைப்பிட்டு செய்திகள் வெளியாகின.

சுஹ்ரவாடி, நேரடியாகக் காவல் துறைக் கண்காணிப்பு அறைக்குச் சென்று முஸ்லிம்கள் மீது நடவடிக்கை எடுப்பதைத் தடுத்ததாக நேரில் பார்த்த சிலர் சொல்கிறார்கள். என்ன நடக்கப் போகிறது என்பதை அறிந்தே அனுமதித்தார் என்கிறார்கள்.

கல்கத்தா பெருங்கொலைகள் என அறியப்படும் இந்நிகழ்வு, மோசமான கலவரக் கலாசாரம் ஒன்றின் தொடக்கம். முடிவில், இந்தியா, பாகிஸ்தான் பிரிவினைக்கு நேரு ஒப்புக்கொண்டார். எனவேதான் பாகிஸ்தான் வரலாற்றில் தங்கள் நாட்டு விடுதலைக்கு வித்திட்ட நாளாக நேரடி நடவடிக்கை நாள் பார்க்கப்படுகிறது. இந்தியர்களும் பிரிட்டிஷ் ஆவணங்களும் சொல்வதை பாகிஸ்தான் ஏற்றுக்கொள்வதில்லை. அமைதி ஊர்வலத்தில் கலவரத்தைத் தூண்டியது இந்துக்கள். பதிலடி கொடுத்தது முஸ்லிம்கள். பாகிஸ்தான் ஏற்றுக்கொள்ளும் உண்மை அதுதான்.

பங்களாதேஷின் பார்வையில் தேவையான இராணுவ உதவியை

தாமதப்படுத்திய ஆங்கிலேய ஆட்சியாளர்களும் குற்றவாளிகள். ஆனால் அன்றைய நிலையில் வங்காள மக்கள் அனைவரும், ஒருவர் பாக்கியின்றி சுஹ்ரவாடியின் மீது அதிருப்தி அடைந்தனர். பொறுப்பில் இருப்போர் நம்மைக் காப்பாற்றப் போவதில்லை என்று நினைத்தனர். பதிலுக்குப் பதில் சட்டத்தைக் கையிலெடுப்பதென முடிவெடுத்துவிட்டனர். கல்கத்தா பெருங்கொலைகள் நிகழ்வு நடந்து, சில நாள்கள் இடைவெளிக்குப் பிறகு பல பகுதிகளுக்கும் கலவரம் பரவியது.

இந்தியா, பாகிஸ்தான் பிரிவினையை கல்கத்தா பெருங்கொலைகள் கலவரம் உறுதி செய்தது. வங்காளம், இந்தியாவுடன் சேர்வதா பாகிஸ்தானுடன் சேர்வதா என்பதை அடுத்த ஓர் ஆண்டு காலம் தொடர்ந்த கலவரங்கள் முடிவு செய்தன.

நவகாளி

ராணுவ வீரர்கள் வந்ததும் கல்கத்தா தெருக்களில் அமைதி திரும்பியது. கலவரங்களில் பாதிக்கப்பட்டவர்கள் மனத்தில் அமைதி இல்லை. ஒரு மாதம் கூட நிறைவடையாத நிலையில் அடுத்த கலவர இலக்கானது நவகாளி *(Noakhali*-நோகாலி). இன்றைய பங்களாதேஷின் தென்கிழக்கில் உள்ள மாவட்டம். கடற்கரையோரப் பகுதி. ரமலான் மாதத்தின் கடைசி நாள்களில் வதந்திகள்தான் முதலில் பரவின. வன்முறை அவற்றைப் பின்தொடர்ந்து வந்தது.

இந்து மீனவர்கள் அதிகளவில் ஆயுதங்களை வாங்குவதாகப் பேசிக்கொண்டனர். அடிதடி, கைகலப்புக்குப் பிறகு ஃபெனி ஆற்றின் கரையோரம் ஓரிரண்டு கொலைகள் நடந்தன. மாவட்டத்தின் உள் பகுதிகளிலும், சிட்டகாங், திரிபுராவிலும் பதற்றம் தொற்றிக் கொண்டது.

முஸ்லிம் தொகுதியாகப் பிரதிநிதித்துவம் பெற்றாலும், கிழக்கு வங்கத்தில் நிலவியது ஜமின்தாரி ஆட்சிமுறை. உயர்பதவியில் யார் இருந்தாலும் ஏழை முஸ்லிம்களுக்கு முதலாளிகளாக இருந்தது இந்துக்கள். இந்து நிலவுடைமையாளர்கள் அடிமைகளைப் போல நடத்தியதை யாரும் மறந்திருக்கவில்லை. குறிப்பாக பெங்கால் பஞ்சம்(1943). இரண்டாம் உலகப்போர், காலனி நாடுகள் அனைத்திலும் பொருளாதார மந்த நிலையைக் கொண்டு வந்தது. பிரிட்டிஷ் தலைமை, வங்காளத்தில் பட்டினியால் இறந்து கொண்டிருப்பவர்களைப் பற்றிக் கவலை கொள்ளவில்லை.

போதாக்குறைக்கு ஜப்பான் படைக்கு எதிர் நடவடிக்கையாக சேமித்து வைத்த உணவுகள் அழிக்கப்பட்டன. பர்மாவில் இருந்து முன்னேறி இங்கேயும் வந்தால், அவர்கள் பயன்படுத்த அரிசி

இருக்கக்கூடாதல்லவா. அரிசித் தட்டுப்பாட்டால் விலைவாசி எகிறியது.

கிழக்கு வங்காள மக்களில் பெரும்பாலானோர் சொந்த நிலத்தில் விவசாயம் செய்யவில்லை. ஜமின்தார்களிடம் கொத்தடிமைகளாக உழைத்துக் கொண்டிருந்தனர். பல தலைமுறைகளுக்கு முன்பு வாங்கிய கடனுக்கு உழைத்தது போக, சொற்பக் காசு அவர்கள் கையில் கிடைக்கும். அதைக் கொண்டு நல்ல காலத்திலேயே அரை வயிறு நிரம்ப உண்டதில்லை. பஞ்ச காலத்தில் அதுவும் இல்லை. பசிக் கொடுமையினாலும் ஊட்டச்சத்தில்லாமலும் வயிறு காய்ந்து மெல்ல மெல்லக் கொடூரமான முறையில் மக்கள் இறந்தனர். சுமார் நாற்பது லட்சம் பேரைப் பலி கொண்டது பெங்கால் பஞ்சம்.

பஞ்சத்தைத் தோற்றுவித்தது பிரிட்டிஷ் அரசாக இருந்தாலும் மக்களின் கோபம் ஜமின்தாரிகள் மீதுதான் அதிகம் இருந்தது. தீண்டாமை உள்பட பல அநீதிகள் ஜமின்தாரிகளால் நிகழ்த்தப்பட்டன. உழைப்புக்கு உரிய காசும் கிடையாது. உணவும் கிடையாது. எத்தனை தலைமுறைகள் உழைத்தாலும் மீள முடியாத கடன் இருப்பதாகச் சொல்லி அவர்கள் உழைப்பைச் சுரண்டிய ஜமின்கள் பஞ்சத்துக்கு முன்பும் பின்பும் எந்தக் குறையுமின்றி வலம் வந்தனர். இவர்கள் பெரும்பாலும் இந்து மதத்தைச் சேர்ந்தவர்கள். இவர்களைப் பழி தீர்க்க, கலவரம் சரியான சந்தர்ப்பமாக அமைந்தது. கொள்ளையடித்தாலும் கொலை செய்தாலும் கேட்க ஆளில்லை.

அங்கொன்றும் இங்கொன்றுமாக நடந்த கொலைகள் அக்டோபர் பத்தாம் தேதிக்குப் பின்னர் கட்டுக்கடங்காமல் போயின. கல்கத்தாவில் நடந்தது போன்று திட்டமிட்டதை விடக் கைமீறிப்போன கலவரமல்ல. இருதரப்பிலும் பாதிப்பு எனச் சொல்ல முடியாது. முஸ்லிம்கள் திட்டமிட்டுக் குறிவைத்து இந்துக்களைத் தாக்கினர். குறிப்பாக பணம் படைத்தவர்களை. ஏழை, தாழ்த்தப்பட்ட இந்துக்கள் வாழ்ந்த பகுதிகள் இவர்கள் இலக்கல்ல. செல்வச் செழிப்பில் கொழிக்கும் இந்துக்கள்தான் முதன்மை இலக்கு.

பெண்களின் நெற்றிக் குங்குமத்தை அழிப்பது, அனைவரையும் நமாஸ் செய்யச் சொல்வது என மதக் குறியீடுகளை முதன்மைப்

படுத்துவதும் நிகழ்ந்தது. இம்முறை சுஹ்ரவாடி காவலர்களை அனுப்ப முயன்றார். ஆற்றைக் கடந்து வரும் பாதைகள், பாலங்கள் அழிக்கப்பட்டு பல இடங்கள் உடனே சென்று சேர முடியாதபடி துண்டிக்கப்பட்டிருந்தன.

உயிரைக் காப்பாற்றிக் கொள்ள மக்கள் கிடைத்த வழிகளில் நகரை விட்டு வெளியேறினர். ஐம்பதாயிரத்திற்கும் அதிகமானோர் இடம்பெயர்ந்தனர். வீடிழந்தனர். சுமார் ஐந்தாயிரம் பேர் கொல்லப்பட்டனர். அமைதியை நிலைநாட்ட காந்தி கிளம்பி வந்து முகாமிட்டார். உண்ணாவிரதம் இருந்தார். சுற்றுப் பயணம் மேற்கொண்டு அமைதியை வலியுறுத்தினார்.

அதீத மன வருத்தத்தில் இருந்த காந்தி அப்படியே உண்ணாமல் உயிர் போனாலும் நன்றாக இருக்கும் என எண்ணும் அளவுக்கு வேதனை கொண்டார். அதன் விளைவாக சுஹ்ரவாடியிடம் கோபமாகவும் நடந்து கொண்டார். சுஹ்ரவாடியும் காந்தியுடன் இணைந்து அமைதிப் பணிகளில் பங்காற்றினார். இவற்றால் பயன் ஒன்றும் இல்லை. கலவரம் பிகார் பகுதிகளுக்குப் பரவியது. அங்கே முஸ்லிம்கள் அதிகளவில் கொல்லப்பட்டனர்.

வெளியில் வரத் தடையுத்தரவு போட்டு, இராணுவம் வந்து இறங்கியதும் கலவரம் நின்று போகும். ஆனால் பதற்றம் தணியாது. இனிமேல் அரசை நம்பிப் பயனில்லை என உள்ளூர் மக்கள் குழுக்கள் அமைத்து தங்கள் கிராமங்களைப் பாதுகாத்தனர்.

கலவரங்களின் விளைவாக, 1948ஆம் ஆண்டு விடுதலை கொடுக்கிறோம் என நாள் குறித்துப் பணிகளைத் தொடங்கியது ஆங்கிலேய அரசு. மவுன்ட்பேட்டன் அதற்குப் பொறுப்பாக நியமிக்கப்பட்டார். அங்கிள் டிக்கி எனச் செல்லமாக அழைக்கப்பட்ட ராஜ குடும்ப உறுப்பினர். டிக்கி பர்ட் திட்டம் *(Dickie Bird Plan / Balkanization)* யோசனையை அவர் பரிந்துரைத்தார். ராஜ குடும்பமல்லவா? யாரிடமும் பேச்சு வார்த்தை நடத்தி மேலிடத்தில் அனுமதி பெற்று என்றெல்லாம் இழுத்துக் கொண்டிருக்காமல் நேராக அறிவிப்புக்கே வந்துவிட்டார்.

பிரிட்டிஷ் இந்தியா, மாகாணங்களாகவும் சமஸ்தானங்களாகவும் *(provinces and princely states)* நிர்வாகம் செய்யப்பட்டது. ஐந்நூறுக்கும் மேற்பட்ட சமஸ்தானங்கள் இருந்தன. அனைவருக்கும் உரிமை கொடுத்து யார் எந்தப் பக்கம் இணைவது என்பதை அவர்களே

முடிவெடுக்கலாம் என்பது திட்டம். குரங்கு அப்பம் பங்கிட்ட பஞ்சதந்திரக் கதையை போல பிய்த்துப் பிரித்து யாருக்கும் இல்லாமல் போகும். எப்படியோ நீங்களே அடித்துக் கொண்டு சாகுங்கள். ஆளை விடுங்கள். அதைத்தான் சொல்லாமல் சொன்னார்கள்.

நேரு காத்திரமாக எதிர்த்தார். காங்கிரஸ் சார்பில், சர்தார் பட்டேலும் வி.பி.மேனனும் சமஸ்தானங்களை நாமே பேசி இணைத்திடலாம் என்கிற யோசனையை முன்வைத்தார்கள். இந்தியா, பாகிஸ்தான் டொமினிக்குகள் இந்திய ஒன்றியத்துக்குள் இருக்கும். அதை ஏற்றுக்கொண்டு பல்கனைசேஷன் திட்டத்தைக் கைவிட்டனர்.

மதராஸ் மாகாணம் இன்றைய தமிழ்நாடு, ஆந்திராவை இணைத்திருந்தது. திருவிதாங்கூர், மைசூர், ஹைதராபாத் சமஸ்தானங்களாக இருந்தன. அந்தப் பக்கம் பாம்பே, இந்தப் பக்கம் ஒரிஸா, பிகார் தனித்தனியாக இருந்தாலும் நடுவில் மத்திய மாகாணமாகவும் ஒருங்கிணைந்த மாகாணமாகவும் சில பகுதிகள் இணைந்தும் இருந்தன. ராஜபுத்ன சமஸ்தானம் அளவில் பெரியது. இதெல்லாம் இந்திய ஒன்றியத்தில் சேர்வதில் பெரிய இடர் ஒன்றும் இல்லை. காஷ்மீர் சமஸ்தானத்தை வாக்கெடுப்பு நடத்திச் சேர்க்க வேண்டிய பகுதியாக வரையறுக்கவில்லை. அரசரே முடிவெடுக்க வாய்ப்பளிக்கப்பட்டது. சிந்து, வங்காளம், பஞ்சாப், அதிக பதற்றம் நிறைந்த பகுதிகளாக இருந்தன. அங்கே முடிவெடுப்பதை இந்தியாவும் பாகிஸ்தானுமே பார்த்துக் கொள்ளட்டும் எனக் கைவிட்டது.

மவுன்ட் பேட்டன், சமஸ்தான அரசர்களை அழைத்துப் பேசினார். விடுதலை அளித்துவிட்டு நாங்கள் போய்விடுவோம். அதன்பிறகு இந்தியா தன் பலத்தைப் பயன்படுத்தி உங்கள் அரசை எடுத்துக் கொள்ளலாம். இப்போதே இணைந்தால் சொத்துக்களும் மரியாதையும் மிஞ்சும். வருங்காலத்தைத் தெளிவாக எடுத்துரைத்த பிறகு பெரும்பாலும் இணைந்தனர். முரண்டு பிடித்த சிலரை, பட்டேல் வழிக்குக் கொண்டு வந்தார். ஐந்நூறுக்கும் மேற்பட்ட சமஸ்தானங்களை பலவித உத்திகளைப் பயன்படுத்தி இந்தியாவுடன் இணைத்த காரணத்தினால் இரும்பு மனிதர் என்று புகழப்படுகிறார். வங்காளம், இரண்டு நாடுகளுடன் இணையாமல் தனித்திருக்க எண்ணியது.

ஒருங்கிணைந்த வங்காளம்

வங்காளம், மூன்றாவது நாடாக விடுதலை பெறும் முயற்சிகள் நடந்தன. வங்காளத்தில் பெரிய தலைவர் என்றால் சுஹ்ரவாடிதான். அரசியல் குழப்பம் நிறைந்த காலத்தில் அரசியலுக்கு வந்தவர். இந்திய தேசியவாதக் கருத்து கொண்ட சுதேசிக் கட்சியிலும் உறுப்பினர். காலிபத் கமிட்டியிலும் உறுப்பினர். இரண்டுக்கும் நடுவில் ஒரு தீர்வு கிடைக்குமா என யோசித்து ஒருங்கிணைந்த வங்காளம் கருத்தாக்கத்தை முன்வைத்த தலைவர்களுடன் சுஹ்ரவாடியும் சேர்ந்து கொண்டார்.

ஒரு சில இந்திய காங்கிரஸ் தலைவர்கள் இதை ஆதரித்தார்கள். வங்காளத்துக்குள்ளே, இந்து, முஸ்லிம் இயக்கங்களைச் சேர்ந்தவர்கள், காங்கிரஸ் தலைவர்கள், ஆங்கிலேய கவர்னர் எனப் பரவலாக பலத்த ஆதரவு இருந்தது. இந்திய தேசியப் படையைத் தொடங்கிய சுபாஷ் சந்திர போஸின் சகோதரர் சரத் சந்திர போஸ் ஆதரவு இதில் அதிக செல்வாக்கைச் செலுத்தியது.

பஞ்சாப், ஆஃப்கனியா(வடமேற்கு மாகாணங்கள்), காஷ்மீர், இன்டஸ்-சிந்து பகுதிகளின் பெயர்களை இணைத்து உருவான சொல் பாகிஸ்தான். உருது பெர்சிய மொழிகளில், பாக் என்றால் தூய்மை எனப் பொருள். ஸ்தான் என்றால் இடம் அல்லது நாடு. தூய்மையானவர்களின் நாடு பாகிஸ்தான். இதில் வங்காளம் சேர்க்கப்படவில்லை என்பதைக் கவனியுங்கள்.

இணைத்துக் கொள்ளவும் இணையவும் இரு தரப்பிலுமே ஆரம்பத்தில் ஆர்வம் இல்லை. அதோடு கல்கத்தா இந்தியா பக்கம் போய்விடும் என்றால் மீதம் இருக்கும் வங்காளத்தால் என்ன பயன் என நினைத்தார் ஜின்னா. எனவேதான் தனி நாடாக விரும்பிய வங்காளத்துக்கு ஜின்னாவின் ஆதரவு இருந்தது.

மேற்கு கிழக்கு வங்காளமாகப் பிரிக்காமல் தனி நாடாக ஒருங்கிணைந்த வங்காளம். இனமாக யோசித்ததால், வங்காளத்தின் மக்கள் தொகையில் எண்பதுக்கும் அதிகமான சதவிகிதம் வங்காளிகள் இருந்தனர். மதமாகப் பிரித்துப் பார்த்தால் கிட்டத்தட்ட ஐம்பத்தொன்பது சதவிகிதம் முஸ்லிம்கள். முப்பத்தாறு சதவிகிதம் இந்துக்கள். மூன்று சதவிகித கிறித்துவர்களுக்கும் அடுத்து ஒன்றரை சதவிகித அளவில் புத்த மதத்தினர் இருந்தனர்.

ஐந்து கூறுகளை முன்வைத்துத் திட்டம் *(five point plan 1947)* ஒன்றைப் பரிந்துரை செய்தார் சுஹ்ரவாடி. ஐரிஷ் ஃப்ரீ ஸ்டேட் பெயரை நினைவூட்டும் படி ஃப்ரீ ஸ்டேட் ஆஃப் பெங்கால் எனப் பெயரிட்டார். மொத்தம் முப்பது தொகுதிகளில் பதிநான்கு இந்துக்களுக்கும் பதினாறு முஸ்லிம்களுக்கும் கொடுத்துத் தேர்தல்கள் நடத்தலாம். இந்து, முஸ்லிம் பிரதிநிதிகள் இணைந்த கூட்டாட்சி. முஸ்லிம் பிரதமர். இந்து உள்துறை அமைச்சர். பிரிட்டிஷ் தரப்பில் மறுப்பேதும் இல்லை.

நேருவும் பட்டேலும் இதைக் கடுமையாக எதிர்த்தனர். இந்தியாவுக்குள் வங்காளம் இணைந்திருப்பதை அவர்கள் வரவேற்றார்கள். ஆனால், வங்காளம் தனியாகப் பிரிவதை விரும்பவில்லை. மற்ற சமஸ்தானங்களும் அதைக் காரணம் காட்டி இந்தியாவுடன் இணைய மறுப்பார்கள். மீண்டும் ஆரம்பித்த இடத்திலேயே வந்து நிற்க வேண்டியதுதான்.

வங்காளத்தில் இருந்த முஸ்லிம் லீக் கட்சியில் இருந்தும் எதிர்ப்பு கிளம்பியது. மொழியின் அடிப்படையில் ஒருங்கிணைந்த வங்காளம் அமையுமானால் உருது பேசும் முஸ்லிம்களான நாம் ஏன் சேர வேண்டும் என நினைத்தார்கள். முஸ்லிம் நாடேதான் வேண்டும் என அடம் பிடித்த அடிப்படைவாத முஸ்லிம்கள் பாகிஸ்தானுடன் இணைய விரும்பினர். ஆளுக்கொரு பக்கம் இழுபறியாகப் போனது.

ஒரு கட்டத்தில் மவுன்ட் பேட்டன் மொத்தமாக இந்த யோசனையை நிராகரித்தார். ஜூன் மாதம் இந்தியா, பாகிஸ்தான் என இரு நாடுகளாக மட்டுமே பிரிப்பது என வெளிப்படையாக அறிவிக்கப்பட்டது. வங்காளத்திற்கு வேறு வாய்ப்புகள் இல்லை. ஒருங்கிணைந்த வங்காளமாக இருப்பதா? பிளவுபட்டு இரு நாடுகளுடன் இணைவதா?

ஒட்டு மொத்த வங்காளப் பிரதிநிதிகளுக்கும் ஒரு வாக்கெடுப்பு நடத்தப்பட்டது. வங்காளத்தைப் பிரித்து இந்தியாவுடன் இணைக்க ஆதரவாகக் கிடைத்த வாக்குகள் குறைவாகவும் எதிரான வாக்குகள் அதிகமாகவும் *(90/126)* இருந்தன. ஒருங்கிணைந்த வங்காளமாக இருப்பதையே பெரும்பாலானோர் விரும்பினர். ஆனால் பாருங்கள், இணைந்து எந்தப் பக்கம் சேர்வது என்பதில் ஒருமித்த கருத்தில்லை. தனித்தனியாக நடந்த வாக்கெடுப்புகள் முடிவெடுக்க வழி செய்தன.

முஸ்லிம்கள் நிறைந்த கிழக்கு வங்காளப் பகுதியில் நடந்த வாக்கெடுப்பில் வங்காளத்தைப் பிரித்து பாகிஸ்தான் உடன் இணைவதில் விருப்பம் இல்லை *(106/35)* என்றே முடிவுகள் வந்தன. ஆனால் இதற்கு மாறாக, மேற்கு வங்காளத்தில் நடந்த வாக்கெடுப்பு, பிரிந்து *(58/21)* இந்தியாவுடன் இணைவதே சிறந்ததெனத் தேர்ந்தெடுத்தது.

இரு பகுதியில் எந்த ஒரு பகுதி பிரிக்கலாம் என்றாலும் பிரித்துவிடலாம் என முடிவெடுத்தார் மவுன்ட் பேட்டன். மேற்கு வங்காளத்தின் முடிவுக்கிணங்க வங்காளம் பிளவுபடுவது உறுதியானது.

ஒரு பக்கம் அரசியல் நடவடிக்கைகள். மற்றொரு பக்கம் கலவரங்கள் தொடர்ந்து கொண்டே இருந்தன. பல உள்ளூர் குழுக்கள் மக்கள் பாதுகாப்பை முன்வைத்து இயங்கின. முஸ்லிம்கள் அதிகம் வாழும் பகுதியில் வசிக்கும் ஒரு சில இந்துக்களின் பாதுகாப்பை அங்கு வாழ்ந்த முஸ்லிம்களே உறுதி செய்தனர். இந்துக்களும், சீக்கியர்களும் தத்தமது பகுதியில் வசிக்கும் முஸ்லிம்களுக்குப் பாதுகாப்பு அளித்தனர். அரசியல் தலைவர்களும் அமைதிப் பரப்புரை மேற்கொண்டு சமாதானப் படுத்தினார்கள். எதைச் செய்தாலும் எங்கோ ஓர் இடத்தில் யாரோ கொல்லப்படுவது தொடர்ந்தது.

எண்ணிக்கை ஓரளவு சமமாக இருந்த பகுதிகளில் நிலைமை தீவிரமாக இருந்தது. ஒற்றுமையாக இருப்பதை ஒரு சிலர் எதிர்த்தாலும் அங்கே மொத்தமாக அமைதி குலையும். அதுபோகத் தங்கள் வீடு வாசலை மறந்து இதையே பிழைப்பாகக் கொண்டு கிராமம் கிராமமாகத் தாக்குதல் நடத்தவும் பலர் இருந்தனர்.

இன்றைய இரவு இந்தக் கிராமம் தாக்கப்பட உள்ளது எனத் தகவல் வந்தால் பெண்களும் குழந்தைகளும் ஓர் இடத்தில் பதுங்கிக் கொள்ள, மற்றவர்கள் சண்டைக்குச் சென்றனர். தோல்வியடையும் நிலை வந்தால் முதலில் பெண்களைக் கொன்றுவிடத் தயாராக ஓர் ஆள் இருப்பார். எதிரிகளிடம் சிக்கிக் கொடூர மரணம் அடைவதை விட இதுவே மேல். எந்த எதிர்ப்பும் காட்டாமல் வெட்டுவதற்குத் தலைகுனிந்து நின்றார்கள் பெண்கள். சிறுபிள்ளைகளாக இருந்து எப்படியோ கலவரத்தில் தப்பியவர்கள் இன்றும் நேரில் கண்ட இக்காட்சிகளை நினைவுகூர்ந்து அஞ்சுவதுண்டு.

பஞ்சாப் பகுதிகளில் இம்மாதிரியான கொடூரங்கள் அதிகளவில் நடந்தன. இந்தியா, பாகிஸ்தான் பிரிவினை உறுதியாகிவிட்டது. ஆனால் பிரிவினைக் கோட்டை எங்கே போடுவார்கள் எனத் தெரியாது. நம் கிராமத்தில் உள்ள இந்துக்களை அனுப்பிவிட்டால் நாம் பாகிஸ்தானுடன் இணைந்திடலாம். இப்படி முஸ்லிம்கள் எண்ணினர். அதைப்போலவே முஸ்லிம்கள் இல்லாமல் போனால் நம் கிராமம் இந்தியாவுடன் சேர்ந்துவிடும் என இந்துக்களும் நினைத்தார்கள்.

எல்லாரும் சம்மதம் தெரிவித்துக் கையெழுத்திட்டதும், குறித்த நாளை விட ஒரு வருடம் முன்னதாகவே விடுதலை கொடுத்துவிட்டுக் கிளம்பத் தயாரானார் மவுண்ட் பேட்டன். வங்காளத்திலும் பஞ்சாப்பிலும் நடந்து கொண்டிருந்த வன்முறைகள் மேலும் உயரும் என அவருக்குத் தெரியும். முறையாக திட்டமிட்டுப் பிரிவினையை அமுல் படுத்தியிருந்தால் இழப்பைக் குறைத்திருக்கலாம். ஆனால் கைகழுவி விட்டுச் செல்லவே ஆங்கிலேயர்கள் ஆர்வம் காட்டினர்.

சிக்கலில் சில்லெட்டு

இந்தியா, பாகிஸ்தான் பிரிவினை என்றதும் பஞ்சாப் மட்டுமே பலரின் நினைவுக்கு வரும். சில்லெட்டு *(Sylhet)* பிரிவினை வரலாறு பெரிதும் கவனிக்காத ஒன்று.

பங்களாதேஷ் வரைபடத்தைப் பார்த்தால் இந்திய வரைபடத்தைச் சுருக்கி வரைந்தது போல இருக்கும். இந்தியாவின் வடகிழக்கில் முக்கோண வடிவில் இருக்கும் வடகிழக்கு மாநிலங்களுடன் ஒட்டிக்கொண்டு பங்களாதேஷின் வடகிழக்கில் இருப்பதுதான் சில்லெட்டு.

இந்து அரசர்களிடம் இருந்து முகலாய ஆட்சியின் கீழ் வந்த சில்லெட்டு, பலவிதத்தில் முக்கியத்துவம் வாய்ந்த பகுதி. தேயிலைத் தோட்டங்கள், காடுகள் நிறைந்த சில்லென்ற பகுதி. பதினெட்டாம் நூற்றாண்டின் இறுதியில் ஆங்கிலேயர்களை எதிர்த்த புரட்சிப் போராட்டங்களில் சில்லெட்டுக்குப் பங்குண்டு. மொஹ்ரம் கிளர்ச்சி (1782) ஆங்கிலேயருக்கு எதிரான முதல் கிளர்ச்சியாகவும் சில ஆய்வாளர்களால் குறிப்பிடப்படுகிறது.

வங்காள மாகாணத்தின் கீழ் இருந்த சில்லெட்டை அசாம் பகுதியுடன் இணைத்தது பிரிட்டிஷ் (1874). தேயிலைத் தோட்டங்களில் இருந்து விளைபொருள்களை எடுத்துச் செல்லவும் நிர்வாகம் செய்யவும் அஸாம் உடன் சேர்ந்திருப்பது வசதி என்றது. மக்களிடம் எதிர்ப்பு எழுந்த நிலையில் அனைவரையும் அழைத்துப் பேச்சுவார்த்தை நடத்தியது. கல்வித்துறை, நீதித்துறை வங்காள மாகாணத்தின் கட்டுப்பாட்டிலும் மற்றவை அசாம் கட்டுப்பாட்டிலும் இருக்கும் என்று பேச்சுவார்த்தைகளுக்குப் பின் பிரிட்டிஷ் தெரிவித்தது.

இதனால் வேலைவாய்ப்பு பெருகியது. அசாம் பெங்கால் ரயில்வே தொடங்கப்பட்டது. இங்கிருந்து தேயிலை சிட்டகாங் துறைமுகம் சென்று கப்பலேறியது. 1905ஆம் ஆண்டு கிழக்கு, மேற்கு வங்காளமாகப் பிரிக்கப்பட்டதை நாம் அறிவோம். அப்போது கிழக்கு வங்காளமும் அசாமும் ஒன்றாகவே இருந்தன. இந்திய தேசியப் போராட்டங்களின் விளைவாக 1911ல் வங்காளம் இணைக்கப்பட்டதல்லவா? அப்போது சில்லெட்டை அசாமுடன் சேர்த்தார்கள். சில்லெட்டு மக்கள் தொகையில் பெரும்பாலானோர் முஸ்லிம் மதத்தினர். ஆட்சியதிகாரம் முஸ்லிம் லீக் கையில். ஆனால் இணைந்தது இந்து மதத்தினர் அதிகம் இருக்கும் அசாமுடன்.

இந்தியா, பாகிஸ்தான் பிரிவினையின் போது சில்லெட்டு மீண்டும் யார் பக்கம் சேர்வது என்பதில் சிக்கல் உண்டானது. அதிக முஸ்லிம் மக்கள் தொகை இருக்கும் சில்லெட்டு தங்களுடன் இணைவதை அசாம் விரும்பவில்லை. அப்படி இணைந்தால் இந்துப் பெரும்பான்மை எண்கள் குறைந்துவிடுமே. இந்தப் பக்கமா அந்தப் பக்கமாக என்கிற குழப்பமின்றி இந்தியாவுடன் இணைய விரும்பியது அஸாம்.

மதம் மட்டுமல்ல, மொழியும் ஒரு சிக்கல். சில்லெட்டு மக்கள், வங்காளத்தில் இருப்போர் போன்று வங்காள மொழியைப் பேசவில்லை. முஸ்லிமாக இருந்தாலும் உருது தெரியாது. அஸாம் உடன் சேர்ந்திருந்தாலும் அஸாம் மொழியை அறிந்துகொள்ளவில்லை. சில்லெட்டி மொழி அவர்களுடையது.

அஸாம் முதல்வர், சில்லெட்டினை வங்காளத்துக்கே கொடுத்துவிடுங்கள் என்றார். ஆனாலும் வாக்கெடுப்பு நடந்தது. காங்கிரஸ் தலைவர்கள் பலர் நேரில் வந்து பரப்புரை மேற்கொண்டனர். இந்தியாவுடன் இணைய வலியுறுத்தினர். சுஹ்ரவாடி தலைமையில் முஸ்லிம் லீக் தலைவர்களும் தங்களுடன் இணைய வாக்களிக்கும்படி கேட்டுக்கொண்டனர். சுமார் ஐந்தரை லட்சம் வாக்காளர்கள் இருந்தனர். அதில், எழுபது சதவிகிதம் வாக்குகள் பதிவாயின. பெரும்பான்மை வாக்குகள் கிழக்கு வங்காளத்துடன் சேர ஆதரவாக இருந்தன.

நேரு உள்ளிட்டோர் வாக்குப் பதிவு முறையாக நடக்கவில்லை எனக் குற்றம் சாட்டினர். தேயிலைத் தோட்டத் தொழிலாளர்கள்

பலரும் வாக்காளர் பட்டியலில் இல்லை. இந்துக்கள் சிலரின் பெயர்கள் திட்டமிட்டு நீக்கப்பட்டதாகவும் குற்றச்சாட்டு எழுந்தது. நிறைய இந்துக்கள் கலவரங்களால் ஏற்கெனவே இடம் பெயர்ந்ததும் ஒரு காரணம். இதெல்லாம் இல்லையென்றாலும் முஸ்லிம்கள் அதிகம் வசிக்கும் பகுதியில் இப்படி முடிவுகள் வந்ததில் வியப்பொன்றும் இல்லை.

சரி, சுமுகமாக முடிந்ததா என்றால், இல்லை. கதை அதோடு முடியவில்லை. பிரிவினைக் கோடு கிழிக்கும் போது சில்லெட்டுக்கு நடுவிலும் அந்தக் கோடு போனது. எனவே சில்லெட்டின் ஒரு பகுதி அஸாம் பக்கம் சேர வேண்டிய கட்டாயம். அதேதான். படுகொலைகள். கலவரங்கள். இந்தியக் குடியுரிமைச் சட்டம் *(CAA 2019)* திருத்தப்பட்டு மத ரீதியாக பாதிக்கப்பட்ட இந்துக்களுக்கு, இந்தியா, குடியுரிமை வழங்கியதல்லவா? சில்லெட்டுக் கலவரத்தால் பாதிக்கப்பட்ட இந்து ஒருவருக்குத்தான் இச்சட்டத்தின் படி இந்தியா முதல் குடியுரிமை வழங்கியது.

மவுன்ட் பேட்டன் எவ்வளவுக்கு எவ்வளவு விரைவாகத் தம்மைப் பொறுப்பில் இருந்து விடுவிக்கலாம் என்பதிலேயே குறியாக இருந்தார். விடுதலை நாளை அறிவித்துவிட்டு வேலைகளின் வேகத்தை முடுக்கினார்.

ஜூலை மாதம் சிரில் ராட்கிளிஃப் வரவழைக்கப்பட்டார். நீதிபதியாக இருந்தவர். முழுதாக இரண்டு மாத அவகாசம் கூடக் கொடுக்காமல் பிரிவினைக் கோட்டை வரையும் பணி அவருக்குக் கொடுக்கப்பட்டது. இதற்கு முன்னர் எப்போதும் இந்தியத் துணைக்கண்டத்துக்கு அவர் வந்ததில்லை. கோடிக்கணக்கான மக்களின் தலையெழுத்தை மாற்றி எழுதும் பொறுப்பை அவரிடம் கொடுத்தார்கள். ஏற்றுக்கொண்டார்.

வரைபடங்கள், மக்கள் தொகைக் கணக்கெடுப்புத் தகவல்கள், ரயில்வே, அஞ்சல்துறை, நீர்வளத்துறை. இவற்றில் அரசிடம் இருந்த தகவல்கள் அவரிடம் அளிக்கப்பட்டன. இந்தியா பற்றி அவருக்கு எதுவும் தெரியாது என்பது ஒருவிதத்தில் நல்லதுதான். பாரபட்சம் இன்றி முடிவெடுக்க உதவியது. எந்த விருப்பு வெறுப்பும் இன்றி எண்களை வைத்து எடுத்த முடிவுகள். அது சரியான முடிவுதானா என்பது விவாதத்துக்கு உரிய கேள்வி. எல்லாமே கடினமான முடிவுகள்தான். அதில் யாருக்கும் மாற்றுக் கருத்தில்லை.

ஆலோசனை சொல்லக் குழு இருந்தது. காங்கிரஸ், முஸ்லிம் லீக் தரப்பில் இருந்து கமிட்டியில் இணைந்து கொண்டனர். மொத்தம் எட்டே பேர் கொண்ட குழு. பரிந்துரைகள், கோரிக்கைகள் எல்லாமும் வந்தன. முஸ்லிம் லீக்கும் காங்கிரஸும் எந்தக் கருத்து வேண்டுமானாலும் சொல்லலாம். ஆனால் இறுதி முடிவை ராட்கிளிஃப்தான் எடுக்கவேண்டும்.

தனித்துவிடப்பட்டதாக உணர்ந்தார். வேலையே கதி என்று கிடந்தார். தபால், தந்தி சேவை மையங்கள், நதியின் பாதைகள், அணைகள், ரயில்வே பாதைகள் இவற்றைக் கணக்கில் எடுத்துக்கொண்டார். கூடவே அங்கிருக்கும் மக்கள் தொகையில் முஸ்லிம்கள் எவ்வளவு இந்துக்கள் எவ்வளவு என்பதையும் குறித்துக் கொண்டார். அதை வைத்து முடிவெடுத்து பிரிவினைக் கோட்டை வரைந்தார்.

ஐந்து வாரங்கள் மட்டுமே எடுத்துக் கொண்டார். ஆகஸ்ட் மாதம் ஒன்பதாம் தேதியே வேலையை முடித்துவிட்டார். அவருடைய குறிப்புகள் அனைத்தையும் எரித்தார். எட்டு கோடி மக்கள் என்னைத் தேடிக் கொண்டிருக்கிறார்கள், அவர்கள் கண்ணில்பட நான் விரும்பவில்லை எனச் சொல்லி உடனே கிளம்பிவிட்டார். பிரிட்டிஷ் விருது கொடுத்து கௌரவித்தது. தன் வாழ்நாளின் கடைசி வரைக்கும் எக்காரணம் கொண்டும் பங்களாதேஷ், இந்தியா, பாகிஸ்தான் பக்கம் தலைவைத்துக்கூடப் படுக்கவில்லை.

பிற்காலத்தில் குல்தீப் நாயருக்கு அளித்த நேர்காணலில் வேறு மாதிரி மாற்றிச் செய்திருக்கலாமோ என்கிற எண்ணம் ஏதும் இல்லை *(no regrets)* எனத் தெரிவித்தார். ஆனால் இரண்டு அல்லது மூன்று ஆண்டுகள் அவகாசம் கொடுத்திருந்தால் உயிரிழப்புகளைத் தடுத்து இன்னும் சிறப்பாக இதைச் செய்திருக்கலாம். இவ்வளவு மக்கள் உயிரிழந்தது குறித்து வருத்தம் உள்ளது என்றார்.

பெரும் கலவரம் எழப்போகிறது என்பதையும் உயிரிழப்புகள் ஏற்படப்போகின்றன என்பதையும் ராட்கிளிஃப் அறிந்தே இருந்தார். தனக்குக் கொடுத்த வேலையைச் செய்வதைத் தவிர வேறெதைப் பற்றியும் அதிகம் அலட்டிக்கொள்ளவில்லை. அவர் முடியாது என மறுத்திருந்தால் வேறு ஒருவர் வந்து முடித்திருப்பார். எதுவும் மாறியிருக்காது.

பிரிந்தது கிழக்கு வங்காளம்

பிரிவினை தவிர்க்க முடியாதது. குறைந்தபட்சம் அதை அமுல் படுத்துவதிலாவது அக்கறை காட்டியிருக்கலாம் பிரிட்டிஷ். 1947ஆம் ஆண்டு ஆகஸ்ட் 14ஆம் நாள், பாகிஸ்தானுக்கு விடுதலை கொடுத்தது. இன்றைய பங்களாதேஷ் நிலப்பரப்பு, கிழக்கு வங்காளமாக அந்நாளில் விடுதலை பெற்றது.

அடுத்த நாள் மேற்கு வங்காளம் இந்தியப் பகுதியாக விடுதலை அடைந்தது. விடுதலை அறிவிப்பு மட்டும்தான் அப்போதைக்கு. பிரிவினைக் கோடு எங்கே வரும் என மூச்சுவிடவில்லை. மாறாக, தன் படையினரைக் கப்பல் ஏற்றி அனுப்புவதில் சுறுசுறுப்பாக இருந்தது பிரிட்டிஷ். விடுதலை கொடுத்த சில நாள்கள் கழித்தே அறிவிப்பு வெளியானது.

உலக வரலாற்றில் பதிவான மிகப்பெரிய இடம்பெயர்வு. அதற்குக் காரணமான பிரிட்டிஷ், நிர்வாக உதவிகளைக் கூடச் செய்யவில்லை. உயர் பதவியில் இருந்த ஆங்கிலேய அதிகாரிகள் பெரும்பாலும் கிளம்பிவிட்டனர். அடுத்த கப்பலில் போவதற்காகக் காத்திருந்த ஆங்கிலேயக் காவலர்கள் சுமார் ஆயிரம் பேர் இருந்தனர். வடமாநில இந்தியக் காவலர்கள் அனைவருமே பணிக்கு வர இயலாது. தங்கள் குடும்பத்தோடு அவர்களும் இடம்பெயர்ந்து கொண்டிருந்தனர். அங்கேயே இருப்பதாக இருந்தாலும் கலவரச் சூழலில் குடும்பத்தைப் பாதுகாக்கும் வேலைதானே முதலில் வரும். தென்னிந்தியப் பகுதிகளில் இருந்து காவலர்கள் வருவதற்கான முன்னேற்பாடுகள் செய்யப்படவில்லை.

உயர் பொறுப்பில் இருந்த ஆங்கிலேய அதிகாரிகள் பலர் ஆளே இல்லை. அடுத்த நிலையில் இருந்த இந்திய அதிகாரிகளும் தடுமாற்றத்தில் இருந்தனர். திடீர் பதவி உயர்வல்லவா. என்ன

ஏதென்று புரிந்துகொள்ளச் சில நாள்களாவது அவகாசம் வேண்டும். அதற்குள் கையாளவே முடியாத அளவுக்குக் கைமீறிப் போய் எல்லாம் நடந்துகொண்டிருந்தன.

வீட்டை எரிக்கிறார்கள், உதவிக்கு வாருங்கள் என தொலைப்பேசி அழைப்பு வந்தால் இடையில் நடக்கும் கலவரங்களைக் கடந்து போய்ச் சேரவே நேரமாகும். போய்ப் பார்த்தால், எதுவும் மிச்சம் இருக்காது. எத்தனை அழைப்புகளை அவர்களால் கவனிக்க முடியும்?

நாடுகள் பிரிந்த பிறகு நிர்வாகமும் பிரிந்து உத்தரவு கொடுக்க வேண்டிய அதிகாரிகளும் புதிய பதவியை ஏற்றுக்கொள்ளக் கிளம்பிவிட்டனர். அவரவர் தங்களுக்கு ஒதுக்கப்பட்ட இடத்தில் போய்ச் சேர்ந்து பணியைத் தொடங்கக்கூட கால அவகாசம் இல்லை.

ரயிலிலும் வண்டி கட்டிப் பயணம் செய்தும் போனவர்கள் தவிர, நடந்தே போனவர்களும் இருந்தார்கள். அவர்களுக்கு உணவு, குடிநீர் எந்த வசதியும் செய்து கொடுக்க யாரும் இல்லை. ஓரிரண்டு நாள்கள் சமாளிக்கலாம். அதற்கு மேல் என்ன செய்வது? இறந்து போனவர்களைப் புதைக்கவோ எரிக்கவோ வழியின்றி அப்படியே போட்டுவிட்டு உறவினர்கள் தங்கள் பயணத்தைத் தொடர்ந்தனர்.

மூட்டை முடிச்சுகளுடன் கிளம்பியவர்கள் வழியில் ஒவ்வொன்றாகக் கைவிட்டார்கள். சில நாள்களுக்குப் பிறகு மூட்டைகளுடன் குழந்தைகளும் அப்படிக் கைவிடப்பட்டுக் கதறிக்கொண்டிருந்தன. நடைப்பிணமாக மக்கள் அதைக் கடந்து உணர்ச்சிகளற்று நடந்துகொண்டே இருந்தனர். பாதுகாப்புக்காக வரும் ஒற்றை ஜீப்பும் ஐந்தாறு காவலர்களும் கையறு நிலையில் இவற்றின் சாட்சியானார்கள். தங்கள் உயிர் எப்போது போகப்போகிறதோ என்ற பதற்றத்துடன் பாதுகாப்புப் பணியைத் தொடர்ந்தனர்.

உயிரிழந்தவர்கள். இடம் பெயர்ந்தவர்கள். அகதிகளானவர்கள். குடும்பத்தைத் தொலைத்தவர்கள். வல்லுறவுக்கு ஆளானவர்கள். எல்லாமே கோடிக் கணக்கில்தான். மன்னிக்க முடியாத குற்றம் இழைத்த பிரிட்டிஷ் அதற்காக எக்காலத்திலும் மன்னிப்பு கேட்டதில்லை.

ராட்கிளிஃப் கோடு முஷிதாபாத், நாடியா போன்ற சில அதிக

முஸ்லிம் வாழும் கிழக்கு வங்காளப் பகுதிகளை இந்தியாவின் மேற்கு வங்காளத்தில் இணைத்தது. சிட்டகாங் மலைப்பகுதியில் முஸ்லிம்கள் எண்ணிக்கை குறைவுதான் என்றாலும் கிழக்குடன் இணைத்தது. பிளவுபட்ட சில்லெட்டு கிழக்கு வங்காளத்துக்குக் கிடைத்தாலும், வேண்டியது கிட்டியது. ஆனால், பிகார் முஸ்லிம்கள் வேண்டாத விருந்தாளிதான்.

இந்தியாவின் தென் மாநிலங்களைப் போலன்றி வட மாநிலங்களில் பெருமளவில் இரு மதத்தினரின் இடம்பெயர்வு நிகழ்ந்தது. பிகாரும் அதற்கு விதிவிலக்கல்ல. பிகாரில் இருந்து துரத்தப்பட்ட முஸ்லிம்கள் அருகில் இருந்த கிழக்கு வங்காளத்தை நோக்கி ஓடிவந்தனர்.

நேரடி நடவடிக்கை நாளைத் தொடர்ந்து, நவகாளிக்குப் பிறகு பிகாரில் நடந்த கலவரத்தில் மட்டுமே முப்பதாயிரம் முஸ்லிம்கள் கொல்லப்பட்டதாக முஸ்லிம் லீக் தெரிவித்தது. அதன் பிறகும் தினமும் கலவரங்கள் நடந்துகொண்டிருந்தன. பிரிவினை உறுதியானதும் பிகார் முஸ்லிம்கள் பெருமளவில் இடம்பெயர்ந்தனர். மேற்கு நோக்கி நடந்து பாகிஸ்தானைச் சென்றடைவதைவிட கிழக்கு வங்காளத்துக்குச் செல்வது தூரம் குறைவு. அதுவும் பாகிஸ்தானின் ஒரு பகுதிதானே.

மேற்கு வங்காளத்தைக் கடந்தே இன்றைய பங்களாதேஷான கிழக்கு வங்காளத்தின் உள்ளே நுழைய முடியும். வழியெங்கும் தாக்குதல் அச்சுறுத்தல். ரயில் நிலையங்கள் ஒவ்வொன்றிலும் கலவரக்காரர்கள் காத்திருந்தனர். ரயிலில் மூச்சுவிடக்கூட இடமின்றி மக்கள் தங்களைத் திணித்துக்கொண்டனர். ரயில் மீது உட்கார்ந்து கொண்டும், கம்பிகளைப் பிடித்துத் தொங்கிக்கொண்டும் பயணம் செய்தனர். சில மணி நேரப் பயண நேரம் ஆங்காங்கே தடைப்பட்டு நாள் கணக்கில் நீண்டது. இடம்பெயர்ந்தோர், தங்கள் அதிர்ஷ்டத்தை நம்பி மட்டுமே கிளம்பினர்.

இடம் பெயர்ந்த மக்கள் விட்டுச் சென்ற வீடுகளை புதிதாக வந்தோருக்கு அரசுகள் வழங்கின. “பிரிவினைக்குப் பிறகு என் அப்பா சிரித்து நான் பார்த்ததே இல்லை. வயது முதிர்ந்து நினைவுக் குழப்பத்தில் இருந்தபோதும் அவருடைய வீடு அவர் நினைவை விட்டுச் செல்லவில்லை. வீட்டுக்குப் போகவேண்டும் என்பதையே சொல்லிக் கொண்டிருப்பார். நாங்கள் வசிக்கும் வீடு

பூந்தோட்டம் கொண்ட அழகிய வீடு. விசாலமானது. ஆனால் இந்த வீட்டை எங்கள் வீடாக அவர் எண்ணவில்லை. அவர் நினைவில் இருந்தது பாகிஸ்தானில் இருக்கும் வீடு. ஏக்கத்திலேயே உயிரை விட்டார்" அடுத்த தலைமுறையைச் சேர்ந்த பெண் ஒருவர் தன் தந்தையைப் பற்றி இப்படி ஆவணப்படம் ஒன்றில் குறிப்பிட்டிருந்தார். அவர்கள் வசிக்கும் வீட்டின் முந்தைய உரிமையாளர் பாகிஸ்தானில் அதே மாதிரி மனவுளைச்சலுடன் வாழ்ந்திருக்கலாம்.

இதெல்லாம், உயிர் பிழைத்து, நல்ல வீடும் வேலையும் கிடைத்து முழு வாழ்வு வாழ்ந்த ஒருவரின் கோணத்தில் இருக்கும் மன உளைச்சல். கோடிக் கணக்கான மக்களுக்கு இதெல்லாம் வாய்க்கவில்லை. குறிப்பாக பிகார் முஸ்லிம்கள். அதிக மக்கள் தொகை இருக்கும் கிழக்கு வங்காளத்தில் வசிக்க இடமின்றி தெருக்களில் தஞ்சம் புகுந்தனர். ஆரம்பத்தில் வரவேற்கப்பட்டு முகாம் வசதிகள் செய்து கொடுக்கப்பட்டன. பல தலைமுறைகள் கடந்தும் அகதிகளாகவே இருப்போம் என அவர்களுக்குத் தெரிந்திருக்க நியாயம் இல்லை. பங்களாதேஷுக்குத் தீராத தலைவலியாக இவர்களில் பலர் மாறப் போகிறார்கள் என்பதை அப்போது யாரும் யூகித்திருக்கவும் முடியாது. மதத்தால் ஒன்றாக இருந்தாலும் மொழியாலும் பண்பாட்டாலும் வேறுபட்டிருந்தனர்.

ஒரு விதத்தில் கிழக்கு வங்காளமும் அப்படி ஓர் ஒட்டாத இணைப்பில்தான் சிக்கிக்கொண்டது. பாகிஸ்தான் நாட்டின் ஒரு பகுதியாக. கிழக்கு வங்காள மக்களுக்கு இருந்த எதிர்பார்ப்புகள் ஒவ்வொன்றாகச் சிதைய ஆரம்பித்தன.

மேற்கு மேலே, கிழக்கு கீழே

பங்களாதேஷை சேர்ந்த, அதாவது அன்றைய கிழக்கு வங்காளத்தைச் சேர்ந்த சுஹ்ரவாடி, இந்தியாவிலேயே தங்கிவிட்டார். நாடு பிரிந்ததும் உடனே கிழக்கு வங்காளத்துக்கு வந்து அரசியலில் பங்கேற்கவில்லை. அவர் மனத்தில் என்ன இருந்தது என்பதை நாம் அறியோம். தான் பொறுப்பில் இருந்தபோது நிகழ்ந்த மரணங்கள் அவரை பாதித்திருக்கலாம். உதவி செய்வதைக் கடமையாக எண்ணியிருக்கலாம். ஜின்னாவுடன் ஒத்துப்போகாததும் காரணமாக இருக்கலாம். எப்படியிருந்தாலும் அமைதியை மீட்கும் பணிகளில் ஈடுபட்டுச் சில காலம் இந்தியாவிலேயே இருந்தார். கிழக்கு வங்காளத்தில் முதல் முதலமைச்சராக கவஜா நஜிமுதின் பதவிக்கு வந்தார்.

கிழக்கு வங்காளம் பாகிஸ்தானின் ஒரு பகுதி. சமமான பகுதி அல்ல. நிலப்பரப்பு அளவில் பார்த்தால் கிழக்கு வங்காளம் சிறியது. பாகிஸ்தானின் மேற்கு நிலப்பரப்பு பெரியது. ஆனால் வசிக்கும் மக்கள் எண்ணிக்கையைப் பார்த்தால் கிழக்கு வங்காளத்தில்தான் அதிகம். மேற்கில் இடம்பெயர்ந்து போன மக்களும், வந்து இணைந்து கொண்ட மக்களும் ஏறக்குறைய ஒரே அளவுதான். கிழக்கில் புகலிடம் தேடி வந்த பிகார் முஸ்லிம்கள் எண்ணிக்கையும் சேர்ந்து மக்கள் தொகை இன்னும் கூடியிருந்தது.

உற்பத்தி, பொருளாதாரப் பங்களிப்பு என்று பார்த்தாலும் கிழக்கு வங்காளம்தான் முன்னிலை. ஆனால், ராணுவம், காவல்துறை, நீதித்துறை, சட்டமன்றம் எல்லாமே மேற்கு பாகிஸ்தானில். பிரிட்டிஷிடம் இருந்து விடுதலை பெற்றால் மட்டும் போதுமா? அடிப்படை உரிமை, வளர்ச்சி, பிரதிநிதித்துவம் தான் கிழக்கு வங்காள மக்கள் எதிர்பார்ப்பு. அதில் எந்த மாற்றமும் இல்லாமல், பிரிட்டிஷ் காலனியாதிக்கத்தில் இருந்து பாகிஸ்தான் காலனியாதிக்கத்திற்கு வந்தது போலாகியது நிலைமை.

நாடாளுமன்ற மக்களாட்சி நடக்கும் நாடாகவே பாகிஸ்தான் தன் பாதையைத் தொடங்கியது. அரசியலமைப்பை உருவாக்குவதும் சட்டமியற்றுவதும் நாடாளுமன்றத்தின் பொறுப்பில் இருந்து மெல்ல நழுவிவிட்டன.

திரைக்கதை எழுதுபவர்கள், ஒரு களிநயம் மிகுந்த முடிச்சு சிக்கியவுடன் அதை நோக்கி இழைத்து இழைத்துக் கதையை உருவாக்கி விடுவார்கள். கதையானது, சிக்கல் மிகுந்த முடிச்சுடன் முடிவதில்லை. அது இடைவேளைப் பகுதி. அதன் பிறகு அதே விறுவிறுப்புடன் முடிவு வரைக்கும் கதை நகர வேண்டும். பலர் அங்கேதான் தோற்றுவிடுவார்கள். பாகிஸ்தான் கதையும் கிட்டத்தட்ட அப்படித்தான். இந்தியாவில் இருந்து பிரியும் வரைக்கும் ஓரளவு தெளிவான திட்டம் இருந்தது. அதற்குப் பிறகு வெறும் தடுமாற்றம்தான்.

கதையை அங்கேயே நிறுத்தி வைத்திருந்தால் சமாளித்துவிடலாமோ எனக் குதர்க்கமாக யோசிக்க ஆரம்பித்தனர் அரசியல்வாதிகள். காஷ்மீரில் சண்டைக்கு வந்தது அநேகமாக அந்த எதிர்பார்ப்பில்தான். இந்து ராஜா, முஸ்லிம் குடிமக்கள். ஒத்துப்போகாத கூட்டணி. இந்தியாவுடன் இணையும் முடிவை எடுத்த ராஜாவை எதிர்த்துப் போராட்டங்கள் ஆரம்பிக்க அதை பாகிஸ்தான் ஆதரித்தது. அடுத்த ஓர் ஆண்டு முழுக்க பாகிஸ்தான் மக்களை யோசிக்கவிடாமல் பிஸியாக வைத்திருக்க அதுவே போதுமானதாக இருந்தது.

பிரிட்டிஷ் உலகைக் கட்டியாண்டு சலித்துப் போய்விட்டது. உயர்ந்த இனமாகப் பிறந்து அனைவருக்கும் நாகரிகம் சொல்லிக்கொடுத்தது போதும் என நினைத்தது. ‘வெள்ளை மனிதனின் சுமை’ முடிவுக்கு வரட்டும் என ஒதுங்கிக் கொண்டது. உலகச் சண்டைக்களத்தில் அமெரிக்காவும் சோவியத் யூனியனும் முக்கியமான போட்டியாளர்களாக முட்டிக் கொண்டனர்.

பல்வேறு நாடுகளில் சண்டை மூட்டிவிட்டுக் குளிர்காயும் பனிப்போரை இரு நாடுகளும் நடத்தின. பாகிஸ்தானுக்கு ஆயுதம், நிதியுதவி கொடுத்து அமெரிக்கா ஆதரித்தது. அந்தத் துணிச்சலில் நாடு விடுதலை பெற்ற அடுத்த ஆண்டே சண்டையை ஆரம்பித்துவிட்டது பாகிஸ்தான். காஷ்மீரில் கொஞ்சம் நிலப்பரப்பைத் தன்னுடன் சேர்த்துக் கொண்டது. ஆசாத்

ஜம்மு காஷ்மீர் என்று பாகிஸ்தானும், பாகிஸ்தான் ஆக்கிரமித்த காஷ்மீர் என்று இந்தியாவும் பெயர் வைத்துத் தீராச்சண்டை ஒன்று தொடங்கிவிட்டது.

காஷ்மீரை விட காஷ்மீர் சிக்கலைப் பற்றித்தான் உங்கள் நாடு அதிகம் அக்கறை காட்டுகிறது. - ஒருமுறை அமெரிக்க அதிபர் கென்னடி பாகிஸ்தான் தூதரக அதிகாரியிடம் பேசும் போது இப்படிச் சொன்னாராம். அது சரிதான். பாகிஸ்தான், ஏற்கெனவே தன்னிடம் வைத்திருந்த நிலத்தையே ஒழுங்காக நிர்வாகம் செய்ய முடியாமல் விழி பிதுங்கிக் கொண்டிருந்தது தனிக்கதை. அதுதான் பங்களாதேஷின் கதை.

கிழக்கு வங்காளத்தில் சுஹ்ரவாடி இல்லாத நிலையில், ஷேக் முஜிபுர் ரஹ்மான் பெரிய அரசியல் தலைவராக உருவெடுத்துக் கொண்டிருந்தார். வங்கத்தந்தை, வங்கநண்பன் எனப் புகழப்படுபவர். வசீகரமான பேச்சுத் திறன் கொண்டவர். இருந்த போதும் சரி, இறந்த பிறகும் சரி, பங்களாதேஷ் அரசியல் அவரைச் சுற்றியே செயல்படுகிறது. அவர், சிலருக்கு முழுச் சாப்பாடு. சிலருக்கு ஊறுகாய். சிலருக்கு அவர் பெயரைக் கேட்டாலே ஒவ்வாமை. எப்படி இருந்தாலும் முஜிபுர் ரஹ்மானை ஆதரித்தோ எதிர்த்தோதான் பங்களாதேஷில் அரசியல் செய்யமுடியும்.

கிழக்கு வங்காளத்தின் துங்கிபுராவில் நடுத்தரவர்க்கக் குடும்பத்தில் பிறந்தவர் ஷேக் முஜிபுர் ரஹ்மான் (1920). முன்னோர்கள் ஜமின்தார்களாக இருந்தவர்கள். அப்பா நீதிமன்றத்தில் வேலை பார்த்தார். அம்மா வீட்டையும் பிள்ளைகளையும் கவனித்துக் கொண்டார். ஆறு பிள்ளைகளில் முஜிப் மூன்றாவதாகப் பிறந்தவர். வங்காளத்தில் கால்பந்து விளையாட்டு பிரபலம். முஜிபும் பள்ளி அணியில் இருந்தார்.

பதினெட்டு வயதில் எட்டு வயது பஸிலத்துனிசாவைத் திருமணம் செய்து வைத்தனர். இளம் வயதில் கண்ணில் ஏற்பட்ட குறைபாட்டால் அறுவை சிகிச்சை செய்யவேண்டியிருந்தது. படிப்பு தடைப்பட்டது. நான்காண்டு இடைவெளிக்குப் பிறகு படிப்பைத் தொடர்ந்தார். கொஞ்சம் பெரிய பையன் என்பதால் இயல்பாகவே உடன் படிக்கும் பிள்ளைகளுக்குத் தலைமையேற்கும் பண்பு வந்துவிட்டது. மாணவர்களை ஒருங்கிணைத்து போராட்டங்களில் கலந்து கொண்டார்.

லிபரல் ஆர்ட்ஸூம் அரசியலும் படித்தார். இந்திய விடுதலைப் போராட்டத்தில் ஒருங்கிணைந்த வங்காளம் கேட்டு நடந்த போராட்டங்களில் முனைப்புடன் கலந்து கொண்டார். சில்லெட்டு வாக்கெடுப்பு நடந்தபோது தேயிலைத் தோட்டத் தொழிலாளர்கள் மத்தியில் பரப்புரை மேற்கொண்டார். ஐந்நூறு பேரைத் திரட்டி கல்கத்தா வரைக்கும் அழைத்துச் சென்று பேரணி நடத்தினார். இஸ்லாமியா மாணவர் சங்கத் தலைவர் ஆனார். சுஹ்ரவாடி, கல்கத்தாவில் ரயில்வே ஊழியர்கள், பஞ்சாலையில் வேலை செய்வோர், கார் ஓட்டுநர்கள் போன்றோருக்கு தொழிற்சங்கங்களை உருவாக்கியபோது அவருக்கு உதவியாக வேலை பார்த்தார்.

டாக்கா பல்கலைக்கழகத்தில் சட்டப் படிப்பையும் தொடர்ந்தார். நாடு விடுதலை பெற்ற பிறகும் அரசியல் நடவடிக்கைகளை நிறுத்தவில்லை. குறிப்பாக சுஹ்ரவாடி கிழக்கு வங்கத்தில் இல்லாத நிலையில் முஜிப் வளர்ச்சி வேகமாக இருந்தது. மக்கள் விரும்பும் கவர்ச்சிகரமான தலைவராக இளைஞர் முஜிப் இருந்தார். அப்படி ஒருவரை ஆட்சியாளர்களுக்குப் பிடிக்காதே. இதனால் அடிக்கடி சிறை சென்று படிப்பு நின்றது.

முஸ்லிம் லீக் கட்சியின் ஒரு பிரிவாக, முஸ்லீம் மாணவர் லீக் இருந்தது. அதன் தலைமைப் பொறுப்புக்கு உயர்ந்தார். பாகிஸ்தான் விடுதலை பெற்று ஏழு மாதங்கள்தான் ஆகியிருந்தன. அப்போது கவர்னர் ஜெனரலாக இருந்த ஜின்னா பேசிய மாநாட்டில் இருந்து முஜிபுரின் அரசியல் நடவடிக்கைகள் தீவிரமடைந்தன.

கிழக்கு வங்காளத்தின் டாக்கா மாநாட்டில் பேசிய ஜின்னா உருதுதான் பாகிஸ்தானின் தேசிய மொழியாக இருக்கப் போகிறது என்றார். உறுதியாகவும் இறுதியாகவும் சொல்கிறேன் என முழங்கினார். யாராவது உருது வேண்டாம் என்றால் அவர்கள் பாகிஸ்தானுக்கு எதிரிகள் என அறைகூவல் விடுத்தார். மேடையில் பேசும்போதே அதை எதிர்த்து மாணவர்கள் குரல் எழுப்பினர். பேசிக் கொண்டிருந்த ஜின்னாவே ஆங்கிலத்தில்தான் பேசினார். அவருடைய தாய்மொழி குஜராத்தி. வெல்ல முடியாத போர் ஒன்றில் சவால் விட்டு இறங்கியது பாகிஸ்தான்.

இனத்தின் மொழி

இந்தோ ஐரோப்பிய மொழி வங்காளம் *(Bengali - Bangla* - பெங்காலி - பங்களா). திராவிட, ஆஸ்த்திரேசிய, திபெத்தோ பெர்மிய மொழிக்குடும்பங்களின் தாக்கமும் உடையது. ஆரியர்கள் வருகைக்குப் பிறகு சமஸ்கிருத தாக்கம் வங்காள மொழியில் அதிகமானது.

இன்றைக்கும் பங்களாதேஷில் சமஸ்கிருதம் கலக்காத உள்ளூர் மொழிகளைப் பலர் பேசுகிறார்கள். மலைகளும் காடுகளும் நிறைந்த பகுதிகளில் வசிக்கும் மக்கள் தங்கள் தனித்துவத்தை இழக்காமல் உள்ளனர். ஐம்பதுக்கும் மேற்பட்ட பூர்வகுடிகளும் முப்பத்தைந்துக்கும் மேற்பட்ட மொழிகளும் பங்களாதேஷ் அரசால் அங்கீகரிக்கப்பட்டுள்ளன. எனினும் பெரும்பான்மையினர் பேசும் மொழி வங்காளமே.

அதிகம் பேர் பேசும் தாய் மொழியைப் பட்டியலிட்டால் வங்காள மொழிக்கு ஐந்தாம் இடம். உலகத்திலேயே அதிகம் பேர் பேசும் மொழிகளில் ஏழாம் இடம். பங்களாதேஷில் மட்டுமின்றி பத்துப் பதினைந்து சதவிகிதம் மக்கள் இந்தியாவின் மேற்கு வங்கம், திரிபுரா, அஸாம் மாநிலங்களிலும் மற்ற நாடுகளிலும் இம்மொழியைப் பேசுகிறார்கள். பங்களாதேஷில் உள்ளோர் ஓரிரண்டு சதவிகிதம் தவிர மற்ற அனைவரும் வங்காள மொழியில் பேசுகிறார்கள்.

வங்காள எழுத்துகள், படுத்திருக்கும் கோட்டை பிடித்துத் தொங்கிக் கொண்டிருக்கும் இந்தி எழுத்துகளைப் போலத்தான் தோன்றும். ஆனால் பிரித்தறிவது எளிது. பெரும்பாலான வங்காள எழுத்துகள் கொடியைக் கவிழ்த்து வைத்த மாதிரி முக்கோண வடிவத்தில் இருக்கும். வ, ப எழுத்துகளுக்குள் வித்தியாசம் அறிவதுதான் குழப்பமானது. இரு எழுத்துகளும் மாறி மாறி பயன்படுத்தப்படும்.

இந்தியாவின் மற்ற பகுதிகளில் வித்யா என்பதை என்பதை வங்காளத்தில் பித்யா என்பர். ஒடிய மொழியிலும் இம்மாதிரியான உச்சரிப்பு இருக்கிறது. அவன், அவள் போன்று சொற்களில் பாலின வேறுபாடு இல்லை. ஆண், பெண்ணை ஒரே சொல்லைக் கொண்டே குறிப்பிடலாம். வங்காள இனத்தின் குறியீடு வங்க மொழி.

கிழக்கு வங்காளத்தில் முஸ்லிம் மதத் தழுவல் அதிகளவில் நடந்தது நமக்குத் தெரிந்ததே. அதற்கு முக்கியமான காரணம் குரான் வங்காள மொழியில் எழுதப்பட்டு பொதுமக்களிடம் கொண்டு செல்லப்பட்டதுதான்.

தக்ஷின் ராய், போன்பிபி வழிபாட்டில் இந்து, முஸ்லிம் மதப் பாகுபாடின்றி அனைவரும் கலந்து கொள்கின்றனர். இந்தியாவின் மற்ற பகுதிகளில் புலால் உண்ணாமல் தூய்மைவாதம் பேசும் பிராமணர்கள், வங்காளத்தில் மீன் உண்பர். உள்ளூர் வழக்கங்களுடன் கலந்து மதங்கள் தங்களை வங்காளப் பண்பாட்டுடன் இணைத்துக் கொண்டன.

கடலும் ஆறும் சூழ்ந்திருப்பதால் மீன் உணவுகளுக்குப் புகழ் பெற்றது வங்கம். உணவுப் பண்பாடும் பலவித மக்கள் குழுக்கள் இணைந்து வாழ்வதை உணர்த்தும் வகையில் இருப்பதைப் பார்க்க முடியும். மவுன்ட் பேட்டன் இன்னும் கொஞ்சம் கால அவகாசம் கொடுத்திருந்தால் ஒருங்கிணைந்த வங்காளமாக மூன்றாவது நாடாகப் பிரியும் வாய்ப்பும் கூட இருக்கத்தான் செய்தது.

நிறைவான நீர்வளத்தால், வங்காளம் செழித்திருந்தது. நிலப்பகுதியில் விவசாயம். கடலும் ஆறும் கொடுத்த மீன்வளம். அத்துடன், கலையிலும் கல்வியிலும் உயர்ந்த பண்பாட்டுக் கூறுகளைக் கொண்டிருந்தது. ஆற்று வழிப்பாதை மட்டுமல்ல, சாலை வழியிலும் முன்னோடிகள். ஆசியாவின் பழைய பெரிய சாலையான மாப்பெரு சாலை *(Grand Trunk Road)* வங்கத்தின் மற்றொரு பெருமை மிகு அடையாளம். மத்திய ஆசியாவையும் வங்கதேசத்தையும் இணைத்த சாலை. மூவாயிரத்தைந்நூறு கிலோமீட்டர்களுக்கு அதிகமான நீளம் கொண்டது.

வட இந்திய மசூதிகள் பெரும்பாலும் சுல்தானிய முகலாய கட்டடக் கலையைப் பின்பற்றி இருக்கும். அதில் இருந்து

மாறுபட்டு இந்து அரசர்களான சேன, பால அரசர்கள் காலத்துக் கட்டடக்கலையை இணைத்து உருவான பல மசூதிகளை பங்களாதேஷில் காணலாம்.

துறைமுக நகரமான தர்மலிப்தா, எகிப்து, சீனா, தென்கிழக்கு ஆசியா நாடுகளில் வணிக உறவுகள் கொண்ட பகுதி. தற்போது இந்தியாவின் மேற்கு வங்காள மாநிலத்தில் உள்ள தம்லக் நகரம்தான் இது என ஆய்வாளர்கள் கணிக்கிறார்கள். மதிப்பு மிக்க ரத்தினக் கற்கள், வாசனைப் பொருள்கள், பட்டு, பருத்தி ஆடைகள் இங்கிருந்து ஏற்றுமதியாகின. தீப்பெட்டிக்குள் அடைத்துவிடக் கூடிய அளவு மென்மையான மஸ்லின் துணிகள் வங்காளதேசத்தில் தயாரிக்கப்பட்டன.

சுல்தானிய அரசின் கீழ் வங்காள விரிகுடாவின் பெரும்பகுதியைக் கட்டுப்படுத்திய சக்திவாய்ந்த கடற்படை பராமரிக்கப்பட்டது. கடல்சார் வணிகம், கடல் கடந்த படையெடுப்பு. இரண்டுக்கும் இந்தப் படைபலம் உதவியது. வெவ்வேறு கலாசாரப் பின்னணி கொண்ட மக்கள் குடியேறும் பகுதியாக வங்கம் பன்னெடுங்காலமாக இருந்து வந்திருக்கிறது. காலம் செல்லச் செல்ல மக்கள் வங்கப் பண்பாட்டுடன் தங்கள் கலாசாரத்தையும் கலந்து வாழப் பழகிக் கொண்டனர்.

வணிகம் அதிகம் நடக்கும் இடத்தில் ஒருவித நெகிழ்வுத் தன்மை பொதுவாகவே வந்துவிடும். பரந்து பட்ட அறிவு பண்பாட்டுக் கூறாகவே மாறிவிடும். இப்பகுதியில் நோபல் பரிசு பெற்றவர்களில் வங்காள இனத்தவரின் எண்ணிக்கை கூடுதலாக இருக்க இதுவும் ஒரு காரணம்.

இந்து அரசர்கள் கோலோச்சிய காலத்தில் இருந்து பிரிட்டிஷ் வரும் வரைக்கும் வணிகம் செழித்த பகுதி வங்கம். விதவிதமான நம்பிக்கை கொண்ட மக்கள் வந்துகொண்டும் போய்க்கொண்டும் இருந்தாலும் வங்கத்தின் தனித்துவம் நிலைத்தது. இந்து, புத்தம், இஸ்லாம் அனைத்தும் தன்னுள் இணைத்துக் கொண்ட அடையாளமாக உருமாறியது.

வங்காள முஸ்லிம்கள் என்பதே அடையாளம். இனம் முதலில். மதத்திற்கு இரண்டாம் இடம்தான். கிழக்கு வங்காளத்தில்

இருந்த இந்து, முஸ்லிம் மக்களை ஒருங்கிணைத்தது வங்காள மொழி.

பாகிஸ்தான் ஆட்சியாளர்களைப் பொறுத்தளவில் சமஸ்கிருதத்தோடு தொடர்புடைய இந்து மதச் சுவடுகளைக் கொண்ட மொழியாக வங்காள மொழி பார்க்கப்பட்டது. பாகிஸ்தானின் மேற்குப் பகுதியையும் கிழக்குப் பகுதியையும் உருது மொழி மட்டுமே இணைக்கும் என பாகிஸ்தான் அரசியல்வாதிகள் எண்ணினர்.

இந்தியாவிலும் இதே மாதிரி ஒரு மொழிக் கொள்கை முன்மொழியப் பட்டு போராட்டங்கள் நடந்தன. தமிழ்நாடு அதைத் தீவிரமாக எதிர்த்தது. கிழக்கு வங்காள மொழிப்போரும் பல ஆண்டுகள் நடந்தது. இந்தியாவில் நடந்த மொழிப்போருக்கும் வங்காளத்தில் நடந்த மொழிப்போருக்கும் முக்கியமான வித்தியாசம் இருக்கிறது.

உருது பேசும் மக்கள் பாகிஸ்தானில் பெரும்பான்மை கிடையாது. பாகிஸ்தானின் மேற்குப் பகுதியிலும் உருது சிறுபான்மை மொழிதான். சிந்து, பலூசி, சராகி, பஷ்டோ உள்ளிட்ட மொழிகள் புழக்கத்தில் இருந்தன. பாதிக்கும் மேற்பட்ட மக்கள் பேசியது பஞ்சாபி மொழி. மேல்தட்டு வர்க்கத்தினர் மத குருமார்கள் பேசும் மொழியாக மேற்கில் உருது இருந்தது. பாகிஸ்தானில் மூன்று சதவிகிதம் மக்கள் மட்டுமே அப்போது உருது பேசினர்.

கிழக்கு வங்காளத்திலும் உருது பேசும் முஸ்லிம்கள் கொஞ்சம் இருந்தனர். அதில் அநேகம் பேர் பிகாரில் இருந்து வந்தவர்கள். பிரிவினை நடவடிக்கையின் போது கிழக்கு வங்காளத்தில் தஞ்சம் அடைந்தவர்கள்.

மதுர் கேன்டீன்

மத அடிப்படையில் பிரிந்துவிட்டாலும், முஸ்லிம் நாடு என்கிற ஒற்றை வரையறைக்குள் கிழக்கு வங்காளம் அடங்க மறுத்தது. சுஹ்ரவாடி, ஜின்னா இறந்தபிறகு கிழக்கு வங்காளத்துக்கு வந்துவிட்டார். பாகிஸ்தான் தேசியமாக மக்களை ஒருங்கிணைப்பதன் அவசியத்தை அவர் உணர்ந்திருந்தார்.

முஸ்லிம் லீக் என்ற பெயரையே மாற்றலாம் என்று கூட பரிந்துரைத்தார். விடுதலை பெற்ற பிறகும் முஸ்லிம் அடையாளம் தேவையற்றது. பாகிஸ்தான் லீக் எனப் பெயரிடலாம் என்றார். அரசியல் நிலைத்தன்மை முக்கியம் என நினைத்தார். அவர் யோசனைகள் எடுபடவில்லை. முஸ்லிம் லீக் கட்சிக்கு எதிராக அவாமி லீக் எனப் பிரிவதே அவருக்கு ஆரம்பத்தில் உடன்பாடில்லை. ஆனால் அதுதான் நடந்தது.

உருது மொழித் திணிப்பு மட்டுமின்றி அரசியல், வேலைவாய்ப்பு, பொருளாதாரம் எல்லா வகையிலும் கிழக்கு வங்காளம் போதுமான அளவு பிரதிநிதித்துவம் இன்றி இருந்தது.

உருதும் வேண்டாம், வங்காள மொழியும் வேண்டாம். அரபியை பொது மொழியாக்கலாம் என்றொரு யோசனையும் முன்வைத்தார்கள். அரபு மொழி அலுவல் மொழியானால் பாகிஸ்தான் இஸ்லாம் மதத்தின் அடிப்படையில் பிரிந்து வந்ததற்கு நியாயம் செய்ததாக இருக்கும். அப்படியே மற்ற முஸ்லிம் நாடுகளுடன் அரபில் உறவாடவும் வசதி.

கிழக்கு வங்காள மாணவர் அமைப்புகள் சில, அரபியை அலுவல் மொழியாக்கத் தீர்மானம் இயற்றின. கல்லூரிப் பேராசிரியர்கள்,

அறிஞர்கள் மத்தியில் கிழக்கு வங்காள அரசால் எடுக்கப்பட்ட கருத்துக் கணிப்பில் பெரும்பாலானோர் இதை ஆதரித்தனர். கிழக்கு வங்காளத்தின் இந்த யோசனைக்கு, பாகிஸ்தானின் மேற்குப் பகுதி மக்களிடம் வரவேற்பில்லை. உருது மட்டுமே எனப் பிடிவாதம் பிடித்தனர்.

அதிகாரப்பூர்வமாக உருது மட்டுமே என்ற அறிவிப்பு வெளியானது 1952ஆம் ஆண்டு ஜனவரியில். ஆனால் அதற்கு முன்பிருந்தே பாகுபாடுகள் தொடங்கிவிட்டன. பாகிஸ்தான் விடுதலை பெற்றதுமே, ரவீந்திரநாத் தாகூரின் பாடல்கள் வானொலியில் பாடத் தடை விதிக்கப்பட்டது. வங்காளத்தைக் கொண்டாடுவது, முஸ்லிம் விரோதச் செயலாகப் பார்க்கப்பட்டது. அலுவல் ரீதியான அறிவிப்புக்குப் பிறகு அதிகாரமாக உருது மொழி திணிக்கப்பட்டது.

கிழக்கு வங்காள வானொலியில் உருது மொழி நிகழ்ச்சிகளே ஒளிபரப்பப்பட்டன. வங்காள மொழி செய்தித்தாள்கள் தணிக்கைக்கு உள்ளாகின. உருதுப் பத்திரிகை தொடங்கினால் பாகிஸ்தான் அரசு நிதி வழங்கி ஆதரித்தது.

அரசு அலுவலகங்களில் இருந்து வங்காள மொழி முற்றிலும் வெளியேற்றப்பட்டது. அறிவிப்புகள், ஆணைகள் அனைத்துக்கும் உருது மொழியே. அரசுப் பணியில் சேர உருது பேசத் தெரியவேண்டும். முன்னரே வேலையில் சேர்ந்துவிட்டவர் என்றாலும் உருது பேசினால் மட்டுமே பதவி உயர்வு.

கிழக்கு வங்காள கல்விக் கூடங்களில் வங்காள மொழி பயிற்று மொழியாக இருக்கக் கூடாது என உத்தரவிடப்பட்டது. டாக்கா பல்கலைக்கழகத்தில் உருது மொழியைப் பயிற்றுவிக்கும் நடவடிக்கைகளைத் தொடங்க வற்புறுத்தப்பட்டது. வங்காள மொழி பயிலும் கல்விக்கூடங்கள், புத்தகம் அச்சடிக்கும் இடங்கள் அனைத்துக்கும் அரசின் நிதி நிறுத்தப்பட்டது.

உருது பேசுபவர்களுக்கே தொழில் தொடங்க அனுமதி வழங்கப்பட்டது. அனுமதி மட்டுமா? அரசு, நிதியுதவியும் கொடுத்து வணிகம் வளர்த்தது. எந்த இடத்தில் தொழில் தொடங்கப்பட வேண்டும் என்பதிலும் இந்த நிதி விளையாடியது. இதனால் தனியார் வேலை வாய்ப்புகளும் வங்காள மொழி பேசுபவர்களுக்கு அரிதானது. உருது மொழி பேசும் மக்கள்

அதிகம் இருக்கும் இடத்துக்கு அதிக நிதி ஒதுக்கி அந்தப் பகுதி மட்டும் அக்கறையோடு மேம்படுத்தப்பட்டது.

தங்களுக்கு எதிரான இந்நடவடிக்கைகளை வங்காள மக்கள் எதிர்க்க ஆரம்பித்தனர். அமெரிக்க, சோவியத் பனிப்போர் விளைவாக எங்கே எந்தச் சிக்கல் என்றாலும் இந்நாடுகள் நேரடியாகவும் மறைமுகமாகவும் தலையிட்டுக் கொண்டிருந்தன. கிழக்கு வங்காள மக்களின் எதிர்ப்பு நடவடிக்கைகளில் கம்யூனிஸ கருத்தாக்கம் வளர்ச்சி பெற்றதும் புரட்சிப் போராட்டங்களும் வன்முறைகளும் நுழைந்ததும் படிப்படியாகத்தான். அமைதி வழியிலான போராட்டங்களையே முதலில் கைக்கொண்டனர்.

வங்காளிகள் வாதப் பிரதிவாதங்கள் செய்வதில் வல்லவர்கள். ஆங்காங்கே கூட்டம் கூட்டி வங்காள மொழிக்கு அலுவல் ரீதியான தகுதி வழங்கப்பட வேண்டியதின் அவசியம் பற்றிப் பேசினர். அரசியல் மேடைகள் மட்டுமின்றி சட்டமன்ற நாடாளுமன்ற அவைகளில் கேள்வி எழுப்பினர். ஆசிரியர்கள், அறிஞர்கள் பல சிறு சிறு போராட்டங்களை முன்னெடுத்தனர். பெண்கள் மொழிப் போராட்டங்களில் தீவிரமாகக் களம் இறங்கினர்.

வைணவத்தைப் பின்பற்றுவோர் மார்கழி மாதங்களில் காலையில் பஜனை பாடிக் கொண்டு தெருத்தெருவாக நடப்பார்கள். வங்காளத்தில் நவராத்திரி கொண்டாட்டத்தில் இப்படி பக்திப் பாடல்களைப் பாடிக்கொண்டு வீதி உலா செல்வதுண்டு. இந்த வழக்கத்தை வங்காள மாணவர்கள் பயன்படுத்தினர். நாள்தோறும் காலையில் வங்காள மொழியில் நல்லிணக்கப் பாடல்களைப் பாடிக் கொண்டு அமைதி ஊர்வலம் சென்றனர்.

கருப்புத் துணியைச் சட்டையில் குத்திக் கொண்டு தத்தமது வேலையைப் பார்த்துக் கொண்டே அமைதியாக எதிர்ப்புத் தெரிவித்தனர். மாணவர்கள் தொடங்கினாலும் மற்றெல்லாருமே கூட இதைப் பின்பற்றினர். மாணவர்களின் மற்றொரு களிநயமிக்க போராட்ட யோசனை பேசா நோன்பு. வகுப்புக்குச் சென்று அமைதியாக உட்கார்வார்கள். பாடம் நடத்தினால் குறிப்பெடுப்பார்கள். ஆனால் வாயைத் திறந்து பேச மாட்டார்கள்.

பத்திரிகைகளுக்குத் தடை இருந்ததால் ரகசியமாக வங்காள மொழியில் பத்திரிகைகள் அச்சிடப்பட்டு விநியோகம்

செய்யப்பட்டன. ரகசியக் கூட்டங்கள் நடத்தப்பட்டன. குறிப்பாக டாக்கா பல்கலைக்கழகத்தின் மதுர் கேன்டீன் இம்மாதிரி ரகசியத் திட்டங்களுக்கான தலைமையிடமாகச் செயல்பட்டது. நவாப் காலத்தில் டாக்கா பல்கலைக் கழகத்தில் உணவகம் நடத்த ஆரம்பித்தவர் மதுசுதன் டே. அவருடைய மதுர் ரெஸ்டாரன்ட், வங்காள மொழிக்கு எதிரான கருப்புச் சட்டத்தை எதிர்ப்போரின் திட்டங்களுக்கு மையப் புள்ளியாக இருந்தது.

மாணவர் போராட்டங்களில் ஆண், பெண் பாலின வேறுபாடின்றிக் கலந்துகொண்டனர். கொடி பிடித்து கோஷம் போட்டனர். சொல்லப்போனால் பெண்களைச் சந்தேகிக்க மாட்டார்கள் என்று ரகசியமாக அறிக்கைகள் கொண்டுபோக கூட்டத்தை ஒருங்கிணைக்க அனைத்துக்கும் பெண்களே உதவினர். ரிக்ஷாக்காரர்கள் முதற்கொண்டு இம்மாதிரி போராட்ட நடவடிக்கைகளுக்கு உதவி செய்ய எல்லாத் தரப்பிலும் ஆர்வம் இருந்தது. டாக்கா பல்கலைக்கழக நூலகம், உடற்பயிற்சிக் கூட அறைகள் எல்லாம் துண்டுப் பிரசுரங்களைப் பதுக்கி வைக்கும் இடமாக மாறின.

முஜிபுர் ரஹ்மான் மொழிப்போரில் தீவிரமாகக் களப்பணி யாற்றினார். சிறைக்குப் போவதும் வெளியில் வந்தால் போராடுவதுமாக மாறி மாறி நடந்து கொண்டிருந்தது. மக்கள் அவர் மீது கொண்ட அன்பால் அவர் சிறை சென்றதும் வெகுண்டெழுவதும் அரசு வேறு வழியின்றி அவரை வெளியில் அனுப்புவதும் நடந்தது. அவர் அரசியல் ஏணியில் வேகமாக ஏற ஒரு விதத்தில் மொழிப்போரும் காரணம். உருது மட்டுமே என்ற அறிவிப்பு வந்த பிறகு உண்ணாநோன்புப் போராட்டம் அறிவித்தார். பதிமூன்று நாள்கள் உண்ணாமல் இருந்தார். 1952, பிப்ரவரி 21ஆம் தேதி வேலை நிறுத்தப் போராட்டத்தை ஒருங்கிணைத்ததில் முஜிபுக்கு பெரும் பங்குண்டு.

மொழிப்போர்

அன்று காலை முதலே தடையுத்தரவை மீறி மாணவர்கள் டாக்கா பல்கலைக்கழகத்தில் கூடத் தொடங்கினர். உச்சிப் பொழுதை நெருங்கும் போது காவலர்களுடன் உரசல் தொடங்கியது. கண்ணீர்ப் புகை குண்டுகள் வீசப்பட்டன. மற்ற கல்லூரிகளில் இருந்து மாணவர்கள் டாக்கா பல்கலைக்கழகத்தை நோக்கி வர ஆரம்பித்தனர்.

அரசுத் தரப்பில், மாணவர்கள் கலைந்து போக அறிவுறுத்திவிட்டு காவல்துறையை பின்வாங்கச் சொல்லி தகவல் வந்தது. தடையுத்தரவு இருந்ததால் மாணவர்களில் சிலரைக் காவல்துறையினர் கைது செய்து அழைத்துச் செல்ல முயன்றனர்.

மாணவர் கூட்டம் அதைத் தடுத்ததோடு நேராக சட்டசபையை நோக்கிப் போனது. காவல்துறை, துப்பாக்கிச் சூடு நடத்தியது. மாணவர்கள் கொல்லப்பட்டனர். அன்று மட்டுமே இருபத்தொன்பது பேர் இறந்தனர். மாணவர்களோடு பொதுமக்களும் அரசியல்கட்சிகளும் இணைந்தன. போராட்டம் தொடர்ந்தது. துப்பாக்கிச் சூடும்தான். ஒன்பது வயதுச் சிறுவன் உள்படப் பலர் இறந்தனர். அஞ்சலி செலுத்தும் கூட்டங்கள் மேலும் சிலர் பலியாவதில் முடிந்தன. போராட்டங்களின் வேகம் குறைந்தாலும் நிற்கவில்லை. தொடர்ந்தன.

மொழிப்போரில் மாணவர்கள் இறந்த பிப்ரவரி 21ஆம் நாள் பன்னாட்டுத் தாய்மொழி நாளாக உலகம் முழுவதும் கொண்டாடப்படுகிறது. மொழிக்காகத் தன்னுயிரை இழந்த மக்களை இந்நாளில் உலகம் நினைவுகூர்கிறது. வங்காளம் அலுவல் மொழியாக அங்கீகாரம் பெற மேலும் நான்காண்டுகள் ஆனது. ஆனால் கிழக்கு வங்காளத்தில் அனைத்து கட்சிகளும்

ஒன்றாக இணைந்து செயல்பட ஆரம்பித்தன. வங்காள இனத்தின் ஒற்றுமையை மொழிப் போராட்டம் மேலும் இணைத்தது. ஒரே நாடு என்கிற கருத்தாக்கத்தில் பொருந்த மதம் மட்டும் போதுமானதாக இல்லை.

கிழக்கில் தான் அமைதி இல்லை. பாகிஸ்தானின் மேற்குப் பகுதியாவது சுபிட்சமாக இருந்ததா? அதற்கும் இல்லை என்பதே பதில். கிழக்கு வங்காளத்துடன் ஒப்பிட்டால் பாகிஸ்தானின் மேற்குப் பகுதி நிலைமை பரவாயில்லை. அவ்வளவுதான். ஆனால் அங்கும் நிலைமை சொல்லிக் கொள்ளும்படி இல்லை.

பஞ்சாப்பில் விவசாயிகள் போராட்டம் நடத்திக் கொண்டிருந்தனர். நிலப்பிரபுக்களுக்கு எதிராகக் குடியானவர்கள் போராடினர். சிந்து மாகாணத்தில் மாகாண சுயாட்சிக் கோரிக்கை இருந்தது. அதற்காக போராட்டங்கள் நடந்தன. பிரிவினைக் காலத்தில் அகதிகளாக்கப்பட்டவர்கள் மறுவாழ்வு வசதிகள் கோரிப் போராடினர். உணவுப் பற்றாக்குறையும் விலைவாசி உயர்வும் இருந்தன. அஹமதியா முஸ்லிம்களுக்கு எதிரான போராட்டங்களும் நடந்தன. லாகூர் கலவரத்தில் வன்முறை தாண்டவமாடியது. இருநூறில் இருந்து இரண்டாயிரம் வரைக்கும் மக்கள் பலியாகியிருக்கலாம். உறுதியான கணக்குகள் இல்லை. ராணுவ ஆட்சி அமலானது.

பாகிஸ்தான் பிரதமராகப் பொறுப்பேற்க (1953-1955) முஹமது அலி போக்ராவை அழைத்தார்கள். கிழக்கு வங்காளத்தில் பிறந்தவர். டிப்ளமேட்டிக் தூதரகப் பணிகளில் அனுபவம் வாய்ந்தவர். அமெரிக்கப் பிரியர். கம்யூனிஸ எதிரி. கிழக்கில் வலுப்பெறும் கம்யூனிஸ இயக்கத்தைக் கட்டுப்படுத்த இவர் தேவைப்பட்டார். போக்ரா அமைச்சரவையில் சுஹ்ரவாடிக்கு சட்ட அமைச்சர் பதவியும் கிடைத்தது.

பாகிஸ்தான் விடுதலை பெற்றதும் மேற்கு, கிழக்கு இரு பகுதிகளிலும் வளர்ச்சி சீராக இல்லை. முதல் ஐந்தாண்டுகளில் மேற்கு பாகிஸ்தானில் தொழில்மயமாக்கம் வேகமாக நடந்தது. கிழக்கு வங்காளத்தில் அந்த அளவுக்கு இல்லை. எனினும், ஏற்கெனவே இருந்த விவசாயம், ஆடைகள் உற்பத்தி உள்ளிட்ட துறைகள் மூலம் மேற்கை விட அதிக பொருளாதாரப் பங்களிப்பை நாட்டுக்குக் கொடுத்தது. அதிக மக்கள் தொகையினால் உழைப்பும்

உற்பத்தியும் கூடுதலாகின. எவ்வளவு கொடுத்தாலும் திரும்ப வருவது குறைவுதான்.

மேற்கு பாகிஸ்தானுக்குச் செலவழிக்கப்பட்ட தொகையில் பாதி கூட கிழக்கு வங்காளத்துக்கு வழங்கப்படவில்லை. அரசுப் பதவிகளிலும் போதுமான அளவுக்கு வங்காள மக்களுக்கு வாய்ப்பு கிடைக்கவில்லை. பிரிட்டிஷ் இந்தியாவில் வங்காள மக்களின் முக்கியமான அதிருப்தியே பிரதிநிதித்துவம் இல்லை என்பதுதான். அதை எதிர்த்து அவர்கள் போராடத் தொடங்கித்தான் பாகிஸ்தான் உருவானது. பாகிஸ்தானிலும் அதே சிக்கல். மூன்றில் ஒரு பங்கு அரசு வேலை மட்டுமே கிழக்கு வங்காளத்தில் இருந்தோருக்குக் கிடைத்தது. ராணுவத்திலும் உயர் பதவிகளை அடைவது எளிதாக இல்லை.

இதெல்லாம் போதாதென்று இனவாதச் சிக்கல்களும் இருந்தன. வங்காள மக்கள், தோல் நிறத்தையும் உயரத்தையும் வைத்து மட்டம் தட்டப்பட்டனர். இவர்கள் முஸ்லிம்களே அல்ல என்கிற அளவுக்கு வெறுப்புப் பேச்சுகள் இருந்தன. உருது படித்து அரசு வேலையில் சேர்ந்தாலும் கேலி செய்யப்பட்டனர். தரக்குறைவாக நடத்தப்பட்டனர். எல்லா இடங்களிலும் பாகுபாடு பார்க்கப்பட்டது. இரண்டாம் தரக் குடிமக்களாக தாங்கள் நடத்தப்படுவதாக கிழக்கு வங்காளம் கோபத்தில் இருந்தது. மொழிப்போர், கிழக்கு வங்காளத்தில் இருந்த அரசியல் கட்சிகள் இணைந்து செயல்படவும் கூட்டணி அமைக்கவும் வழிவகுத்தது.

1954ஆம் ஆண்டு நடந்த கிழக்கு வங்காள சட்டசபைத் தேர்தலில் இந்த ஒற்றுமை பிரதிபலித்தது. விடுதலை பெற்ற பிறகு நடக்கும் முக்கியமான முதல் தேர்தல். அவாமி லீக் தலைமையில் கட்சிகள் கூட்டணி அமைத்துப் போட்டியிட்டன. ஐக்கிய முன்னணி. இவர்கள் கூட்டணி அமோக வெற்றிபெற்றது. அவாமி லீக் மட்டுமே தனிப்பட்ட முறையில் அதிக தொகுதிகளில் வெற்றி பெற்றிருந்தது. அது முக்கியமில்லை. முஸ்லிம் லீக் 9 தொகுதிகளில் மட்டுமே வென்றது. மொழிப் போராட்ட மாணவர் தலைவர் நவாஸ் கானிடம் கிழக்கு வங்காள முதலமைச்சர் நூருல் அமின் தோல்வி அடைந்தார். ஏழாயிரம் வாக்குகள் வித்தியாசம்தான். ஆனால் தோல்வி தோல்விதானே. இருபத்தேழு வயது இளைஞர், முஸ்லீம் லீக் கட்சித் தலைவரை வெல்வது சாதாரணமில்லை.

முஜிபுர் ரஹ்மானுக்கு கிழக்கு வங்காள அமைச்சரவையில் பதவி கிடைத்தது. இந்தத் தேர்தல் வெற்றி, பாகிஸ்தான் நாடாளுமன்றத்தில் எதிர்க்கட்சித் தலைவராக சுஹ்ரவாடியை அமரவைத்தது.

பாகிஸ்தான் பிரதமர் பதவி வகித்த போக்ரா ஓரளவுக்கு எல்லாத் தரப்பிலும் பேச்சுவார்த்தைகளை முன்னெடுத்தார். இந்தியாவுடன் நட்பு பாராட்டினார். வங்காள மொழியை அலுவல் மொழியாக்கலாம் எனும் வரைவை முன்மொழிந்தார். வங்காள மொழிக்கான அதிகாரப்பூர்வ அமைப்பாக பங்களா அகாடமி உருவாக்கும் நடவடிக்கைகளும் தொடங்கின.

போக்ரா ஒரு பக்கம் சுமுகமான பேச்சுவார்த்தைகளுடன் மறுபக்கம் ஆயுத பலத்திலும் நம்பிக்கை வைத்தார். ஆயுதங்கள் நிறைந்த உறுதியான ராணுவம் இருப்பது அவசியம் என நினைத்தார். வலிமையான நாடுதான் சில்லறைச் சிக்கல்களுக்கான ஒரே தீர்வு என எண்ணினார்.

கிழக்கு பாகிஸ்தான்

போக்ராவுக்கு அரசியலை விட ராஜாங்க நிர்வாகப் பணிகளில் அனுபவம் அதிகம். அதைப் பயன்படுத்தினார். கிழக்கும் மேற்கும் இணைந்து ஒரே நாடாக மாற என்னவெல்லாம் செய்யலாம் என யோசித்து திட்டங்கள் தீட்டினார். பாகிஸ்தான் தேசியம் உடையாமல் இருக்க மாகாணங்களாகப் பிரித்து உரிமைகளை வழங்க நினைத்தார்.

பாகிஸ்தானை ஐந்து மாகாணங்களாகப் பிரிக்கும் திட்டத்தைப் பரிந்துரைத்தார். மேற்கு பாகிஸ்தானில் நான்கு. பஞ்சாப், சிந்து, பலுசிஸ்தான், கைபர் பக்துன்க்வா. கிழக்கில் வங்காளம் ஐந்தாவது.

மக்கள் தொகைக்கு ஏற்ப தொகுதிகளை ஒதுக்கினார். அதிக மக்கள் வசிப்பது வங்காளத்தில்தான். எனவே அவர்களுக்கு தொகுதி எண்ணிக்கை அதிகமாக இருந்தது. மேற்கு பாகிஸ்தானின் நான்கு மாகாணங்களைச் சேர்த்தாலும் கூட கிழக்கு வங்காளத்தின் தொகுதிகள் எண்ணிக்கை அதிகம்.

மேற்கில் இதற்கு எதிர்ப்பு வந்தது. சரி, விடுங்கப்பா மாத்திகலாம் என்று முதலில் சொன்ன யோசனையை சற்றே மேம்படுத்தினார். மேற்கில் இருந்த நான்கு மாகாணங்களையும் இணைத்துவிட்டால் கிழக்குக்கு சமமாகிவிடும். லாகூரைத் தலைமையிடமாகக் கொண்டு பன்னிரண்டு பகுதிகளாகப் பிரித்தார்கள். இதன்மூலம் மொழி, இன, பண்பாட்டு சிக்கல்கள் அதிகரிக்காது. நிர்வாகம் செய்யவும் எளிதாக இருக்கும். கிழக்கு வங்காளம் கிழக்கு பாகிஸ்தானாக புது அடையாளம் பெற்றது.

இந்த ஒன் யூனிட் திட்டத்துக்கு ஆணை பிறப்பித்த உடனே போக்ராவின் பதவி போனது. நீ திரும்ப அமெரிக்காவுக்கே போயிடு

போக்ரா என அனுப்பி வைத்தனர். பதற்றமான சூழ்நிலையைக் காரணமாகச் சொல்லி, கிழக்கு பாகிஸ்தானில் ஐக்கிய முன்னணிக் கூட்டணியின் ஆட்சி டிஸ்மிஸ்(1954) செய்யப்பட்டது. கிழக்கு வங்காளம் பெயரில் தன் அடையாளத்தை இழந்து கிழக்கு பாகிஸ்தான் ஆனாலும் பெரிய மாற்றம் எதுவும் உண்டாகவில்லை.

பாகிஸ்தானில் கூட்டணிக் கட்சிகள் உதவியுடன் புதிய பிரதமர் வந்தார். போனார். அடுத்த முயற்சியில் ரிபப்ளிகன் கட்சியுடன் கூட்டணி அமைத்து சுஹ்ரவாடி, பாகிஸ்தான் பிரதமர் ஆனார் (1956). கிழக்கு வங்காளத்தைச் சேர்ந்த பிரதமர்களை பாகிஸ்தான் இதற்கு முன்னரும் பார்த்திருக்கிறது. ஆனால் சுஹ்ரவாடி வேறுபட்டவர். அதிகாரம் கிடைத்ததும் கிழக்கு வங்காளத்தின் கோரிக்கைகள் ஒவ்வொன்றையும் மெதுவாக நிறைவேற்றத் தொடங்கினார்.

முதலில், வங்காள மொழி அலுவல் மொழியாக அறிவிக்கப்பட்டது. பாகிஸ்தான் அரசு பணிகளிலும் ராணுவத்திலும் வங்காள மக்களுக்கு பிரதிநிதித்துவம் அளிக்கப்பட்டது. ஆனால் அவரால் கிழக்கில் இருந்த உணவுப் பற்றாக்குறைக்கு பெரிதாக எதுவும் செய்யமுடியவில்லை. போலவே ஒன் யூனிட், செபரேட் எலக்ட்ரோரல் தொடர்பான சர்ச்சைகளும் அதிகரித்தன. அவாமி லீக் ஜாயின்ட் எலக்டோரேட்க்கு ஆதரவு தெரிவித்தது.

எல்லாரும் நண்பர்கள். யாரும் எதிரி இல்லை. இந்த வெளியுறவுக் கொள்கையைக் கடைப்பிடித்தார். யாரோடும் சண்டை சச்சரவுகள் வேண்டாம். உள்நாட்டு நிர்வாகத்தை சரி செய்தால் போதும் என நினைத்தார். பொருளாதார அதிகாரப் பரவலை முன்னெடுக்கும் முயற்சிகளில் ஈடுபட்டார். எப்படியெல்லாம் நாட்டை முன்னேற்றலாம் அதில் கிழக்குக்கு எப்படி பிரதிநிதித்துவம் அளிக்கலாம் என்பதே சுஹ்ரவாடியின் சிந்தனையாக இருந்தது.

அணு ஆயதம் உலகம் முழுக்க ஏற்படுத்தியிருந்த ஒவ்வாமையை மாற்ற அமெரிக்கா ஒரு பரப்புரையை ஆரம்பித்தது. அணுவைக் கண்டு அஞ்சாமல் அணு ஆற்றலை மனித குல வளர்ச்சிக்கு பயன்படுத்தலாம் என்றனர். அமைதிக்காக அணு. இதன் மூலம் அமெரிக்காவின் நட்பு நாடுகளுக்கு அணு ஆற்றலைப் பயன்படுத்த ஆய்வு செய்ய அமெரிக்கா உதவி செய்தது. இஸ்ரேல், பாகிஸ்தான் நாடுகள், அணு ஆற்றல் துறையில் காலடி எடுத்து வைத்தன.

நாய் வளர்ப்பவர் வீட்டுக்குப் போனால் நாய் குரைக்கும் வேகத்தைப் பார்த்து அஞ்சி நிற்பவர்களை அது ஒன்னும் பண்ணாது, கட்டி இருக்கு என்பார்களே அது மாதிரிதான். மின்சாரம் தயாரிக்கப் பயன்படுத்தினால் மட்டும் அணு ஆபத்து குறைந்துவிடாது. அணு ஆயத்தத்தை முற்றிலும் கைவிடவேண்டும் என்கிற உலகளாவிய எதிர்ப்பினைச் சமாளிக்க அந்நேரத்து உத்தி. பாகிஸ்தானில் அணு ஆற்றல் துறையை சுஹ்ரவாடி தொடங்கினார். அணுத் தொழில்நுட்பம் மட்டுமின்றி பல்வேறு உதவிகளை அமெரிக்கா, பாகிஸ்தானுக்குச் செய்து கொண்டிருந்தது. உணவுப் பற்றாக்குறையைச் சமாளிக்க நிதி உதவியும் அளித்தது.

அமெரிக்காவில் இருந்து உதவியாகக் கிடைத்த பணத்தை மேற்கு கிழக்கு இரண்டு பகுதிகளுக்கும் பிரித்து செலவு செய்ய உத்தரவிட்டார் சுஹ்ரவாடி. கிழக்கு வங்காளத்தில் பசியால் இறந்து கொண்டிருப்பவர்களும் பாகிஸ்தானியர்கள்தானே. வரி வருவாயை சமமாகப் பங்கிட்டுச் செலவு செய்ய முயன்றார். மேற்கு பாகிஸ்தானில் செல்வாக்கு பெற்றவர்கள் இதையெல்லாம் ரசிக்கவில்லை.

அமெரிக்காவில் இருந்து வந்த உதவி கிழக்கு பாகிஸ்தானுக்குப் போக விடாமல் தடுக்க மேற்கு பாகிஸ்தானில் ஓர் அணியே இணைந்து செயல்பட்டது. குறிப்பாக, கிழக்கு பாகிஸ்தானில் கப்பல் நிறுவனம் தொடங்க மேற்கு பாகிஸ்தானின் பணம் செலவிடப்படுவதைக் கடுமையாக எதிர்த்தனர். ஆண்டது போதும் (1957) என சுஹ்ரவாடியை அனுப்பிவிட்டனர். ஒரே ஆண்டில் சுஹ்ரவாடிக்குக் கிடைத்த வாய்ப்பு பறிபோனது. வங்காளிகளிடம் துளிர்விட்ட நம்பிக்கை மீண்டும் வாடியது.

பாகிஸ்தானின் அரசியல் நிலையின்மையால் ராணுவத்தின் கையில் பொறுப்பு போனது. ராணுவத் தலைமைத் தளபதி அயூப்கான் ஆட்சியைக் கைப்பற்றிய போது மக்கள் மத்தியில் எதிர்ப்பு எதுவும் எழவில்லை. அந்த அளவுக்கு நாட்டில் உறுதியற்ற அரசியல் சூழல் நிலவியது. எனினும், சுஹ்ரவாடியை ஓர் அச்சுறுத்தலாகவே அயூப் கான் பார்த்தார். பாகிஸ்தானை விட்டு வெளியேறினார் சுஹ்ரவாடி. (லெபனானின் பெய்ரூட்டில் அவர் கடைசிக் காலம் கழிந்தது. மாரடைப்பால் 1963ஆம் ஆண்டு இறந்தார். இயற்கை மரணம் அல்ல என்று பலர் நம்புகிறார்கள். அடுத்து வந்த

தேர்தலில் சுஹ்ரவாடியின் செல்வாக்குக்கு அஞ்சி அயூப்கான் அவரைக் கொலை செய்திருக்கலாம் போன்ற கருத்துகள் உள்ளன.)

அயூப் காலத்தில், கிழக்கில் கூடுதல் அடக்குமுறைகளை மக்கள் சந்தித்தார்கள். வங்காள மொழி இரண்டாம் நிலைக்குச் சென்றது. வளர்ச்சிப் பணிகளில் கிழக்கு புறக்கணிக்கப்பட்டது. நிதி ஒதுக்கீடில் குறைவான சதவிகிதமே கிடைத்தது. அரசு நிர்வாகப் பணிகளிலும் அரசியலிலும் பிரதிநிதித்துவம் மறுக்கப்பட்டது. இழிவான நிலைக்குத் தள்ளப்பட்டனர் கிழக்கு வங்காள மக்கள்.

இயற்கைச் சீற்றங்களால் கிழக்கு வங்காளப் பகுதியில் உணவு உற்பத்தியில் பாதிப்பு இருந்தது. உற்பத்தி செய்யும் உணவுப் பொருள்களைப் பாதுகாக்க போதுமான களஞ்சியங்கள் இல்லை. விநியோகம் செய்ய உள்கட்டமைப்பு வசதிகளும் இல்லை. இதன் உச்சமாக மேற்கு பாகிஸ்தானின் உணவுப் பற்றாக்குறையைச் சமாளிக்க கிழக்கில் இருந்து அரிசி ஏற்றுமதியானது.

வழக்கமாகவே கிழக்கின் இருபத்து மூன்று மாவட்டங்களில் பதினேழு மாவட்டங்கள் உணவுப் பற்றாக்குறையில் சிக்கும். நல்ல விளைச்சல் இருந்தாலும் ஒன்றரை மில்லியன் டன் ஏற்றுமதியாகி மேற்குக்குப் போய்விடும். குறிப்பாக அரிசி.

அதுமட்டுமின்றி, பதுக்கப்படும் உணவுப் பொருள்களை மீட்க எந்தவித நடவடிக்கையும் எடுக்கப்படவில்லை. அரிசி கறுப்புச் சந்தையில் விற்பனையாவதைத் தடுப்பாரில்லை. கிழக்கு வங்காள மக்கள் இலை தழைகளைப் பறித்துக் காய்ச்சிக் குடிக்கும் அளவுக்குப் போனது நிலைமை. கிராமங்களில் இருந்தோர் நகரங்களை நோக்கி இடம் பெயர்ந்தனர். குறுகிய இடத்தில் அதிகமானோர் நெருக்கியடித்து வாழும் குடிசைப்பகுதிகளால் சுகாதாரச் சிக்கல்கள் உருவாயின. தேயிலைத் தோட்டங்களிலும் விவசாய கிராமங்களிலும் போராட்டங்கள் நடந்தன. சில, வன்முறையில் முடிந்தன.

மனிதர்கள் போதாதென்று, இயற்கை வேறு தன் பங்குக்கு வதைத்தது. இயற்கைப் பேரிடர்கள் விரும்பி வரும் இடமாக பங்களாதேஷ் எப்போதுமே இருக்கிறது. ஆண்டுக்கு ஐந்தாறு சூறாவளிகளாவது வந்து விடும். புயல், மழை, வெள்ளம், சுனாமி என்று நீர் சார்ந்த எல்லா பேரிடர்களையும் பங்களாதேஷ் சந்திக்கிறது.

1963ஆம் ஆண்டு சூறாவளியால் பாதிக்கப்பட்ட போது பாகிஸ்தான் அரசு போதுமான உதவிகளைச் செய்யவில்லை. நிவாரண உதவிகள் இன்றி மக்கள் அவதிப்பட்டனர். இயற்கையுடன் சண்டை போட்டுக் கொண்டிருந்த வங்காள மக்களை பாகிஸ்தான் அரசு மற்றொரு சண்டையில் இழுத்துவிட்டது. அவர்கள் விரும்பாத போர் ஒன்றில் பங்கேற்க வேண்டி வந்தது.

ஆறு மனமே ஆறு

கிழக்கு வங்காளம் இந்தியாவில் இருந்து பிரியும்போது மிகக் கசப்பான அனுபவங்களைப் பெற்றது. ஆனால் தொடர்ந்து பகையுணர்வை வங்காள மக்கள் இந்தியாவுடன் வளர்த்துக் கொள்ளவில்லை. ஒரு விதத்தில் மேற்கு பாகிஸ்தான் வங்காள மக்களை நடத்திய விதமும் அதற்குக் காரணம். பாகிஸ்தான் அரசாங்கத்துடன் போராடவே அவர்களுக்கு நேரம் சரியாக இருந்தது. இந்தியாவும் விடுதலைக்குப் பிறகு கூடுமானவரை எல்லைப் பகுதிகளில் அமைதி நிலவ வேண்டும் என்றே எதிர்பார்த்தது.

அதிலும் கிழக்கு வங்காளத்துடன் நட்பு பாராட்ட இந்தியாவுக்கு அதிகக் காரணங்கள் இருந்தன. ஏழு நாடுகளுடன் நில எல்லையைப் பகிர்ந்து கொள்கிறது இந்தியா. கடல் எல்லைப் பகிர்வு தனி. பங்களாதேஷுடன்தான் நீண்ட தொலைவு எல்லைப் பகிர்வு உள்ளது. நான்காயிரம் கிலோ மீட்டர்களுக்கும் மேலான தூரம். இப்படி இருக்கையில் மோதல் போக்கினால் இந்தியாவுக்கு எந்த லாபமும் இல்லை.

இந்தியா விடுதலை பெற்றதில் இருந்தே யார் வம்புக்கும் போகாத வெளியுறவுக் கொள்கைதான் வைத்திருந்தது. சீனா அப்படிக் கிடையாது. குறிப்பாக இந்தியாவுக்கும் சீனாவுக்கும் நல்லுறவு இருந்த காலம் ஒன்றைச் சொல்வதே சிரமம். சண்டை, சச்சரவுகளுடன் போரிட்ட காலம். அது இல்லாத காலம். இப்படி வேண்டுமானால் வகைப்படுத்தலாம்.

என்ன இருந்தாலும் பண்டைய வரலாற்று உறவுகளும் பண்பாட்டுத் தொடர்புகளும் சீன இந்திய நாடுகள் உறவு இன்றைக்கு நேற்றைக்குத் தொடங்கியதல்ல என்பதைச் சொல்கின்றன.

எல்லைகள்தான் புதிதாக வந்தவை. எல்லைத் தகராறுகளை பேச்சு வார்த்தைகள் மூலம் தீர்க்க இந்தியா முயன்றது. சீனா ஒரு பக்கம் பேசிக் கொண்டே இன்னொரு பக்கம் ஆயுதத்தைக் கூராக்கிக் கொண்டிருந்தது. தாக்கப் போகிறது என்ற தகவல் வந்தபோது கூட நேரு நம்பவில்லை.

அவ்வளவு அசிரத்தையாக இருந்த இந்தியாவை சீனா தாக்கியது. ஒரு மாதப் போரில் இந்தியா தோல்வியடைந்தது. இந்தத் தோல்வியைப் பார்த்த பாகிஸ்தான் இதுதான் சரியான சமயம் என்று நினைத்தது. போரை ஆரம்பித்தால், உள்நாட்டில் நடக்கும் சச்சரவுகளில் இருந்து மக்களை திசை திருப்பவும் ஏதுவாக இருக்கும்.

வங்காள மக்களோ இதைத் தங்களுடைய போராகக் கருதவில்லை. இருக்கும் நிலையில் போர் ஒன்றுதான் குறைச்சலா என்கிற எரிச்சல்தான் இருந்தது. ஆனால் வேறு வழியில்லை. பாகிஸ்தானின் மேற்குப் பகுதிக்கு ஆதரவாக கிழக்குப் பகுதி ராணுவமும் களத்தில் இறங்கத்தான் வேண்டும். அதற்கு ஏற்ற அளவில் கிழக்கில் ராணுவ பலம் இல்லை.

அயூப் கான் தலைமையின் கீழ் கிழக்கு அதிக பாகுபாட்டைச் சந்தித்ததல்லவா? ராணுவத்தின் நிலை அதில் மிகவும் கவலைக்குரியதாக இருந்தது. நாட்டுப் பற்றுடன் தன் உயிரைக் கொடுக்கவும் தயாராக ராணுவத்தில் சேரும் வங்காளிகள் நடத்தப்படும் விதம் படுமோசம். மேற்கு பாகிஸ்தானியர்கள் வங்காளிகளை நம்பத் தயாராக இல்லை. நாய் என்றும் துரோகி என்றும் அழைத்து வெறுப்புடன் நடத்தினார்கள். முஸ்லிம் எனச் சொல்லிக் கொள்ளவே தகுதியற்றவர்கள் என்றார்கள்.

இத்தனைக்கும் மேற்கை விட கிழக்கில் கட்டுப்பெட்டியான முஸ்லிம்களாக இருந்ததாகத் தகவல்கள் தெரிவிக்கின்றன. மேற்கு பாகிஸ்தான் மக்களுடன் ஒப்பிடுகையில், மத நம்பிக்கைகள், சடங்குகளை வங்காள முஸ்லிம்கள் தீவிரமாகப் பின்பற்றுபவர்கள். வெள்ளிக்கிழமையில் மதுக்கடைகள் மூடும் வழக்கம் கூட இருந்தது. ரம்ஜான் நோன்பைக்கூட பயபக்தியுடன் விதி மீறல் இன்றிக் கடைப்பிடிப்பார்கள். என்ன பயன்? மேற்கில் இருந்தோர் வங்காளிகளை முஸ்லிம்களாக ஏற்க மறுத்தனர்.

வங்காளிகளுக்கு ராணுவத்தில் எளிதில் பதவி உயர்வு கிடைக்காது. திறமையற்றவர்கள் எனக் காரணம் சொல்லப்படும். ஒரே நேரத்தில் பணியில் சேர்ந்திருந்தாலும் வங்காளியாக இருந்தால் அதே நிலையில் இருப்பதும் மற்றவர்கள் பதவி உயர்வு பெற்று முன்னேறிச் செல்வதும் இயல்பாக நடந்தது. சிவில் சமூகத்தில் நடக்கும் பாகுபாடுகளையே ஒன்றும் செய்ய முடியாத நிலை. உயரதிகாரிக்குக் கட்டுப்பட்டு நடக்கவேண்டிய ராணுவத்தில் இதை எதிர்த்துப் பேசவே முடியாது. உருது கற்று, அதிகளவு திறமைகளை வெளிப்படுத்தி, சாமர்த்தியமாக வாய்மூடி இருந்த மிகச் சிலரே அடுத்த நிலைக்குச் சென்றனர். பெரும்பாலான வங்காளிகள், சிப்பாய் நிலையிலேயே சிக்கிக்கொண்டனர். அதிலும் பஞ்சாபி சிப்பாய் மேசை துடைக்கும் வேலை செய்தால் வங்காளிச் சிப்பாய் கழிப்பறையைச் சுத்தம் செய்யவேண்டும்.

இத்தனை இடர்களுக்கு மத்தியில்தான் வங்காளிகள் படையில் இருந்தனர். போர் ஆரம்பித்த பிறகு பாகுபாடுகளைப் பற்றியெல்லாம் சிந்திக்கவில்லை. தீரத்துடன் இந்தியாவை எதிர்த்துப் போரிட்டு பாகிஸ்தானின் கிழக்கு எல்லையைக் காத்தனர். போதுமான அளவுக்கு ஆயுதங்கள் இல்லை என்றாலும் சமாளித்தார்கள். இந்தியா ஒருவேளை கிழக்கு வங்காளத்தை ஆக்கிரமிக்க நினைத்திருந்தால் செய்திருக்கலாமோ என்னவோ. ஆனால் அதிக கவனத்தை மேற்கில்தான் வைத்திருந்தது.

உணவுப் பற்றாக்குறை, உள்நாட்டுக் கலவரங்கள் எல்லாம் இருந்தாலும் ராணுவத்தைப் பொறுத்தவரை பாகிஸ்தான் பலமாகத்தான் இருந்தது. இந்தியாவுடன் ஒப்பிட்டால் பாகிஸ்தான் ராணுவம் அதிக வலிமையானது. அமெரிக்காவிடம் இருந்து பெற்ற ராணவத் தளவாடங்களும் நவீன தொழில்நுட்பமும் இருந்தன. ஆனால் சீனப் போருக்குப் பிறகு அமெரிக்க ஆதரவு இந்தியாவின் பக்கமும் கொஞ்சம் எட்டிப்பார்த்தது. அயூப் கான் அலட்டிக்கொள்ளாமல் சீன உறவை வலுப்படுத்தி ராணுவ பலத்தை மேலும் பெருக்கிக் கொண்டார்.

சீனப் போரில் தோற்றதுபோல இந்தியா தோற்கும் என்றெண்ணியே போரை ஆரம்பித்தது பாகிஸ்தான். மூன்றாண்டுகளுக்குப் பிறகும் இந்தியா பாடம் கற்றிருக்காது, தயாராக இருக்காது என நினைத்தது பாகிஸ்தானின் தவறு. இந்தியா இந்த முறை சுதாரித்துக்கொண்டது

(1965). பாகிஸ்தான் ஜம்மு வரைக்கும் வந்தால், இந்தியா லாகூர் வரைக்கும் முன்னேறியது. சில வாரங்களில் ஐக்கிய நாடுகள் சபை தலையிட்டுப் போரை நிறுத்தியது.

அமைதி உடன்படிக்கை கையெழுத்தானது. பாகிஸ்தான் நினைத்தபடி காஷ்மீரைத் தன்னுடன் சேர்த்துக்கொள்ள முடியவில்லை. குறைந்தபட்சம் காஷ்மீர் பேச்சுவார்த்தைக்கு இந்தியாவை மிரட்டிப் பணிய வைக்கலாம் என்கிற எண்ணமும் தகர்ந்து போனது. மாறாக பாகிஸ்தானின் கிழக்குப் பகுதியில் மேலும் அதிருப்தி கூடியது.

முஜிபுர் ரஹ்மான் மேற்கு பாகிஸ்தான், கிழக்கு பாகிஸ்தானை கைவிட்டுவிட்டதாகக் குற்றம் சாட்டினார். கிழக்கில் படைகள் வலுவாக இருக்க வேண்டியதன் அவசியத்தைச் சுட்டிக் காட்டினார். போர் மட்டுமின்றி எல்லை தாண்டி இந்தியாவுக்குக் கடத்தப்படும் அரிசியும் உணவுப் பற்றாக்குறைக்குக் காரணம். இந்தியா கிழக்கு வங்காளத்துடன் நட்பை விரும்பியது உண்மைதான். ஆனால் அரிசிக் கடத்தலைத் தடுக்க, தங்கள் தரப்பில் எந்த நடவடிக்கையும் எடுக்கவில்லை. ராணுவத்தோடு, சுயாட்சி நிர்வாகத்தின் தேவையை பாகிஸ்தான் தலைமை உணர வேண்டும் என்றார் முஜிப். கிழக்கு பாகிஸ்தான் நிர்வாகம் சீர் பெற ஆறு அம்சத் திட்டத்தை முன்வைத்தார்.

1. மத்தியில் உண்மையான கூட்டாட்சி. முறையாக வாக்களித்துத் தேர்ந்தெடுக்கப்பட்ட சட்டமன்றத்தின் மேலாதிக்கத்தோடு அமைந்த நாடாளுமன்றத்தின் ஆட்சி.

2. பாதுகாப்பு மற்றும் வெளியுறவு விவகாரங்களை மட்டுமே மத்திய அரசு கட்டுப்படுத்தும்

3. பாகிஸ்தானின் கிழக்கு, மேற்கு பகுதிகளுக்குத் தனித்தனியாக ஆனால் எளிதில் மாற்றிக் கொள்ளத் தக்க நாணயங்கள். ஒருவேளை இது சாத்தியமில்லை என்றால் ஒரே நாணயம் கூடப் பாரவாயில்லை. ஆனால் கிழக்கில் இருந்து மேற்கு நிதியைப் பறித்துக் கொள்வதைத் தடுக்கவேண்டும். கிழக்கு பாகிஸ்தானுக்கு தனி வங்கி இருப்பு, தனி நிதிக் கொள்கை எல்லாம் வலுவான சட்டங்கள் மூலம் உறுதிசெய்யப்பட வேண்டும்.

4. வரியும் வருமானமும் மாநிலத்தின் உரிமை. மத்திய அரசு இதில் தலையிடக் கூடாது. செலவுக்கு அவரவர் மாநிலத்தின் வருவாய் நிதியைப் பயன்படுத்தும் உரிமை மாநில அரசுக்கு உள்ளது.

5. உள்நாட்டு உற்பத்திப் பொருள்கள் நாட்டின் இரு பகுதிகளிலும் சுங்கவரிகள் இன்றி கையாளப்படவேண்டும். அந்நியச் செலாவணி கணக்குகளில் மேற்கும் கிழக்கும் தனித்தனி. மத்திய அரசின் அந்நியச் செலாவணித் தேவைகள் இரு பகுதிக்கும் சமமாகவோ அல்லது நிர்ணயிக்கப்பட்ட விகிதாசார அடிப்படையிலோ இருக்கவேண்டும். வெளிநாட்டு வர்த்தக உறவுகளுக்கு மாநிலத்துக்கு உரிமை வழங்கவேண்டும்.

6. தனி பாதுகாப்புப் படை அல்லது துணை ராணுவம்

இவற்றை நாட்டைப் பிரிக்கும் கோரிக்கைகளாகவே பாகிஸ்தான் பார்த்தது. முஜிபுர் பிரிவினைவாதி எனக் குற்றம் சாட்டப்பட்டார். பல்வேறு வழக்குகள் அவர் மீது பாய்ந்தன. பிணை கிடைத்து வெளியில் வந்தால் இன்னொரு வழக்கில் நீதிமன்ற வாசலில் வைத்து கைது செய்யப்பட்டார்.

உள்ளே போகும் போதும் வெளியே வரும்போதும் முஜிபுர் ரஹ்மானின் மக்கள் செல்வாக்கு ஏறிக்கொண்டே போனது. ஆட்சியாளர்களின் சினம் தேசத் துரோக வழக்காக வந்து சேர்ந்தது.

அகர்தாலா சதி வழக்கு

பங்களாதேஷில் இருந்து பொடிநடையாக எந்தத் திசையில் நடந்தாலும் இந்தியாவுக்குள் நுழைந்து விட முடியும். இந்தியாவின் திரிபுராவில் இருக்கிறது அகர்தாலா. பங்களாதேஷில் இருந்து சுமார் இரண்டு கிலோ மீட்டர் தூரம் இருக்கும். இங்கு வைத்து தேசத் துரோகச் சதி ஒன்று தீட்டப்பட்டதாக முஜிபுர் ரஹ்மான் மீது வழக்கு தொடரப்பட்டது.

வழக்கின் சாராம்சம் இதுதான். கிழக்கு பாகிஸ்தான் ராணுவ வீரர்கள், அரசியல் தலைவர்கள், பொதுமக்களுடன் இணைந்து கிளர்ச்சி செய்வார்கள். கிழக்கு பாகிஸ்தானின் சில பகுதிகளை தங்கள் கட்டுப்பாட்டில் கொண்டுவருவார்கள். அந்தப் பகுதிகளை மட்டும் தனி நாடாக அறிவிப்பார்கள். அப்போது இந்தியா தலையிடும். நாட்டை அங்கீகரித்து ஆதரவு வழங்கும். கூடவே தன் வான் பரப்பில் பாகிஸ்தான் விமானங்கள் பறப்பதைத் தடுத்து உதவும். அப்போதுதான் மேற்கு பாகிஸ்தானில் இருந்து படைகள் வந்து நிலைமையைக் கட்டுப்படுத்த முடியாது. ஆயுத, நிதி உதவியும் கொடுப்பதாக இந்திய உளவுத்துறை உறுதியளித்திருக்கிறது. இந்தியாவின் உதவியால் மீதம் இருக்கும் பகுதிகளைக் கைப்பற்றுவது எளிது. பிறகென்ன? பங்களாதேஷ் உருவாகிவிடும்.

மாலை நேரத்தில், மங்கிய சூரிய ஒளியில், ஓடையில் போய்க்கொண்டிருந்த படகில்... இப்படிச் சதியாலோசனை நடந்தது பற்றிய செய்திகளில் கவித்துவம் கூடிக் கதை போலவே இருந்தது. இவர்கள் ஸ்கெட்ச் போட்டுக் கொடுத்த மாதிரியே பிற்காலத்தில் பங்களாதேஷ் விடுதலைப் போர் நடந்தது தனிக்கதை.

இந்தச் சதித்திட்டத்தின் மூளையாகச் செயல்பட்டது முஜிபுர் என முதல் குற்றவாளியாகச் சேர்ந்திருந்தனர். வழக்கின் விவரங்களில் பெரும்பகுதி இரண்டாவது குற்றவாளியான மொசைம் ஹோசைன் *(Moazzem Hossain)* பற்றியே இருந்தன. பாகிஸ்தான் கடற்படையில் வேலை பார்த்தவர். மேற்கு பாகிஸ்தானியர்கள் தன்னை நடத்திய விதம் குறித்து அதிருப்தியில் இருந்தவர். பொருளாதார, அரசியல் அதிகாரம் இன்றி பசியால் இறக்கும் வங்காள மக்கள் பற்றி மனவருத்தத்தில் இருந்தார். அவரைப் போலவே மன வருத்தத்தில் இருந்த ராணுவ வீரர்களைத் திரட்டிக் கொண்டிருந்தார்.

உடன் இருந்த யாரோ ஒருவர்தான் இத்தகவலை பாகிஸ்தான் அரசுக்குத் தெரிவித்திருக்கவேண்டும். சதி நடக்கிறதா என விசாரிக்கக் கைதுகள் நடந்தன. அந்நேரத்தில் முஜிபுர் ரஹ்மானுக்கு கிடைத்துக் கொண்டிருந்த புகழ் பாகிஸ்தான் கண்ணை உறுத்தியது. சரி வழக்கில் இவரையும் சேர்த்துவிடலாம் என்று நினைத்தோ என்னவோ முதல் குற்றவாளி எனக் குறிப்பிட்டு வழக்கைத் தயார் செய்து விட்டார்கள்.

விசாரணைக்காக ஆயிரத்துக்கும் மேல் கைதுகள் நடந்தன *(1967)*. முஜிபுர் உள்பட முப்பத்தைந்து பேர் மீது வழக்குத் தொடரப்பட்டது. இருநூறுக்கும் மேற்பட்டோர் சாட்சிகள். தகவல் தொடர்பு சாதனங்கள், சதியை விவரிக்கும் வரைபடங்கள் சில கைப்பற்றப்பட்டன. முஜிபுர் தொடர்பை நிரூபிக்கும் வலுவான ஆதாரங்கள் ஏதும் இல்லை. சந்திப்பு நடந்தது. சதித் திட்டம் தீட்டப்பட்டது. இந்திய உளவுத்துறையினரிடம் பணம் பெறப்பட்டது. பணம் கைமாறியது. விநியோகம் செய்யப்பட்டது. இப்படிப் பல குற்றச்சாட்டுகள் சாட்சிகளின் வாக்குமூலங்களின் அடிப்படையில்தான் இருந்தன. அந்த வாக்குமூலங்கள் பெறப்பட்ட விதம் சந்தேகத்திற்கு உரியது. சிலரைப் பிறழ்சாட்சிகள் என அரசே ஆஜர்படுத்தவில்லை.

சிறப்பு ராணுவ நீதிமன்றத்தில் வழக்கை நடத்தி உடனுக்குடன் தீர்ப்பைக் கொடுத்து முடித்து விடுவதாகத்தான் இருந்தது. மக்கள் மத்தியில் கடும் கோபம் உண்டாகுமோ என்ற அச்சத்தில் தயங்கினர். பல கோடி மக்கள் ஆதரவு பெற்ற தலைவராக முஜிப் இருந்தார். கிழக்கு பாகிஸ்தான் மக்கள் மட்டுமின்றி

உலக நாடுகளும் இந்நடவடிக்கைகளைத் தீவிரமாக கவனித்துக் கொண்டிருந்தன.

பிரிட்டிஷ் வழக்கறிஞர் தாமஸ் வில்லியம்ஸ், சிறப்பு நீதிமன்றம் அமைக்கப்படும் விதத்தை எதிர்த்து வழக்கு தொடர்ந்தார். எந்தச் சட்டத்தின் அடிப்படையில் நீங்கள் இந்த நீதிமன்றத்தை அமைக்கிறீர்கள் எனக் கேட்டு மனுத்தாக்கல் செய்தார். அரசு, வெளிப்படையாகச் சிறப்பு நீதிமன்றத்தில் வழக்கை நடத்துவதென முடிவு செய்தது. முஜிப் தரப்பு வழக்கறிஞர்களுடன் இணைந்து வழக்கை நடத்த தாமஸும் உதவினார்.

டாக்கா குர்மிடோலா கன்டோன்மென்ட் சிறப்பு நீதிமன்றம் அமைக்கப்பட்டது (1968). முன் அனுமதி பெற்ற சிலருக்கு மட்டுமே உள்ளே நுழைய அனுமதி. முஜிப் குடும்பத்தினருடன் குற்றம் சாட்டப்பட்ட மற்றவர்களின் குடும்பத்தினரும் வந்தனர். செய்தி சேகரிப்பவர்களும் அனுமதிச் சீட்டு வைத்திருக்க வேண்டும். பேசக்கூடாது, முழக்கம் எழுப்பக்கூடாது என அறிவுறுத்தியே உள்ளே அனுப்பினார்கள்.

உட்காரும் நாற்காலிகள் தரையோடு பிணைத்து நட்டு போல்டு போட்டு முடுக்கியிருந்தனர். கோபத்தில் யாராவது நாற்காலியைத் தூக்கிப் போட்டு உடைத்து பரபரப்பாக எதையும் செய்யக்கூடாதல்லவா? உள்ளே ஒவ்வொரு நாளும் நடந்த காட்சிகள் பரபரப்புக்குப் பஞ்சம் இல்லாமல்தான் சென்றன. எந்த ஒரு கோர்ட் ரூம் ட்ராமா வகைத் திரைப்படத்தையும் மிஞ்சும் அளவுக்கு விறுவிறுப்பு. ஒவ்வொரு நாளும் விசாரணை வேகமாக நடந்தது.

வழக்கில் குற்றத்தை ஒப்புக்கொண்டு அரசுத் தரப்பு சாட்சியாக மாறிய பதினொரு பேர் இருந்தனர். இதில் சிலர் நீதிமன்றத்தில் மாற்றிப் பேசினர். குறிப்பாக கமாலுதின் திடீரென எழுந்து தான் எப்படியெல்லாம் உடல் ரீதியாகவும் மன ரீதியாகவும் துன்புறுத்தப் பட்டேன் எனத் தெரிவித்தார். எல்லாருக்குமே அது தெரிந்துதான் இருந்தது. எனினும் ராணுவ வீரர் ஒருவர் அதைச் சொல்லக் கேட்கும் போது ஏற்படும் உணர்வுகள் வேறு. வாக்குமூலம் வாங்க நடந்த சித்திரவதைகள் அங்கிருந்தோர் மனத்தை உலுக்குவதாக இருந்தன. நீதிபதிகளின் மனதும் கரைந்தது.

கமாலுதினுக்குப் பிணை வழங்கி தற்காலிகமாக சித்திரவதையை நிறுத்தியது நீதிமன்றம். ஆனாலும் அவர் குடும்பத்தினர் வழக்கு விசாரணைக்கு வரத்தான் வேண்டும். அவருடைய மச்சானும் குற்றம் சாட்டப்பட்டவர்களில் ஒருவர். இன்னும் சிறையில் அவதிப்பட்டுக் கொண்டிருந்தார்.

நான்கு பேர் பிறழ்சாட்சிகளாகி அரசு சாட்சிகள் பட்டியலில் இருந்து நீக்கப்பட்டனர். எவ்வளவு துன்புறுத்தியும் பொய் சாட்சி சொல்ல முடியாது என உறுதியாக இருந்தவர்களும் உண்டு. அவர்களின் கதைகள் இன்னும் கொடுமையானவை. இந்திய உளவுத்துறை அதிகாரிகளுடன் பேசியதை பல ராணுவ வீரர்கள் ஒப்புக் கொண்டனர். வழக்கமான சந்திப்பு என்றும் இதில் ரகசியமோ சதித்திட்டமோ இல்லை என்றும் அவர்கள் தெரிவித்தனர்.

சதி நடந்திருந்தால் முஜிபுக்கு அதில் பங்கிருக்கிறதா என்பதுதான் வழக்கின் முதன்மையான கேள்வி. ஸ்டேட் வெர்சஸ் முஜிபுர் ரஹ்மான் என்பதே வழக்கு. வழக்கில் சொல்லப்பட்டுள்ள சம்பவங்களுக்கும் தனக்கும் எந்தத் தொடர்பும் இல்லை என முஜிபுர் ரஹ்மான் வாக்குமூலம் அளித்தார்.

பார்வையாளர்கள், செய்தியாளர்கள், வழக்கறிஞர்கள், நீதிபதிகளும் கூட வழக்குடன் உணர்வுப் பூர்வமாகப் பிணைக்கப்பட்டிருந்தனர். அவாமி லீக் கட்சி இதை நன்றாகப் பயன்படுத்தியது. குறுக்கு விசாரணைகள் எல்லாமே விரிவாகவும் விவரமாகவும் இருந்தன. நாள்கள் செல்லச் செல்ல வெளியே பதற்றம் கூடிக்கொண்டிருந்தது. ஒவ்வொரு தகவல் வெளிவரும்போதும் மக்கள் பாகிஸ்தான் அரசுக்கு எதிராக ஒவ்வொரு அடியாக முன்னேறிக் கொண்டிருந்தனர்.

விசாரணை மன்றத்தின் உள்ளே வெளிப்பட்ட விதவிதமான உணர்ச்சிகளுக்கு ஆதரவாக வெளியே ஆயிரக்கணக்கான அவாமி லீக் தொண்டர்களிடம் ஒரே உணர்வுதான் வெளிப்பட்டது. கோபம்.

வங்க நண்பன்

கிழக்கு பாகிஸ்தானில் வலுவான கட்சியாக இருந்தது முஜிபுர் ரஹ்மானின் அவாமி லீக் மட்டுமே. ஆனால் வழக்குக்கு எதிராக அனைவருமே களத்தில் இருந்தனர். கிழக்கில் இருந்த மற்ற கட்சிகள், இயக்கங்களும் பாகிஸ்தான் அரசுக்கு எதிராக ஆங்காங்கே போராட்டங்களில் ஈடுபட்டுக் கொண்டிருந்தனர். சிவப்பு மௌலானா என்றழைக்கப்பட்ட அப்துல் அமித் கான் பாஷானி, மக்களை அணி திரட்டி நடத்திய போராட்டங்கள் குறிப்பிடத்தக்கவை.

வழக்கு நடக்கும் போது திரளும் மக்களில் மாணவர்களே முன்னணியில் இருப்பர். அவர்களுக்கு ஆதரவாக அரசியல் கட்சிகள், இடதுசாரி அமைப்புகள், வன்முறைத் தீர்வில் நம்பிக்கை உள்ள புரட்சிக் குழுக்கள் அனைவரும் இருந்தனர். ஆங்காங்கே ஒரு சில வன்முறைச் சம்பவங்கள் நடந்தன. இடதுசாரி மாணவர் தலைவர் அமனுல்லா கொல்லப்பட்டார். அடுத்தடுத்த நாள்களில் நடந்த போராட்டங்களில் கைகலப்புகள் அதிகமாக நடந்தன.

ஆறு மாதங்களுக்கு மேல் நடந்த அகர்தாலா வழக்கு விசாரணை தீர்ப்பை நெருங்கியது. நீதிபதிகள் தீர்ப்புக்கு முன்னே மக்கள் தீர்ப்பெழுத வேண்டிய நிலை சார்ஜன்ட் ஜஹ்ருல் ஹக் மூலம் வந்தது. அகர்தாலா வழக்கில் பதினேழாவதாகக் குற்றம் சாட்டப்பட்டவர் ஹக். காவலரின் துப்பாக்கியைப் பறித்தார், தப்பிக்க முயன்றார் என நீதிமன்றத்தில் வைத்து, சுட்டுக் கொல்லப்பட்டார் ஹக் *(1969)*.

பாகிஸ்தான் வான்படை வீரர் ஹக். பின்னாளில் அவர் நினைவைப் போற்றும் விதமாக டாக்கா பல்கலைக் கழகத்தின் ஒரு ஹாலுக்கும் பங்களாதேஷ் வான் படை தளம் ஒன்றுக்கும் அவர் பெயரை

வைத்தனர். அதெல்லாம் பிற்காலத்தில். அன்றைக்கு அவர் இறந்த தகவல் பரவிய வேகத்தில் கலவரமும் பரவியது. அந்த மாதத்தையே பெயராக வைத்து பிப்ரவரி முக்தி பாஹினி என்கிற புரட்சிப் படை உருவானது. நீதிபதிகள் தீர்ப்பு கொடுக்கும் வரை காத்திருக்க முடியாதென சட்டத்தைத் தம் கையில் எடுத்தனர் மக்கள்.

அலுவலகங்கள், வீடுகள் தீ வைக்கப்பட்டன. வழக்கு தொடர்பான பல ஆவணங்கள் தீக்கிரையாகின. அரசு அலுவலர்கள், அரசு வழக்கறிஞர்களை ரகசியமாக பாதுகாப்பாக வெளியேற்றியது அரசு. ஒரு வாரத்தில் அயூப்கான் அரசு பின்வாங்குவதே சரியான முடிவென்ற நிலைக்கு வந்தது. வழக்கைத் திரும்பப் பெற்று அனைவரையும் விடுதலை செய்தது.

மறுநாள், 1969ஆம் ஆண்டு பிப்ரவரி 23ஆம் நாள் பல்தான் மைதானத்தில் பெருந்திரளான மக்கள் கூடினர். முஜிபுர் ரஹ்மானுக்கு வங்க நண்பன் எனப் பொருள்படும் பங்கபந்து பட்டம் வழங்கி வெற்றியைக் கொண்டாடினர்.

பாகிஸ்தான் ஆட்சியாளர்களுக்கு இது படுதோல்விதான். சதித்திட்டத்தில் முஜிப் பெயரைச் சேர்க்காமல் இருந்திருந்தால் ஒருவேளை கதை வேறு மாதிரி ஆகியிருக்கலாம். தேசத் துரோக வழக்கில் அனைவரையும் தூக்கிலிட்டிருக்கலாம். கிழக்கு பாகிஸ்தான் ராணுவ வீரர்கள் மத்தியில் அச்சத்தை விதைத்திருக்கலாம். முஜிப் வழக்கில் இணைக்கப்பட்டதால் நாட்டுக்கு எதிரான சதி என்பது பின்னுக்குப் போய் அரசியல் உள்நோக்கம் கொண்ட நடவடிக்கையாக பார்வை மாறிவிட்டது.

கிழக்கு பாகிஸ்தான் மக்கள் மத்தியில் தனி நாடு ஒன்றே தீர்வு என்கிற எண்ணம் இந்நாளில் வலுப்பெற்றுவிட்டது. சட்டவிரோதம் என்பதால் வெளிப்படையாகப் பேசவில்லையே தவிர, வேறெதுவும் வழி இருப்பதாகத் தோன்றவில்லை.

ராணுவ ஆட்சியை முடிவுக்குக் கொண்டு வரவேண்டிய நேரம் வந்துவிட்டதாக மக்கள் நினைத்தனர். மேற்கு பாகிஸ்தானில் இருந்தவர்களும் இதற்கு விதிவிலக்கல்ல. பத்தாண்டுகால அயூப் ஆட்சியினால் அதிருப்தி நிலவியது. ராணுவ ஆட்சி நடக்கும் இடத்தில் அரசியல் நடவடிக்கைகள் மட்டுப்பட்டு மக்கள் நலம்

முன்னேறும் என்பதே அடிப்படை எதிர்பார்ப்பு. அதனால்தான் அயூப் பதவியேற்றபோது பெரிய எதிர்ப்புகள் இல்லை. ஆனால் நிலைமை நாளுக்கு நாள் கீழிறங்கிக் கொண்டிருந்தது.

காஷ்மீரை பாகிஸ்தானுடன் சேர்க்கிறேன் எனப் போருக்குப் போய் பொருளாதாரச் சுமைகள் சேர்ந்ததே மிச்சம். பாகிஸ்தான் விடுதலை பெற்று கால் நூற்றாண்டை நெருங்கிக் கொண்டிருந்தது. உணவு, வேலைவாய்ப்பு உள்ளிட்ட அடிப்படைத் தேவைகளே நிறைவேறவில்லை. நகரங்களில் இருந்த வளர்ச்சி கிராமங்கள் பக்கம் எட்டிக்கூடப் பார்க்கவில்லை. நகரங்களிலும் குறிப்பிட்ட சில குடும்பங்கள் மட்டுமே வளமாக இருந்தன.

மேற்கு பாகிஸ்தானிலும் அரசியல் நடவடிக்கைகள் கட்டுப்படுத்தப் பட்டிருந்தன. கிழக்கைப் போலவே மேற்கிலும் மாணவர் இயக்கங்கள் போராட்டங்களை முன்னெடுத்தனர். தேர்தல் நடத்தி மக்களாட்சி வேண்டும் என உரிமை கோரினர். வன்முறையற்ற கிளர்ச்சி மூலம் ஆட்சி மாறியது. அயூப் கானுக்கு அடுத்து யாஹியா கான் பொறுப்பேற்றுக் கொண்டார். தேர்தலை நடத்துவேன் என உறுதியளித்தார்.

சொன்னபடியே அதற்கான நடவடிக்கைகளை முடுக்கிவிட்டார். ஆங்கிலேயர்களிடம் விடுதலை பெற்றதற்குப் பிறகு, பாகிஸ்தானில் முதன் முறையாக நடத்தப்படும் நாடு தழுவிய பொதுத் தேர்தல். மேற்கு பாகிஸ்தான் அரசியல் தலைவரான ஜுல்பிகர் அலி புட்டோவின் முழக்கமே உணவு, உடை, உறைவிடம் *(Roti Kapra Aur Makaan)* என்பதுதான்.

கிழக்கில், கூடுதலாக சுயாட்சி உரிமையும் தேர்தல் அஜெண்டாவில் இருந்தது. இந்து, முஸ்லிம் வேறுபாடுகள் எதுவும் இன்றி ஒருங்கிணைந்து தேர்தலைச் சந்திக்க திட்டமிட்டனர். முஜிபுர் ரஹ்மான் பார்த்துப் பார்த்து வேட்பாளர்களைத் தேர்வு செய்தார். உள்ளூரில் செல்வாக்கு பெற்றவர்களைத் தன் அவாமி லீக் கட்சி சார்பில் நிறுத்தினார்.

சிட்டகாங் மலைப்பகுதியில் முஸ்லிம் அல்லாதவர்கள் அதிகம் இருந்த பகுதி இந்திய பாகிஸ்தான் பிரிவினையின் போது பாகிஸ்தானுக்கு வந்ததல்லவா. அங்குள்ள சக்மா பழங்குடிகளின் அரசர் திரிதேவ் ராய். முஜிபுர் ரஹ்மான் இவரைச் சந்தித்து

அவாமி லீக் சார்பில் போட்டியிடுமாறு வேண்டுகோள் விடுத்தார். அதை மறுத்து சுயேச்சையாகக் களமிறங்கினார் ராய்.

1970ஆம் ஆண்டு டிசம்பர் மாதம் தேர்தல். அரசியல் புயலுக்கு முன்னே நவம்பர் மாதத்தில் நிஜப் புயல் கிழக்கு பாகிஸ்தானைத் தாக்கியது.

போலா புயல்

உலக வரலாற்றில் நடந்த மோசமான இயற்கைப் பேரழிவுகளில் போலா புயலும் ஒன்று. சுமார் இருநூறு கிலோமீட்டர் வேகத்தில் சுழன்றடித்தது காற்று. கிட்டத்தட்ட முப்பதடி உயரத்துக்கு எழும்பின அலைகள். கடலோரம் இருந்த அனைத்தையும் வாரிச் சுருட்டிக்கொண்டு உள்ளே போயின.

போலா தீவு, நவகாளி, பட்டுவாகாலி, சிட்டகாங் பகுதிகள் உள்படப் பல பகுதிகள் பாதிக்கப்பட்டன. புயல், அப்பகுதியின் புவியியலைச் சற்றே மாற்றியமைத்தது. பல தீவுகளும் தாழ்வான பகுதிகளும் மூழ்கின. இரண்டு நாள் புயலில் மூன்று லட்சத்திற்கும் அதிகமானோர் இறந்தனர். பல லட்சம் மக்கள் இடம்பெயர்ந்தனர்.

இப்போது போல நவீன புயல் எச்சரிக்கைக் கருவிகள் ஏதும் இல்லாத காலம் அது. பேரழிவுகளைக் கையாள்வதிலும் நிபுணத்துவம் பெற்றிருக்கவில்லை. மூன்று வேளை உணவு கிடைக்கும் படியான ஆட்சி நடத்தவே திணறிக் கொண்டிருந்தது அரசாங்கம். இயற்கைப் பேரழிவுகள் எல்லாம் இறைவன் கணக்கில் எழுதிவிட்டு அரசாங்கம் வெறுமனே வேடிக்கை பார்ப்பதே வாடிக்கை. அதைவிட முக்கியமாக நிர்வாகச் சீர்கேடுகளால் சிக்கித் தவித்துக் கொண்டிருந்தது கிழக்கு பாகிஸ்தான். விடுதலைக்குப் பிறகான இருபதாண்டுகளில் உள்கட்டமைப்பு வசதிகள் எதுவும் மேம்படவில்லை.

- *1969-70களில் மேற்கு பாகிஸ்தானில் இருந்தவர்களின் தனி நபர் வருமானம் கிழக்கு பாகிஸ்தானில் இருந்த மக்களை விட 61 சதவிகிதம் அதிகமாக இருந்தது. முந்தைய பத்தாண்டுகளை விட இரு மடங்கு அதிகமாக உயர்ந்திருந்தது.*

- *1950-55* ஆண்டுகளில் கிழக்கு பாகிஸ்தான் பகுதியின் வளர்ச்சிப் பணிகளுக்காகச் செலவிடப்பட்டது மொத்த பட்ஜெட்டில் இருபது சதமானம் மட்டுமே. எண்பது சதவிகிதம் மேற்கில்தான் செலவிடப்பட்டது. போராட்டங்களின் பலனாக வாக்குறுதிகள் வழங்கப்பட்டன. அமலுக்கு வரவில்லை. *1965-70* ஆண்டுகளில் இது முப்பத்தைந்து சதவிகிதமாக மட்டுமே அதிகரித்தது. பாகிஸ்தானின் மொத்த மக்கள் தொகையில் *54* சதவிகிதம் மக்கள் வசித்தது கிழக்கில்.
- மேற்கு பாகிஸ்தானின் பொருள்கள் பாதிக்குப் பாதி கிழக்குக்கே ஏற்றுமதி செய்யப்பட்டு விற்பனையாகின. அதாவது தேவையற்ற தரம் குறைந்த பொருள்கள் எதைத் தயார் செய்தாலும் அதைத் தள்ளிவிட ஒரு சந்தை அவர்களுக்கு இருந்தது. அதிகாரம் கையில் இருந்ததால் எதை விற்பனைக்கு வைக்க வேண்டும் என்கிற முடிவை அவர்களே எடுத்தார்கள். சிறைபிடிக்கப்பட்ட சந்தையாக இருந்த கிழக்கில் விற்பனையான பொருள்களின் வருமானம் மேற்குக்குச் சென்றது.
- கிழக்கில் மிகுதியாக இருக்கும் பொருள்களை வேறு எந்த நாடுகளுக்கும் ஏற்றுமதி செய்து பொருளீட்டும் வாய்ப்பை வழங்காமல் மேற்கில் உள்ள பற்றாக்குறையைச் சமாளிக்க அரசே எடுத்துக் கொண்டது. விடுதலை பெற்றதில் இருந்து இருபதாண்டுகள் கணக்கைப் பார்த்தால் எடுத்துக்கொண்ட பொருள்களால் *31* மில்லியன் டாலர்கள் வருமானம் வந்தது. இதன் மதிப்பு வெளிச்சந்தையில் *2100* மில்லியன் டாலர்கள். கிழக்கின் உண்மையான வளங்கள் ஆண்டுக்கணக்கில் இப்படிச் சுரண்டப்பட்டன.
- கிழக்கு பாகிஸ்தானில் வருமான வளர்ச்சி விகிதம் குறைவு என்ற வாதம் பாகிஸ்தான் தரப்பில் சொல்லப்பட்டது. மேற்கை விட கிழக்கில் அதிக வேகத்தில் மக்கள் தொகை அதிகரித்த போதும் *0.1* சதவிகிதம் அதிகரித்து *3* என்ற நிலையில் கிழக்கு இருந்தது. ஆனால் மேற்கோ ஒரு சதவிகிதம் குறைந்திருந்தது.

  *1966*லிருந்து *70* வரைக்கும் கிழக்கில் சராசரியாக ஒன்றேகால் மில்லியன் டன் உணவு உற்பத்தியாகி இருந்தது. வெள்ளமும் புயலும் *70, 71*ஆம் ஆண்டுகளில் இருபது சதவிகித உற்பத்தியைக் குறைத்துவிட்டன. இருபத்தெட்டு ஆண்டுகளுக்கு முன்பு

வந்த கிரேட் பெங்கால் பஞ்சம் போன்ற நிலையை இது உருவாக்கியது.

நிர்வாகப் பாகுபாடுகள் புயலை விட அதிக சேதத்தை ஏற்படுத்தின. புயலால் இடம்பெயர்ந்த மக்கள் முறையான தங்குமிட வசதி, உணவு இன்றித் தவித்தனர். தொற்று நோய்களாலும் அவதிப்பட்டனர். புயலுக்குப் பிறகும் நாள்தோறும் மக்கள் இறந்து கொண்டிருந்தனர். உயிர் பிழைத்தோர் அடுத்த மாதம் நடந்த தேர்தலில் வாக்களித்தனர்.

கிழக்கு பாகிஸ்தானில் மொத்தமிருந்த தொகுதிகளில் இரண்டைத் தவிர மற்ற அனைத்திலும் முஜிபுர் ரஹ்மானின் அவாமி லீக் கட்சி பெருவெற்றி பெற்றது. ஒன்றில் சுயேச்சையாக நின்ற திரிதேவ் ராய் வென்றார். மற்றொன்றில் பாகிஸ்தான் தேசியக் கட்சித் தலைவர் நூருல் அமின் வென்றார். அவாமி லீக் வென்ற நூற்று அறுபது தொகுதிகள் பாகிஸ்தானில் ஆட்சியமைக்கத் தேவையான பெரும்பான்மையைவிட அதிகம். மேற்கு பாகிஸ்தானில் வலுப்பெற்றிருந்த பூட்டோ எண்பத்தொரு தொகுதிகளில் மட்டுமே வெற்றி பெற்றிருந்தார்.

1971 ஜனவரியில் வெளியான தேர்தல் முடிவுகள் தெளிவாக இருந்தன. கிழக்கு பாகிஸ்தான் தலைவர் வங்க நண்பன் ஷேக் முஜிபுர் ரஹ்மான் மொத்த பாகிஸ்தானுக்கும் பிரதமர் ஆகும் உரிமையைப் பெற்றுவிட்டார். ஆனாலும் அடுத்து என்ன நடக்கும் என்பது பற்றி உறுதியாக யாரும் அறிந்திருக்கவில்லை. முஜிபுர் உள்பட.

தேர்தல் முடிவுகள் அறிவிக்கப்பட்டதும் பிப்ரவரி மத்தியில் சட்டசபையைக் கூட்டலாம் எனக் கோரினார் முஜிபுர். குறைந்த தொகுதிகளில் வெற்றி பெற்றிருந்த பூட்டோ இன்னும் கொஞ்சம் கால அவகாசம் கேட்டார். எப்படியாவது கூட்டணிக் கணக்குகளை மாற்றியமைத்து பெரும்பான்மையைப் பெறமுடியுமா என்கிற நப்பாசைதான். எப்படிக் கூட்டிக் கழித்தாலும் பெரும்பான்மைக்கும் அதிகமான இடங்களைப் பெற்றிருந்த அவாமி லீக் கட்சிதான் முதலிடத்தில் இருக்கும். ஆனாலும் யாஹியா கான் தாமதத்திற்கு அனுமதி கொடுத்தார். மார்ச் மூன்றாம் தேதி கூடுவதென முடிவானது.

ஆளப்போவது முஜிபுர். அவருடைய ஆறு அம்சக் கோரிக்கைகளை நிறைவேற்றிக் கொள்ள யாரும் தடை சொல்ல முடியாது. சுயாட்சி பெற்ற வங்காளத்தை சட்டப்படியே அவர் நிறுவமுடியும். ஆனால் பூட்டோ உள்ளிட்டோர் தங்கள் விருப்பத்திற்கு எதிராக இப்படிச் செய்வதென்றால் இந்தச் சபையில் பங்கேற்க விருப்பம் இல்லை என்றனர். எதிர்க்கட்சித் தலைவராக, தன்னால் இருக்க முடியாது என்றார் பூட்டோ.

மார்ச் ஒன்றாம் தேதி பேச்சுவார்த்தைக்கு அழைப்பு விடுக்கப் பட்டது. கிழக்கு பாகிஸ்தான் வருவதற்கு யாரும் தயாராக இல்லை. கூட்டம் ரத்து செய்யப்பட்டது. அன்றைய இரவே பாகிஸ்தானுக்கு எதிராகப் பேசவும் எழுதவும் தடைவிதித்தார் யாஹியாகான். மீறினால் பத்தாண்டுகள் சிறைத் தண்டனை கிடைக்கும்.

மறுநாள் டாக்கா பல்கலைக்கழகத்தில் மாணவர்கள்கூடி பங்களாதேஷ் தேசியக் கொடியை ஏற்றினர். தற்போதைய பங்களாதேஷ் தேசியக் கொடி பச்சை செவ்வகத்தில் சிவப்பு வட்டம் கொண்டது. சிவப்பு வட்டம் மையத்தில் இருக்காமல் கொஞ்சம் விலகி இருக்கும். பறக்கும் போது நடுவில் தெரியும் என்பதற்காக இப்படி வடிவமைத்தார்களாம். வங்கத்தின் பசுமையைக் குறிக்க பச்சை. ரத்தம் சிந்திய போராட்டத்தைக் குறிக்கச் சிவப்பு. ஆரம்பத்தில் பயன்படுத்திய கொடியில் பசுமைப் பச்சைக்கு நடுவே, புரட்சிச் சிவப்பு வட்டத்தின் உள்ளே, ஆரஞ்சு நிறத்தில் வங்கதேச எல்லைகளை வரையறுத்திருந்தனர்.

மாணவர் தலைவர் வெளிப்படையாகக் கொடியேற்றியதோடு, முஜிபுர், ஆறு அம்சக் கோரிக்கைகளைப் பிரகடனம் செய்யவேண்டும் எனவும் முழங்கினார். தேசிய அவாமி லீக்கும், ஜதியா லீக்கும் அன்றைக்கு ஊர்வலங்களை நடத்தினர். டாக்கா பல்கலைக்கழகத்தில் நடந்த துப்பாக்கிச் சூட்டில் மூன்று மாணவர்கள் இறந்து ஐம்பதுக்கும் மேற்பட்டோர் காயமடைந்தனர்.

கிழக்கு பாகிஸ்தான் முழுக்க வேலைநிறுத்தத்திற்கு அழைப்பு விடுத்தார் முஜிபுர் ரஹ்மான். அன்றிரவு மௌலானா பாஷானி உள்பட பல தலைவர்களுடன் இணைந்து பேச்சுவார்த்தை நடத்தினார். அடுத்த நாளும் முஜிப் கேட்டுக்கொண்டபடி கடைகள், அலுவலகங்கள் அனைத்தும் அடைக்கப்பட்டிருந்தன.

1971 ஆம் ஆண்டு மார்ச் ஏழாம் தேதி ஏற்பாடு செய்யப்பட்டிருந்த பொதுக்கூட்டத்தில் கலந்து கொண்டு பேசினார். வங்கதேச வரலாற்றில் முக்கியத்துவம் பெற்ற பேச்சு. ரம்னா ரேஸ் கோர்ஸ். தற்போது சுஹ்ரவாடி உதயன் என அழைக்கப்படும் இடம். கண்ணுக்கெட்டிய தூரம் வரை மக்கள் கூட்டம். பத்தொன்பது நிமிடங்கள். தேர்ந்தெடுத்த சொற்களில் அமைந்த பேச்சு.

ஜெய் பங்களா

உலகப் பாரம்பரிய ஆவணங்களில் முஜிபுரின் இந்த மார்ச் ஏழு உரையை இணைத்துள்ளது யுனெஸ்கோ அமைப்பு. பாகிஸ்தான் மட்டுமின்றி பல நாடுகளின் உளவுத் துறையினர் குறிப்புகளில் பதிவாகப் போகும் பேச்சு என முஜிபுர் ரஹ்மானுக்குத் தெரியும்.

முஜிப் உரையை நேரலை செய்ய பாகிஸ்தான் அரசு அனுமதி தரவில்லை. நேரில் வந்து கூடுவோர் மட்டும் கேட்கட்டும். அதை வானொலி, தொலைக்காட்சிகளில் நேரலை செய்து ஏன் நாடு முழுக்க நாமே பரப்பவேண்டும் என நினைத்திருப்பார்கள். பத்து லட்சத்திற்கும் மேற்பட்டோர் மைதானத்தில் கூடியிருந்தனர்.

ஆடியோ, வீடியோவாகப் பேச்சைப் பதிவு செய்ய கிழக்கு பாகிஸ்தான் திரைத்துறை சங்கத்தைச் சேர்ந்தவர்கள் ஏற்பாடு செய்திருந்தனர். ஆட்சியமைக்காமல் இழுபறி நடந்ததால் உலகளாவிய ஊடகங்களும் ஆர்வம் காட்டின. என்ன பேசப் போகிறார் என அறிந்துகொள்ள, இந்த நாளைப் பதிவு செய்ய, பல நாடுகளில் இருந்து ஊடகவியலாளர்கள் வந்திருந்தனர்.

கனத்த இதயத்துடன் பேச்சைத் தொடங்குவதாகக் குறிப் பிட்டார் முஜிபுர். தேர்ந்தெடுக்கப்பட்ட உறுப்பினர்கள் மக்களின் பொருளாதார, அரசியல், கலாசார உரிமைகளை உறுதிப்படுத்துவார்கள் என்றுதான் நம்பினேன். 23 ஆண்டுகளைத் திரும்பிப் பார்த்தால் வங்காள மக்கள் ரத்தம் சிந்துவதையும் கண்ணீர் சிந்துவதையும் தவிர வேறெதையும் காண முடியவில்லை என்றார்.

பாகிஸ்தான் விடுதலை பெற்றதில் இருந்து கிழக்கில் வங்காள மக்கள் நடத்திய போராட்டங்கள், இயக்கங்கள், தேர்தல்கள்,

அதில் நடந்த வன்முறைகள் அனைத்தையும் பட்டியலிட்டார். கடைசியாக நடந்த தேர்தலில் அறுதிப் பெரும்பான்மை பெற்ற பிறகு நடந்தவற்றை நீங்களே அறிவீர்கள் எனச் சுட்டிக் காட்டினார். குற்றம் சுமத்தப்பட வேண்டியவர்கள் நாங்கள்தானா எனக் கேட்டார்.

வங்காள மக்களின் ரத்தத்தின் மீது நடந்து சென்று பதவியை ஏற்க மறுக்கிறேன் என்றவர், வன்முறையற்ற ஒத்துழையாமை நிலைப்பாட்டை அறிவித்தார்.

- அனைத்துப் படைகளும் திரும்பப் பெறப்படவேண்டும்.
- பொதுமக்கள் மீதான துப்பாக்கிச்சூடு நிறுத்தப்பட வேண்டும்.
- மேற்குப் பாகிஸ்தான் ராணுவ வலிமையைப் பிரயோகிக்கக் கூடாது.
- வங்காளதேச அரசின் செயல்பாடுகளில் இராணுவ தலையீடு இருக்கக்கூடாது.
- ராணுவச் சட்டம் திரும்பப் பெறப்பட வேண்டும்.
- தேர்ந்தெடுக்கப்பட்ட பிரதிநிதிகளிடம் அதிகாரம் மாற்றப்பட வேண்டும். அதுவரை வன்முறையற்ற, ஒத்துழையாமை இயக்கம் தொடரும்.

ஒத்துழையாமை நிலைப்பாட்டில் எதைச் செய்யலாம் எதைச் செய்யக் கூடாது எனவும் விவரமான அறிவுறுத்தல்கள் இருந்தன.

- வரிகள் செலுத்த வேண்டாம்.
- அரசாங்க அலுவலகங்கள் மற்றும் நீதிமன்றங்கள் மூடப்பட வேண்டும்.
- இரயில் மற்றும் துறைமுகத் தொழிலாளர்கள் வேலையைத் தொடரலாம். ஆனால் கிழக்கு பாகிஸ்தான் மீது அடக்குமுறையைச் செலுத்த அவர்களின் பணி உதவுமானால் அவர்களும் வேலையை நிறுத்த வேண்டும்.
- வங்காள வானொலி, தொலைக்காட்சி, செய்தித்தாள்கள் மக்கள் இயக்கத்தின் செய்திகளை அடக்குவதில் ஒத்துழைக்கக் கூடாது.

- தொலைப்பேசி அழைப்புகள் கிழக்கு பாகிஸ்தானுக்குள் மட்டுமே செயல்படவேண்டும்.
- கிழக்கில் இருந்து மேற்கு பாகிஸ்தானுக்குப் பணம் அனுப்பக் கூடாது.
- அனைத்து கட்டடங்களிலும் தினமும் கருப்புக் கொடி ஏற்றப்பட வேண்டும்.
- அரசு அலுவலர்கள் முஜிப் அளிக்கும் உத்தரவுகளைப் பின்பற்றவேண்டும். நிலைமையைப் பொறுத்து எந்த நேரத்திலும் முழு வேலைநிறுத்தம் அறிவிக்கப்படலாம்.
- வேலை நிறுத்த காலத்திலும் தனியார் முதலாளிகள் தங்கள் தொழிலாளிகளுக்கு சம்பளம் கொடுக்க வேண்டும்.
- ஒவ்வொரு கிராமத்திலும் உள்ளூர் அவாமி லீக் தலைவர்களின் கீழ் குழுக்கள் உருவாக்கப்பட வேண்டும்.

இதையெல்லாம் சொல்லிவிட்டு முத்தாய்ப்பாகச் சில எச்சரிக்கைகளை விடுத்தார். யாருக்கு என்கிறீர்களா? அதுவும் மக்களை நோக்கித்தான் இருந்தது.

மிகவும் கவனமாக இருங்கள். எதிரி தூண்டுதல் வேலையில் ஈடுபட நம்முடைய அணிகளுக்குள் ஊடுருவியுள்ளார் என்பதை மனத்தில் கொள்ளுங்கள். வங்காளி அல்லது வங்காளி அல்லாதவர், இந்து அல்லது முஸ்லிம், அனைவரும் நம்முடைய சகோதரர்கள், அவர்களுடைய பாதுகாப்பை உறுதி செய்வது நமது பொறுப்பு.

இப்படித் தெளிவாக இருந்த உரையில் அரசை விளித்து அவர் சொன்னது, ராணுவ ஆட்சியின் கீழ் இனிமேலும் எங்களை அடிமைப்படுத்தி வைக்கலாம் என்கிற எண்ணத்தைக் கைவிடுங்கள் என்பதுதான்.

நான் இருந்தாலும் இல்லையென்றாலும் இந்த போராட்டம் தொடர வேண்டும்.

இந்த முறை நம் போராட்டம் விடுதலைக்கான போராட்டம். இந்த முறை நம் போராட்டம் சுதந்திரத்திற்கான போராட்டம். வாழ்க வங்கம். வாழ்க வங்கம். என முழங்கி உரையை முடித்தார்.

தெருவில் இறங்கிச் சண்டையிட அழைப்பு விடுக்காமல் வீடுகளைக் கோட்டையாக்கி துப்பாக்கிகளில் இருந்து நம்மைப் பாதுகாத்துக் கொள்வோம் என்பதாக அவர் உரை இருந்தது.

முஜிபுர் ரஹ்மானின் வசீகரக் குரலில் இருந்த நியாயத்தை யாரும் மறுக்க முடியாது. ஆனால் மிக நுட்பமான இந்த அறிவிப்பு யாஹியா கானை நெருக்குதலில் தள்ளியது.

மக்கள் முஜிப் சொன்னதைச் சொன்னபடி கேட்டார்கள். சிட்டாகாங்கில் வழக்கம்போல வந்திறங்கிய ராணுவத் தளவாடங்கள் உணவுப் பொருள்களை எடுத்து வைக்க ஒத்துழைப்பு கொடுக்க மறுத்தனர் கூலி வேலை செய்வோர். அவர்களுக்கு எதிராகத் துப்பாக்கியைத் தூக்க முடியாது என்று மறுத்தனர் கிழக்கு பாகிஸ்தானில் இருந்த வங்காள ராணுவ வீரர்கள்.

அனைவரையும் கைது செய்து அடைக்க எவ்வளவு ஆள்பலம் வேண்டும்? இடமும் வேண்டுமே. போராட்டத்தில் ஈடுபட்டுக் கைதாகி சிறையில் இருந்தவர்கள் கும்பலாகச் சேர்ந்து சிறையை உடைத்துக் கொண்டு வந்து கைதி உடையுடன் முஜிப் உரையாற்றிய மாநாட்டில் கலந்து கொண்டார்கள் என்றால் பார்த்துக்கொள்ளுங்கள். சிறைச்சாலையிலும் ராணுவப் படைத்தளத்திலுமே நிலை இதுவென்றால் மற்ற இடங்களைப் பற்றிக் கேட்கவே வேண்டாம்.

ஆங்காங்கே சில்லறைச் சண்டைகள் நடந்தன. ஊரடங்கு உத்தரவிடப்பட்டது. அதை மதிக்கத் தயாராக இல்லை மக்கள். டாக்கா, கொமிலா, சிட்டகாங், ஜெஸூர் பகுதிகளில் இருந்த ராணுவ வீரர்கள் போதுமான அளவுக்கு உணவில்லாது வேறு தளங்களுக்கு இடம்பெயர்ந்தனர்.

திட்டம் போட்டுக் கொல்

கிழக்கு பாகிஸ்தானில் போர் ஒன்று வரப்போவதை மக்கள் உணர்ந்திருந்தனர். முஜிபுர் ரஹ்மான் அதற்காகத் தம் மக்களைத் தயார் செய்தார். அவர் பேச்சு, அனைத்துலக சமூகம் அவர் மீது மட்டுமே எல்லாப் பழியையும் போடாமல் இருக்க ஒரு முயற்சி. அதைத் திறமையாகவே செய்தார். கூடுமானவரை வன்முறையைத் தவிர்க்க நினைத்தார். வன்முறையற்ற போர் ஒன்று சாத்தியமா? தென்னாப்பிரிக்காவிலும் இந்தியாவிலும் காந்தி முன்னெடுத்த அஹிம்சைப் போராட்டத்தில் ஈடுபட்டோர் வன்முறையைக் கையிலெடுக்கவில்லை. ஆனால் வன்முறைக்கு இலக்கானார்கள்.

தேர்தல் முடிந்ததும் மக்களாட்சி வரும் எனச் சொன்னார் யாஹியா கான். வாக்களித்து முஜிப் தேர்வான பிறகு அதை நிறைவேற்றவில்லை. அதெல்லாம் செல்லாது திரும்பத் தேர்தல் நடத்தித் திரும்ப வாக்குகளை எண்ணுவோம் என்று மட்டும்தான் சொல்லவில்லை. மக்கள் ஏதோ ஒரு வகையில் எதிர்ப்பைத் தெரிவித்துத்தானே ஆக வேண்டும். அதைத்தான் கிழக்கு பாகிஸ்தானில் இருந்த வங்காள மக்கள் செய்தார்கள். வங்காள அரசியல்வாதிகளும் மக்களும் எதிர்பாராதது தாங்கள் விதிமுறைகள் ஏதும் அற்ற கொடூரத் தாக்குதலுக்கு ஆளாகப் போகிறோம் என்பதை. அதை எதிர்கொள்ள எந்தத் திட்டமும் அவர்கள் கையில் இல்லை.

மேற்கு பாகிஸ்தானில் அப்படி ஒரு தாக்குதலுக்காகத் தெளிவான திட்டம் ஒன்று தயாரானது. லெப்டினன்ட் ஜெனரல் டிக்கா கான் கிழக்கு பாகிஸ்தானின் கவர்னர் ஆக்கப்பட்டார். புட்சர் ஆஃப் பலுசிஸ்தான் *(Butcher of Balochistan)* எனப் பட்டம் வாங்கியவர். கலவரங்களை அதிகாரத்தால் அடக்கியதில் அனுபவம் பெற்றவர்.

வங்காளிகள் எளிதில் விட்டுக் கொடுக்க மாட்டார்கள். கம்யூனிஸ சகவாசம் வேறு இருக்கிறது. புரட்சிப் படையாகக் கிளர்ந்தெழுந்து பலமாக எதிர்த்து நிற்பார்கள். திட்டமிட்டுக் கொள்ளுங்கள் என யாஹியா கான் டிக்கா கானிடம் சொல்லியிருப்பார். அவர் அதை திட்டம் போட்டுக் கொல் எனப் புரிந்துகொண்டார் போல. அல்லது யாஹியா கானே அதைத்தான் சொன்னாரோ என்னவோ. நேரில் கண்ட சாட்சிகள் யாரும் எதுவும் வாய் திறக்கவில்லை.

பிற்காலத்தில் வெளியான பாகிஸ்தானின் வெள்ளை அறிக்கையில் மார்ச் 26ஆம் தேதி அவாமி லீக் நடத்த இருந்த கலவரத்தைத் தடுக்கவே மார்ச் 25ஆம் தேதி இரவு ஆபரேஷன் சர்ச்லைட் நடவடிக்கையைத் தொடங்கியதாக இருக்கிறது. ஆனால் அந்த நாளுக்கான திட்டமிடலைப் பார்த்தாலே அதில் எவ்வளவு உண்மை இருக்கிறதென்று விளங்கிவிடும்.

தங்கள் நாட்டு மக்களின் மீதே போர் ஒன்றை நடத்தத் தேவையான முன் தயாரிப்புகளாகத்தான் டிக்கா கானின் செயல்கள் இருந்துள்ளன. போதுமான படையைக் கொடுத்தால் நாற்பத்தெட்டு மணி நேரத்தில் அவர்களை நசுக்கி விடுகிறேன் எனச் சொல்லக்கூடியவராக டிக்கா கான் இருந்தார். அதுவே டிக்காவின் திட்டங்களில் பாதியை விளக்கிவிடும்.

இலக்குகள் துல்லியமாகப் பட்டியலிடப்பட்டன. டாக்கா பல்கலைக்கழக வளாகம் முதன்மையானது. காவல் தலைமையகம். முக்கியமான அரசியல் தலைவர்களின் வீடுகள். பத்திரிகை அலுவலகங்கள். வானொலி நிலையம். ஒவ்வொரு இடத்துக்கும் தேவைப்படும் படையில் எத்தனை பேர் இருக்க வேண்டும் என்பது முதற்கொண்டு முடிவானது.

இடம் மட்டுமல்ல. அங்கே யாரைக் கொல்லவேண்டும் என்பதும் முன்கூட்டியே முடிவானது. அறிவுத் தளத்தில் இயங்கும் மெத்தப் படித்தவர்கள். பேராசிரியர்கள். மாணவர் தலைவர்கள். அவாமி லீக் தலைவர்கள். வங்க இனத்தின் மீது பற்று கொண்டவர்கள். எல்லாருடைய பெயர்களையும் வசிப்பிடத்தை வைத்து முறையாகத் தொகுத்துப் பகுத்து, பத்திருபது பெயர்களாக குறும் பட்டியல் தயாரானது.

தலைவர்களைப் பின் தொடர்வதன் மூலம் தகவல்கள் சேகரிக்கப்பட்டன. உள்ளூர் மக்களை வைத்தே யார் யார் எங்கே கூடுவார்கள் எனத் தகவல்கள் கேட்டுக் குறித்துவைத்துக் கொண்டனர்.

கொஞ்சம் கொஞ்சமாக ராணுவப் படை கிழக்கு பாகிஸ்தானுக்கு வந்து கொண்டிருந்தது. வங்காள மக்கள் இல்லாத படையணி. மேற்கு பாகிஸ்தான் பகுதியில் ராணுவத்தில் வேலை செய்துகொண்டிருந்த வங்காள மக்கள் தவிர்க்கப்பட்டனர். தேவையான அளவு ஆயுதங்கள் ஒவ்வொரு பகுதிக்கும் போய்ச் சேர்ந்தன. உணவும், வாகனங்களுக்கான எரிபொருளும் ஸ்டாக் செய்யப்பட்டன.

அரசுப் பணியில் இருந்த ஒவ்வொரு வங்காளி அல்லாத நபருக்கும் தனிப்பட்ட முறையில் அவசரநிலைக்குத் தயாராகும்படி தகவல் போனது. முக்கியமான ஆவணங்கள் பாதுகாப்பான இடங்களுக்கு மாற்றப்பட்டன. உத்தரவு கொடுக்கும் இடத்தில் வங்காளி யாரேனும் இருந்தால் உடனே அவர் பணிமாற்றம் செய்யப்பட்டார். அல்லது விடுமுறை அளித்து வீட்டுக்கு அனுப்பப்பட்டார்.

பலி கொடுக்கப் போகும் பூசாரி வெட்டப் போகும் வாளையும் பூசைப் பொருள்களையும் மட்டும் தயாராக வைத்துக் கொண்டால் போதாதே. பலி கொடுக்க வேண்டிய ஆட்டையும் தண்ணீர் தெளித்து மஞ்சள் குங்குமம் இட்டு மாலையிட்டுத் தயார் செய்வார்கள் அல்லவா. அப்படி மனரீதியாக வங்காளிகளைத் தயார் செய்ய ஆரம்பித்தது டிக்கா கான் படை.

சையாப்ஸ் *(PSYOPS)* எனப்படும் உளவியல் நடவடிக்கைகள் தனிப்பட்டியல். வங்காள தேசியவாதம் பேசியவர்களை தேச விரோத சக்திகளாக அடையாளப்படுத்தினார்கள். பிரிவினைவாதிகளுக்கு எதிராக நடவடிக்கை வேண்டியதின் அவசியம் பற்றி தொடர்ந்து செய்தி பரப்பினார்கள். வானொலி, துண்டுப்பிரசுரங்கள் உள்ளிட்ட எல்லா வழிகளும் கையாளப்பட்டன.

வங்காளி - வங்காளியல்லாத மக்களிடையே பிளவை உண்டாக்க முயன்றனர். செய்தி ஊடகங்களில் தேர்ந்தெடுக்கப்பட்ட செய்திகள் மட்டுமே பதிப்பிக்கப்பட்டன. தனிப்பட்ட தகராறில் அடிதடி நடந்தால் கூட வங்காளி அல்லாதவர் தாக்கப்பட்டார் என்பது போல செய்திகள் வெளியாகின.

வானொலியில் தொடர்ந்து அச்சுறுத்தும் வகையிலான எச்சரிக்கைகள் கொடுக்கப்பட்டன. ஊரடங்கு அறிவிப்பைக் கூட உச்சபட்ச ஒலி கொண்ட ஸ்பீக்கரில் மீண்டும் மீண்டும் அலறவிட்டு பீதி கிளப்பினர். வதந்திகளை வேண்டுமென்றே பரப்பி பதற்றத்தை உண்டாக்கினர்.

ஏன் இதைச் செய்கிறோம் என நியாயம் கற்பிக்கும் வேலைகள் நடந்தன.

அவாமி லீக் தலைவர்களைப் பற்றிய பொய்த் தகவல்கள் உள்நாட்டு வெளிநாட்டு ஊடகங்களில் பரப்பப்பட்டன.

சிறுகச் சிறுக ராணுவ வேலைகள் நடந்துகொண்டிருக்க, மறுபுறம் அரசியல் பேச்சுவார்த்தைகள் நடந்தன. பூட்டோவை அதிபராக்கி முஜிபுர் ரஹ்மானை பிரதமராக்கும் யோசனை ஒன்று பரிசீலிக்கப்பட்டது.

மார்ச் மாதத்தில் மட்டுமே மூன்று முறை கிழக்கு பாகிஸ்தானில் இருந்த வங்காளி ராணுவ வீரர்கள் முஜிபுர் ரஹ்மானை அணுகினர். உத்தரவு கொடுங்கள் என்றனர். முஜிப் அவர்களைத் திருப்பி அனுப்பினார். மார்ச் ஏழாம் தேதி உரையின் போதே மக்கள், தீர்வை எதிர்பார்த்துத்தான் வந்திருந்தனர். கூட்டம் நடந்த மைதானத்தில் இருந்து நான்கு கிலோமீட்டர் தொலைவில் இருந்த ராணுவத் தலைமையகத்தை நோக்கிக் கைகாட்டியிருந்தால் செய்து முடிக்க மக்கள் தயாராகத்தான் இருந்தனர். எனினும் அரசியல் தீர்வுதான் நிரந்தரமானது என்பதைப் புரிந்து வைத்திருந்தார் முஜிப். ஆனால், ராணுவ நடவடிக்கைதான் தவிர்க்க முடியாத தீர்வென்று பாகிஸ்தான் ஆட்சியாளர்கள் முடிவு செய்தனர்.

வெளிச்சத்தைத் தேடி

வங்காளிகள் விரும்பியது மக்களாட்சியை. வாக்களித்துத் தங்கள் முடிவைத் தெரிவித்துவிட்டார்கள். அதை நீங்கள் ஒப்புக்கொள்ளவில்லை என்றாலும் நாங்கள்தான் ஆட்சியாளர்கள். உங்கள் ஒப்புதல் இன்றி ஆட்சியை எப்படி நிறுவுகிறோம் பாருங்கள். இதைச் சொல்லாமல் செயலில் காட்டினர் முஜிபும் அவாமி லீக் கட்சியினரும்.

அவாமி லீக் கட்சித் தலைவர்களின் கீழ் குழு அமைக்க வேண்டும் எனச் சொல்லியிருந்தார் அல்லவா. சங்கரம் பரிக்ஷத் அதன் பெயர். புரட்சிக் குழு என்பதாகப் பொருள் கொள்ளலாம். ஒவ்வொரு மாவட்டத்திலும் அதன் உட்பிரிவிலும் ஒன்றியம், மொஹல்லா, தனா என்று பிரித்து அவாமி லீக் தலைவர்களின் கீழ் அமைத்து இயங்கினார்கள். ஊராட்சி, பேரூராட்சியில் ஆரம்பித்து மொத்த நிர்வாக அமைப்பும் உருவாக்கப்பட்டது.

முஜிப் உரைக்கு அடுத்த நாள் அவாமி லீக் கட்சியின் பொதுச் செயலாளரும் முஜிபின் முக்கியமான ஆலோசகருமான தாஜுதின் அஹமத் ஓர் அறிக்கை வெளியிட்டார். அதில் யார் என்ன வேலை செய்யவேண்டும், செய்யக் கூடாது என்பது பற்றி விளக்கங்கள், சந்தேகங்களுக்கான விடைகள் இருந்தன.

வங்கிகள் வேலை செய்ய வேண்டிய நேரம். பயன்படுத்த வேண்டிய சாலைகள். அரிசி உள்ளிட்ட உணவுப் பொருள்களை விநியோகம் செய்யும் வழி. கேஸ், மின்சாரம் விநியோகம். சுகாதாரப் பணியாளர்கள் வேலை நேரம். அரசுக் கருவூலத்தில் உள்ளோர் வங்காளி அரசு ஊழியர்களுக்கு சம்பளம் தருவதற்கான உத்தரவுகள். எல்லாமே தெளிவாக இருந்தன.

தந்தி சேவைகள் நிறுத்தப்பட்டு வெளிநாட்டு செய்தி நிறுவனங்களுக்கு செய்தி அனுப்ப மட்டும் சிறப்பு அனுமதி இருந்தது. அதில் முஜிபுக்கு எதிராக ஏதாவது இருந்தால் வேலை பார்ப்பவர்கள் அவர்களே தணிக்கை அதிகாரிகளாக மாறி விடுவார்கள். தாஜுதின் விளக்க அறிக்கையைக் கிட்டத்தட்ட மதப் புத்தகம் போலப் பின்பற்றினார்கள். அவாமி லீக் கட்சிக்காரர்கள்தான் என்றில்லை, ஒட்டுமொத்த வங்காளிகளுமே ஒன்றிணைந்து செயல்பட்டார்கள். பாகிஸ்தான் ஆட்சியாளர்கள் இவ்வளவு பிடிவாதமான ஒற்றுமையை எதிர்பார்க்கவில்லை.

இந்த ஒற்றுமை கிழக்கில் வசித்த மேற்கு பாகிஸ்தானியர்களையும் பிகாரிகளையும் பீதிக்கு ஆளாக்கியது. டாக்கா விமான நிலையத்தில் அந்த பீதி தெளிவாகத் தெரிந்தது. உயிரோடு வீடு போய்ச் சேர்வது நல்லதல்லவா. நியாயமான அச்சம்தான். அரசாங்கம் நம் பக்கம் என்கிற துணிச்சலில் அவர்கள் தங்களிடம் வேலை செய்யும் வங்காளிகளை நடத்திய விதம் நினைவுக்கு வந்திருக்கும். மேற்கு பாகிஸ்தான் திரும்ப விமானச் சீட்டு கிடைக்காதா என அலைபாய்ந்தார்கள்.

பாகிஸ்தான் அரசோ அந்த நேரத்தில்தான் விமானங்களை ரத்து செய்திருந்தது. குறைந்த அளவு மட்டுமே விமானங்கள் இயக்கப்பட்டன. அதுவும் அரசுத் தேவைக்காக அரசுப் பணியாளர்களைக் கொண்டு போனது. பொதுமக்கள் உடையில் இருந்த ராணுவ வீரர்கள்தான் அந்த அரசுப் பணியாளர்கள்.

வந்திறங்கிய வீரர்கள் ஏதாவது வாங்கலாம் எனக் கடைக்குப் போனால் அவர்களுக்கு எதையும் விற்க முடியாது என வங்காளிகள் மறுத்தார்கள். எந்த வேலையாக இருந்தாலும் ராணுவத்தினருக்கு எனில் செய்ய முடியாது என்றனர். கொமிலாவில் ராணுவ வீரர்களின் உடுப்பைக் கழற்றிக் கையில் கொடுத்து உள்ளாடையுடன் முகாமுக்குத் திருப்பி அனுப்பி வைத்த சம்பவம் ஒன்றும் நடந்தது. அவாமி லீக் முன்னெடுத்த இந்த ஒத்துழையாமை, பாகிஸ்தான் ஆட்சியாளர்களை அவமானத்துக்கு உள்ளாக்கியது.

டிக்கா கான் கிளம்பி கிழக்கு பாகிஸ்தானுக்கே வந்தாலும் நிலைமையில் மாற்றம் இல்லை. ஆட்சி என்ற பெயரில் அங்கு அரைகுறையாக ஏதேனும் பணிகள் நடந்து கொண்டிருந்ததென்றால் அது முஜிப் அமைத்த இணை அரசாங்கத்தினுடையதுதான்.

முஜிப் வீடு இருந்த 32, தன்மண்டிதான் தலைமைச்செயலகம்.

மார்ச் மத்தியில் யாஹியா கானே கிளம்பி வந்தார். பேச்சுவார்த்தைகள் மூலம் தீர்வு காண முயற்சி என்பது பாவனை மட்டுமே. பேச அழைத்து வந்த குழுவினர் எல்லாரும் திட்டமிட்டுத் தேர்ந்தெடுக்கப்பட்டனர். வங்காளிகளுடன் சமாதானப் போக்கைக் கடைப்பிடிக்காத நபர்களாகவே கூட்டிவந்தார். பூட்டோவும் கிளம்பி வந்தார். முன்னர் குறிப்பிட்ட முன் தயாரிப்பு நடவடிக்கைகளை எடுக்க அரசுக்குத் தேவைப்பட்ட கால அவகாசத்தைப் பெறவே பேச்சுவார்த்தை. அது, வெற்றி பெறவேண்டும் என்கிற நோக்கமெல்லாம் கிடையாது.

அதை வங்காளிகள் அறிந்திருக்கவில்லை. யாஹியா கான் கிளம்பி மேற்கு பாகிஸ்தான் போகும் போதுகூட அந்தப் பேச்சுவார்த்தையில் நம்பிக்கை வைத்திருந்தார் முஜிப். பின்னர் பாகிஸ்தான் வெளியிட்ட வெள்ளை அறிக்கையில் பேச்சு வார்த்தை பற்றி எதுவுமே குறிப்பிடவில்லை. ஆனால் முஜிப் கடைசியாக வெளியிட்ட அறிக்கை, அரசுடன் நடந்த பேச்சுவார்த்தையில் அதிகாரத்தைக் கைமாற்றிவிட ஒப்புதல் கிடைத்தது என்றே குறிப்பிட்டிருந்தது. அவாமி லீக் கட்சிக்காரர்கள் பேச்சுவார்த்தை நல்லபடியாக முடிந்து ஆட்சியமையப்போகிறது என துண்டுப் பிரசுரங்களை விநியோகித்துக் கொண்டிருந்தனர். அன்றிரவு நடக்கப் போகும் அட்டூழியங்களுக்கான சுவடே இல்லை.

1971ஆம் ஆண்டு. மார்ச் 25ஆம் நாள். இரவு 11.30 மணிக்கு மேல் தொடங்கியது ஆபரேஷன் சர்ச் லைட். இந்தப் பொதுப் பெயருக்குக் கீழே பல்வேறு உபதலைப்புகளில் பெயர் வைத்துப் பல்வேறு இடங்களில் ஒரே சமயத்தில் பாகிஸ்தான் ராணுவம் களம் இறங்கியது.

கிழக்கு பெலிகானாவில் உள்ள கிழக்கு ரைஃபில் குவாட்டர்ஸ் நோக்கி டாங்கிகள், ராக்கெட் லாஞ்சர்கள், தானியங்கித் துப்பாக்கிகளுடன் ஒரு படை சென்றது. ரஜர் பாக் காவல் தலைமை நிலையத்துக்கு இன்னொரு படை சென்றது. தயார் நிலையில் இல்லாத ஐயாயிரம் பேர் மீது தாக்குதல் நடந்தது. முடிவு தெரிந்ததுதான். அத்தனை வலுவான ஆயுதங்களுடன் வரும் படையைத் திடீரென எதிர்ப்பதென்றால் என்னாகுமோ அதுதான் நடந்தது. தங்கள் உயிரைக் கொடுக்க ஆயத்தமாக

முஜிபுர் கட்டளைக்குக் காத்திருந்தவர்கள் அல்லவா. உயிர் போகும் முன்பு தங்களால் இயன்றவரை பாகிஸ்தான் ராணுவ வீரர்களுடன் கடும் சண்டையிட்டு மாண்டார்கள்.

தி பீப்பிள், டெய்லி இதிபக் பத்திரிகை அலுவலகங்களும் இதே போல் தாக்கப்பட்டன. மீண்டும் பயன்படுத்தும் வகையில் பத்திரிகை அலுவலகங்களை விடத் தயாராக இல்லை பாகிஸ்தான் ராணுவம். தீ வைத்தது. தப்பியோடிய சிலரைத் தவிர மற்றவர்கள் அச்சுக்கூடத்தோடு சேர்ந்து தீக்கிரையாகினர். காவலர்களும் செய்தியாளர்களும் அரசுக்கு எதிராக எதையோ செய்தார்கள் எனச் சொல்லக் காரணமாவது இருக்கிறது. ஷான்கரிப்பட்டி, தன்டி பஜார் பகுதிகளில் கொல்லப்பட்ட இந்துக்களுக்கு அப்படிக்கூட எந்த காரணமும் சொல்லமுடியாது. இந்து மதத்தினராகப் பிறந்தது ஒன்றே அவர்கள் இழைத்த குற்றம்.

தெருவின் இரு மூலைகளிலும் படையை நிறுத்தி யாரும் வெளியே வர வாய்ப்புத் தராமல் மொத்தமாகக் கொன்றது பாகிஸ்தான் ராணுவம். இந்துக்கள் நெருக்கமாக வாழும் பகுதி என்பதால் ஷான்கரிப்பட்டியில் மட்டுமே எட்டாயிரத்துக்கும் அதிகமானோர் கொல்லப்பட்டனர்.

டாக்கா பல்கலைக்கழகத்தில் இறப்பு எண்ணிக்கை ஆயிரத்துக்குள் இருந்தாலும் உலகத்தை உலுக்கியெடுத்த படுகொலைகள் அவை. இந்து மாணவர்கள் ஜகந்நாத் ஹாலில் சுற்றி வளைக்கப்பட்டனர். முஸ்லிம் மாணவர்களுக்கு இக்பால் ஹால். எதிர்காலத்தை கட்டமைக்க இருந்த இளம் மாணவர்கள், பேராசிரியர்கள் அனைவரும் சுட்டுக் கொல்லப்பட்டனர்.

கிழக்கு பாகிஸ்தானில் இருந்த அறிவுச் சமூகம் தேடித் தேடி வேட்டையாடப்பட்டது. மருத்துவர், பொறியாளர், ஆய்வாளர், எல்லாத் துறை வல்லுநர்களும் கொன்று குவிக்கப்பட்டார்கள். சுத்தப்படுத்தும் நடவடிக்கை என இதைக் குறிப்பிட்டது பாகிஸ்தான் ராணுவம்.

அவாமி லீக் முதல் கட்டத் தலைவர்களில் ஆரம்பித்து வட்டச் செயலாளர், வார்டு கவுன்சிலர் வரைக்கும் பெயர் பட்டியல் ராணுவத்திடம் இருந்தது. டாக்காவில் மதுர் கேன்டீன் நடத்திய மதுசுதன் டே ஜகந்நாதன் ஹாலுக்கு இழுத்துச் செல்லப்பட்டார்.

சித்திரவதைகளுக்குப் பிறகு கொல்லப்பட்டார். அகர்தாலா சதி வழக்கில் இரண்டாவது குற்றவாளியாக வழக்கைச் சந்தித்து விடுதலையான ஹோசைன் அவர் குடும்பத்தினர் முன்னிலையில் சுட்டுக் கொல்லப்பட்டார். விடுதலை *(Ek dofa zindabad - Liberation is the only demand)* கேட்கும் முழக்கத்துடன் அவர் உயிர் போனது. இரவு முழுக்க நடந்த வெறித்தனமான கொலைகளில் தப்பிப் பிழைத்தோர் நாட்டை விட்டு வெளியேறிக் கொண்டிருந்தனர். பொழுது விடிந்ததும் ஊரடங்கு நேரத்தில் வெளியே என்ன வேலை என்று கண்ணில் பட்டவர்களைச் சுட்டுக் கொன்றது பாகிஸ்தான் ராணுவம். தொடர்ந்து 48 மணி நேரங்களுக்கு இடைவிடாது தேடுதல் நடத்திக் கொலைகள் புரிந்தனர்.

இனப்படுகொலை

கிழக்கு பாகிஸ்தானின் மற்ற பகுதிகளில் இருந்து வேறுபட்டு முஜிப் வசித்த 32, தன்மண்டி இல்லத்தில் அமைதி நிலவியது. பேச்சுவார்த்தையில் ஈடுபட்டிருந்த யாஹியாகான் எதுவும் சொல்லாமல் கிளம்பிவிட்டார் என்ற தகவல் மாலையில் வந்தபோதே முஜிப், கட்சிக்காரர்களை மறைவிடங்களுக்குச் செல்ல உத்தரவிட்டார். ஆனால் அவர் எங்கும் போகவில்லை. நான் இங்கேயே என் வீட்டில் இருக்கிறேன் என உறுதியாகத் தெரிவித்தார்.

இரவு எட்டரை மணி வாக்கில் ரிக்ஷாக்கரர் ஒருவர் மூச்சிரைக்க வண்டியோட்டி வந்தார். இருமிக் கொண்டே தன்னிடம் இருந்த துண்டுச் சீட்டைக் கொடுத்தார். பெயரிடாமல் தகவல் மட்டும் இருந்தது. - உங்கள் வீட்டை இன்றிரவு ரெய்டு செய்யப் போகிறார்கள்.

அதன் பிறகும் முஜிப் கிளம்பவில்லை. மற்ற பகுதிகளில் ராணுவ நடமாட்டத்தைப் பார்த்தவர்கள் ஓயாமல் முஜிப் வீட்டுக்கு தொலைப்பேசியில் அழைத்து விசாரித்துக் கொண்டிருந்தனர். தொலைப்பேசியை எடுக்கும் வேலையாளிடம் பேசி முஜிப் வீட்டில் இருப்பதை உறுதிப்படுத்திக் கொண்டனர். அதிகாலை ஒரு மணிக்கு மேல் அது நின்று போனது.

முஜிபுர் ரஹ்மானின் வீட்டுக்கு வந்த ராணுவ வீரர்கள் வானத்தை நோக்கியும் வீட்டை நோக்கியும் சுட்டனர். இரவுடை மீது மெரூன் நிற மேலங்கி அணிந்து வெளியே வந்த முஜிப், "ஏன் காட்டுமிராண்டிகளைப் போல நடந்து கொள்கிறீர்கள்? கூப்பிட்டால் வெளியே வரப்போகிறேன்" என்றார்.

ராணுவ வீரர் ஒருவர் முன்னால் வந்து, “சார் எங்களுடன் அமைதியாக வாருங்கள்” எனப் பணிவுடன் சொன்னார். ஒத்துழைப்பு கொடுத்து முஜிப் அவருடன் சென்றார். அவர்கள் சென்றவுடன் மனைவியும் குழந்தைகளும் அருகில் இருந்த வீடு ஒன்றிற்குப் புகலிடம் தேடிச் சென்றனர்.

ஒரு மணி நேரத்தில் மீண்டும் வந்த ராணுவ வீரர்கள் பணிவைக் கைவிட்டனர். உயிர்ப்பலி ஏதும் அன்றைக்கு அங்கே நடக்கவில்லை. ஆனால், எதையோ தேட வந்ததாகக் காட்டிக் கொண்டு அனைத்தையும் போட்டு உடைத்தனர். நாசம் செய்தனர்.

முஜிபுர் கைதானது முதல் மற்ற இடங்களில் நடந்த கொலை சம்பவங்கள் வரை மெதுவாகத் தகவல் பரவியது. கட்சிக்காரர்கள், புரட்சியாளர்கள் தரப்பில் எதிர்த்தாக்குதல் ஆரம்பித்தது. ஏன்டாப்பா... இருபது வருடங்களுக்கு மேலாக இங்கே வசிக்கும் நீங்களும் வங்காளிகளாக மாறி இருக்க வேண்டாமா? இப்படிக் காட்டிக் கொடுப்பது தகுமா? எனக் கோபம் ரசாக்கர்கள் மீது திரும்பியது. பிகாரிகள் பெருமளவில் வசித்த பகுதியை இலக்காகக் கொண்டு வெறியாட்டம் நிகழ்த்தினர்.

இச்செயல்கள், பாகிஸ்தான் ஆட்சியாளர்கள் தங்கள் நடவடிக்கையை நியாயப்படுத்த ஒரு வலுவான காரணத்தைக் கொடுத்தன. கலவரத்தை அடக்குகிறோம் என இன்னும் தீவிரமாகக் களத்தில் இறங்கினர். அதற்கான விவரமான திட்டமும் விரிவான முன்னேற்பாடுகளும் அவர்களிடம் இருந்தன. கலவரத்தில் ஈடுபட்ட வங்காளிகளிடம் அப்படி ஏதும் இல்லை. பாகிஸ்தான் ராணுவம், பலத்துடன் நடவடிக்கைகளைத் தீவிரப்படுத்தியதும் பதுங்கினர். ஓடி ஒளிந்தனர். தப்பித்து இந்தியாவுக்குச் சென்றவர்களைத் தவிர மற்றெல்லாரையும் கொன்று தீர்த்துவிட முயன்றது டிக்கா கானின் படை.

மார்ச் 26, 27. இரண்டு நாள்களும் இருபத்துநான்கு மணி நேரத் தடையுத்தரவு இருந்தது. அதன் பிறகு மாலையில் இருந்து காலை வரை தடையுத்தரவு தொடர்ந்தது. யாரேனும் வெளியில் நடமாடினால் யோசிக்காமல் சுட்டுக் கொன்றது பாகிஸ்தான் ராணுவம். அதோடு பட்டியலை வைத்துக் கொண்டு தேடிச் சென்று கொன்றது.

மார்ச் 28க்குப் பிறகு நாற்பத்தெட்டு மணி நேர அவகாசத்தில் பெரியளவில் படை திரட்டப்பட்டது. வீரர்களும் ஆயுதங்களும் கொஞ்சம் கொஞ்சமாக ஸ்டாக் செய்யப்படுவது மாறி, போர்க்கால வேகம் கொண்டது. இருபத்தைந்தாயிரம் ராணுவ வீரர்கள் மேற்கில் இருந்து கிழக்குக்கு இடம் பெயர்ந்தனர். முதுகுப் பையுடன் கிளம்பி வந்தால் போதும். துப்பாக்கிகளும் மற்ற தளவாடங்களும் கப்பலில் வந்து சேரும். வீரர்களில் பெரும்பகுதியினர் இலங்கை வழியாக கிழக்கு பாகிஸ்தானை வந்தடைந்தனர்.

பேச்சுவார்த்தைக்காக வந்த பூட்டோ கிளம்பாமல் மார்ச் 25ஆம் தேதி வரை அங்கேயேதான் இருந்தார். மறுநாள் அவரை விமானம் ஏற்றும் முன்பு ராணுவத்தினர் நகர்வலம் அழைத்துச் சென்று தாங்கள் என்ன செய்தோம் எனக் காண்பித்தனர். சிலர், பூட்டோவுக்கு விவரமாகத் தெரியாது, மேலோட்டமாக கலவரத்தை அடக்கியதாகக் காண்பித்தனர் என்கின்றனர். சிலரோ ராணுவத்தினரின் அட்டூழியங்களைப் பார்த்தும் அவர் அலட்டிக் கொள்ளவில்லை என்கின்றனர். ராணுவத்தை எதிர்ப்பவர்களுக்கு இதுதான் கதி எனச் சொல்லவும் சுற்றுலா அழைத்துப் போயிருக்கலாம். எப்படியானாலும் வரலாற்றில் பதிவான செய்தி இதுதான். மேற்கு பாகிஸ்தான் வந்த பூட்டோ, "பாகிஸ்தான் காப்பாற்றப்பட்டது" எனச் செய்தியாளர்களிடம் தெரிவித்தார்.

நடந்தது இனப்படுகொலை.

கிழக்கு பாகிஸ்தானில் மார்ச் மாத இறுதி முதல் மே மாத இறுதி வரைக்கும் நடந்த படுகொலைகள் முழுக்க முழுக்க வங்காளிகளைக் குறிவைத்து நடந்தவை.

- கிழக்கு வங்காள ரெஜிமென்ட், கிழக்கு பாகிஸ்தான் ரைஃபில்ஸ் படை, அன்சர், முஜாஹிதின் படையைச் சேர்ந்தோர்.
- இந்து மதத்தினர்.
- அவாமி லீக் கட்சிக்காரர்கள். எந்தப் பொறுப்பினைக் கட்சியில் ஏற்றிருந்தாலும் பரவாயில்லை. டீ வாங்கிக் கொடுக்கும் வேலை செய்பவராக இருந்தாலும் கூட. கட்சிப் பொறுப்பில் இல்லாமல் தன்னார்வலராக உதவுபவர், கட்சி அனுதாபி என எந்த வகையில் அவாமி லீக் உடன் தொடர்பில் இருந்தாலும் இலக்குதான்.

● வங்காள அறிவுஜீவிகள்

இப்படிக் குறிப்பிட்ட மக்கள் குழுவை விரட்டிக்கொன்றது பாகிஸ்தான் ராணுவம். விசாரணை, கைது எதுவும் கிடையாது. அதிகபட்ச சோதனை ஆடையை அவிழ்த்துப் பார்ப்பது. இந்து மதம் எனத் தெரிந்தால் உடனே சுட்டுவிடுவார்கள். சரி, முஸ்லிமாக இருந்தால்? உருது தெரியாத முஸ்லிம் வங்காளி, அவாமி லீக் கட்சிக்காரனாகத்தான் இருக்கவேண்டும். அவனையும் சுடு. இப்படிச் சுமார் இரண்டரை லட்சம் பேர் இரண்டு மாத காலத்தில் கொல்லப்பட்டனர்.

இவையெல்லாம் வெளி உலகத்துக்கு வேறுவிதமாகக் காட்சிப் படுத்தப்பட்டன. நாட்டுக்கு எதிராகக் கிளர்ச்சியில் ஈடுபட்ட வங்காளிகளைக் கட்டுப்படுத்தும் நடவடிக்கைகளை பாகிஸ்தான் அரசு எடுக்கிறது. அந்தச் செய்திதான் வெளியில் சென்றது. தகவல் தொடர்பு சாதனங்கள் அனைத்தும் ராணுவத்தின் கட்டுப்பாட்டுக்குள் வந்தன. டாக்கா வானொலி நிலையம் முடக்கப்பட்டது. வெளி உலகுடன் தொடர்பு கொள்வதைத் தடுத்தார்கள்.

வெளிநாட்டுப் பத்திரிகையாளர்கள் வெளியேற உத்தரவிடப்பட்டது. அதையும் மீறி நான்கைந்து பேர் கிளம்பவில்லை. தங்கள் உயிரைப் பணயம் வைத்து செய்தி சேகரிக்க மறைவிடங்களில் பதுங்கியிருந்தனர். மார்ச் 29ம் தேதி, டெலிகிராபில் வந்த செய்தியில் டாக்கா பல்கலைக் கழகத்தின் இக்பால் ஹாலில் 200 மாணவர்கள் கொடூரமாகக் கொல்லப்பட்ட செய்தி வந்தது. டாக்காவில் இருந்த அமெரிக்கத் தூதரக அதிகாரி உள்படப் பல வெளிநாட்டினர் பல நடவடிக்கைகளுக்குச் சாட்சியானார்கள். முடிந்தவரை ஆவணப் படுத்தினார்கள்.

ஆனால் எல்லாமே அதிகார மட்டத்தில் முணுமுணுப்புகளாகவே முடிந்தன. முழுமையான செய்திகள் பன்னாட்டுச் சமூகத்தை சென்று சேரவில்லை. அல்லது உள்நோக்கத்துடன் உலக நாட்டுத் தலைவர்கள் அமைதி காத்தனர். முப்பது ஆண்டுகளுக்குப் பிறகு டி-கிளாஸிபைட் ஆவணங்களை அமெரிக்கா வெளியிட்டபோது அது தெளிவாகத் தெரிந்தது. யாஹியாவுக்கு இப்போது அழுத்தம் கொடுக்க வேண்டாம் (To all hands, don't squeeze Yahya at this time) எனத் தன் கைப்படக் குறிப்பு எழுதியிருந்தார் அமெரிக்க அதிபர் நிக்ஸன்.

பாகிஸ்தானில் தணிக்கை செய்யப்பட்ட செய்திகளே மக்களுக்குக் கிடைத்தன. அதை மீறித் தங்களை வந்தடையும் செய்திகளை நம்பத் தயாராக இல்லை மேற்கு பாகிஸ்தான் மக்கள். இந்தியச் சதியால் இந்துக்கள் ஊடுருவி நம் நாட்டில் குழப்பம் ஏற்படுத்துகிறார்கள் என்பதை நம்பவே விரும்பினார்கள். நம்பினார்கள்.

மக்கள் வாக்களித்துத் தேர்ந்தெடுத்த அரசு அமையவில்லை. இது ஓர் அரசியல் சிக்கல். இதற்குத் தீர்வுகாண ராணுவ நடவடிக்கையை ஆரம்பித்தது பாகிஸ்தான். ஆபரேஷன் சர்ச் லைட் தொடங்குவதற்கு மூன்று நாள் முன்பு முஜிபிடம் ஒரு கேள்வி கேட்கப்பட்டது. இனிமேலும் ஒருங்கிணைந்த பாகிஸ்தான் நாடு சாத்தியம் என நீங்கள் நம்புகிறீர்களா? முஜிப், “நான் முஸ்லிம் லீக்-காரன்” என்று பதிலளித்தார். நாட்டைப் பிரிப்பதோ தன் கட்டளைக்குக் காத்திருந்த கிழக்கு பாகிஸ்தான் ராணுவத்தின் வங்காளிகளை வைத்து ஆட்சியைப் பிடிப்பதோ முஜிப் நோக்கமாக இல்லை.

திட்டமிடல், தொலைநோக்குப் பார்வை இன்றி திடுதிப்பென ஒத்துழையாமையை அறிவித்த முஜிப். அதைத் தீவிரமாகக் கடைப்பிடித்த வங்காளிகள். அந்த நிலைக்குக் கொண்டு வந்த பாகிஸ்தான் ஆட்சியாளர்கள். யாரால் இப்படி ஆனது என எவ்வளவு ஆராய்ந்தாலும் நடந்த நிகழ்வுகள் இனப்படுகொலை என்பதை யாரும் மறுக்கமுடியாது.

முஜிப் நகர் அரசு

இந்தியாவிடம் தஞ்சம் அடைந்த அவாமி லீக் தலைவர்களுக்கு ஆதரவு கொடுத்தது இந்தியா. மக்களுக்கும்தான். ஏறக்குறைய ஒரு கோடி பேர் பங்களாதேஷில் இருந்து எல்லை தாண்டி இந்தியாவில் அடைக்கலம் புகுந்தனர்.

தென்மேற்கு பங்களாதேஷையும் இந்தியாவில் உள்ள கொல்கத்தாவையும் இணைக்கும் சாலை ஜெஸோர் ரோடு. இது தவிர நீர்வழிப் பாதைகள் பலவும் உள்ளன. பங்களாதேஷின் எந்தப் பக்கத்தில் இருந்தும் இந்தியாவின் பல மாநிலங்களுக்குள் நுழைந்துவிட முடியும். பாகிஸ்தான் ராணுவம் ஓரிடத்தில் இருந்து மற்றொரு இடத்திற்குச் செல்வதைத் தடுக்கும் வகையில் பல பாலங்கள் தகர்க்கப்பட்டு பாதைகள் முடக்கப்பட்டிருந்தன. கிடைத்த வழிகளில் எல்லாம் மக்கள் தப்பிச் சென்றனர். நதி முழுக்கப் பிணங்கள் மிதந்து கொண்டிருந்த காட்சிகள் இன்னும் பலரின் நினைவை விட்டு அகலவில்லை. அகதிகள் வருவதையும் ஆற்றில் தண்ணீரே தெரியாமல் பிணங்கள் மிதப்பதையும் இந்தியா உலக நாடுகளின் பார்வைக்குக் கொண்டு சென்றது.

இந்தியப் பிரதமராக இருந்த இந்திரா காந்தி இவ்விவகாரத்தை நிதானமாகவே கையாண்டார். அருகில் இருக்கும் நாடு என்கிற வகையில் உளவுத் துறை மூலம் உண்மை நிலையை இந்தியா உணர்ந்திருந்தது. வலுவான ராணுவப் படை பலத்தை இந்தியா கட்டமைத்துவிட்டது. ஆனாலும் போருக்குச் செல்லவில்லை. அமெரிக்கா, ரஷ்யா, பிரிட்டன் உள்ளிட்ட மற்ற பல நாடுகளின் கருத்துகளுக்கும் முக்கியத்துவம் அளித்தாக வேண்டும். பொருளாதாரத் தடை முதல் இந்தியக் கடற்பகுதியில் பாகிஸ்தானுக்கு ஆதரவாகக் கிளம்பி வரும் கப்பல் வரைக்கும் பல

சவால்களை இந்திரா காந்தி கையாள வேண்டியிருந்தது. எத்தனை இடர்கள் வந்தபோதும் பங்களாதேஷ் ஆதரவு நிலைப்பாட்டில் இந்திரா உறுதியாக இருந்தார்.

கைது செய்யப்பட்ட முஜிபுர் பாகிஸ்தான் சிறைக்குக் கொண்டு செல்லப்பட்டார். மார்ச் 26ஆம் நாள், சிறையில் இருந்த முஜிப் சொன்ன செய்தி என்று ஒரு வானொலி அறிவிப்பு வெளியானது. "பங்களாதேஷ் விடுதலை பெற்றதாக அறிவிக்கிறேன். கடைசி உயிர் இருக்கும் வரைக்கும் பாகிஸ்தானிடம் இருந்து இந்த மண்ணை மீட்கும் வரைக்கும் நம் போராட்டம் தொடரும்." இந்தச் செய்தியை அறிவித்த போது வானொலி இயக்கம் பாகிஸ்தான் கட்டுப்பாட்டில் இருந்தது. வங்காளி ராணுவ வீரர்கள் பயன்படுத்தும் குறுகிய எல்லைக்குள் மட்டுமே இச்செய்தி சென்று சேர்ந்தது.

முஜிபிடம் இருந்து வந்த கடைசிச் செய்தி அதுதான். பாகிஸ்தான் சிறையில் வெளியில் என்ன நடக்கிறதென்று தெரியாமல் யாரோடும் பேச அனுமதியின்றி இருளில் அடுத்த ஒன்பது மாதங்களை அவர் கழித்தார். அவர் சொன்னபடியே அவர் இருந்தாலும் இறந்தாலும் விடுதலைப் போராட்டம் தொடரும் என்பதில் மக்கள் உறுதியாக இருந்தனர்.

வடக்கு சத்தோகிராம் நகரில் கலோகட்டில் வானொலி நிலையத்தைக் கைப்பற்றியிருந்தனர் சில பங்களாதேஷ் விடுதலை வீரர்கள். ஸ்வதின் பங்களா பதேர் கேந்ரா என்கிற வானொலிச் சேவையை நிறுவினார்கள். வானொலி நிலையத்திற்கு பாதுகாப்பு தேவைப்பட்டது. அப்பகுதியில் கிழக்கு பாகிஸ்தான் ராணுவத்தில் மேஜராக பணிபுரிந்து கொண்டிருந்த ஜியாவுர் ரஹ்மானை அணுகினார்கள். ஜியா பாதுகாப்பளிக்க ஒப்புக் கொண்டார்.

முதல் அறிவிப்பை ஜியாவையே பேசச் சொன்னார்கள் இளைஞர்கள். முந்தைய நாள் ஒலிபரப்பான விடுதலைச் செய்தியை, மார்ச் 27ஆம் தேதி மாலை ஏழரை மணிக்கு மீண்டும் அறிவித்தார் ஜியா. "பங்களாதேஷ் விடுதலை ராணுவத்தின் தற்காலிகத் தலைவரான மேஜர் ஜியாவுர் ரஹ்மான் ஆகிய நான், ஷேக் முஜிபுர் ரஹ்மான் சார்பாக பங்களாதேஷ் சுதந்திரம் அடைந்ததென இச்செய்தி மூலம் பிரகடனப்படுத்துகிறேன்" என அறிவித்தார். பிற்காலத்தில் பங்களாதேஷ் அதிபராகவும் ஆனார் ஜியா. இந்தமுறை வானொலி நிலையம் இவர்கள் கட்டுப்பாட்டில்

இருந்ததால், செய்தி பரவலாக மக்களைச் சென்றடைந்தது. விடுதலைக் குழுக்கள், ராணுவ வீரர்கள் பாகிஸ்தான் ராணுவத்தை எதிர்த்து நிற்க, மக்கள் இடம்பெயர்ந்து செல்ல ஆரம்பித்தனர்.

பங்களாதேஷின் தென்மேற்குப் பகுதியில் உள்ளது மெஹெர்பூர் மாவட்டம். அங்கே பைத்யநதாலாவில் ஒரு மாந்தோப்பில் வைத்து ஏப்ரல் பத்தாம் தேதி வாக்களித்து மக்கள் தேர்ந்தெடுத்த அரசை நிறுவியே தீருவது என முடிவெடுத்தனர் அவாமி லீக் கட்சியினர். ஏப்ரல் பதினேழாம் தேதி உறுப்பினர் பலரும் பதவிப் பிரமானம் எடுத்துக் கொண்டனர். அமர் சோனார் பங்களா கீதம் பாடப்பட்டது. முஜிபுர் ரஹ்மான் அதிபர். தாஜுதின் அஹமத் பிரதமர். வெளியுறவுத்துறை, சுகாதாரத்துறை, நிதித்துறை, பாதுகாப்புத்துறை என அமைச்சரவை பிரித்து பொறுப்புகள் வழங்கப்பட்டன. முஜிப் நகர் கவர்ன்மென்ட் என இது அழைக்கப்பட்டது. பின்னாளில் இந்த இடத்திற்கு முஜிப் நகர் என்றே பெயர் வைத்தனர்.

நாடு கடந்த அரசாக இந்தியாவின் கொல்கத்தா நகரில் முஜிப் நகர் அரசாங்கம் செயல்பட்டது. வங்காள மொழியில் கடவுளின் நிலம் எனப் பொருள் கொண்ட இடத்தின் முகவரி, 8, தியேட்டர் சாலை, கொல்கத்தா. இங்கிருந்து பங்களாதேஷ் அரசு செயல்படத் தேவையான உதவிகளை இந்தியா பார்த்துக் கொண்டது. பங்களாதேஷ் தரப்பு நியாயத்தை உலக நாடுகளுக்கு எடுத்துச் சொல்வதில் முனைப்புடன் இருந்தது இந்தியா. அலை அலையாய் இந்தியா நோக்கி வந்த அகதிகளை உலக நாடுகள் பார்த்துக் கொண்டுதான் இருந்தன. ஆனால் அமைதி காத்ததோடு இந்தியா தலையிடுவதையும் தடுத்தன.

கிழக்கு பாகிஸ்தானில் இருந்த வங்காளிகள் முற்றிலும் மற்ற நாடுகளுடன் தொடர்பற்றுப் போயிருந்தனர். அங்கே என்ன நடக்கிறது என்கிற தகவல்கள் முழுமையாக வெளியே தெரியவில்லை. டிக்கா கான் ரசாக்கர் படையை உருவாக்கியிருந்தார். ஜமாத் இ இஸ்லாமி அமைப்பு ஒருங்கிணைந்த பாகிஸ்தான் கொள்கையில் பற்றுடையது. மொழி உரிமை, பஞ்சத்தில் இறக்கும் மக்கள் பற்றி எல்லாம் பெரிதாகக் கவலைப்படாது. மேற்கு, கிழக்கு பாகிஸ்தான் பிரியாமல் மதரீதியாக இணைந்திருக்கவேண்டும் என்பதே குறிக்கோள். பங்களாதேஷ் விடுதலைப் போராட்டத்தை

இவர்கள் எதிர்த்தார்கள். மேற்கு பாகிஸ்தான் ராணுவத்துடன் இணைந்து படுகொலைகளைச் செய்தனர்.

இந்நிலையில் பாகிஸ்தான் அரசு தங்கள் தரப்பு நியாயத்தைப் பறைசாற்ற எட்டு பேர் கொண்ட பத்திரிகையாளர் குழுவை மேற்கில் இருந்து கிழக்குக்கு அழைத்துச் சென்றது.

“1947 பிரிவினையின் போது இந்தியாவை விட்டுத் துரத்தப்பட்ட அப்பாவி முஸ்லிம்கள் வங்காளிகளால் கொல்லப்பட்டனர். பாகிஸ்தான் நாடு கேட்டுப் போராடிய தேசப்பற்றாளர்கள் இவர்கள். இவர்களை வங்காளிகள் கொன்றனர். பெண்கள் வல்லுறவுக்கு ஆளானார்கள். மார்பகங்களை அறுப்பதற்கென்றே தனித்துவமான வடிவில் தயார் செய்யப்பட்ட வாள்களைக் கொண்டு கொடூரங்களை நிகழ்த்தினர். சிறுவர்களைக் கூட விட்டுவைக்கவில்லை. பெற்றோருடன் கொல்லப்பட்ட சிறுவர்கள் அதிர்ஷ்டசாலிகள். ஏனெனில் நிறைய சிறுவர்கள் கண்கள் பிடுங்கப்பட்டு, கை, கால்கள் வெட்டப்பட்ட நிலையில் பெற்றோரும் இல்லாமல் மீதம் உள்ள வாழ்க்கையை வாழ வேண்டியதாகிவிட்டது.

சிட்டகாங், ஜெஷோர், குல்னா நகரங்களில் இருபதாயிரம் பிணங்கள் இருந்தன. மற்ற பகுதிகளையும் சேர்த்தால் ஒரு லட்சம் பேராவது கொல்லப்பட்டிருப்பார்கள். பாகிஸ்தான் ராணுவம் கொலைகாரப் புரட்சியாளர்களிடம் இருந்து மக்களை மீட்க வந்தது.”

இதுதான் பாகிஸ்தான் தரப்பில் அந்த எட்டு பத்திரிகையாளர்கள் எழுத அனுமதிக்கப்பட்ட செய்தி. இந்திய ஊடுருவலைத் தடுக்கவும் நாட்டைப் பிளவுபடுத்தும் தேசவிரோதிகளைக் கட்டுப்படுத்தவும் ராணுவ நடவடிக்கை தேவையாகிறது. பாகிஸ்தான் ராணுவம் அமைதி ஊர்வலம் செல்வதும் பாகிஸ்தான் கொடியுடன் மக்கள் அவர்களை வரவேற்பதும் மீண்டும் மீண்டும் பாகிஸ்தான் தொலைக்காட்சிகளில் போட்டுக் காட்டப்பட்டன. இதைப் பதிவு செய்யத்தான் எட்டு பத்திரிகையாளர்கள் கிழக்குப் பாகிஸ்தானுக்கு அழைத்து வரப்பட்டனர்.

உண்மை பேசிய ரத்தக்கறை

உருது பேசும் முஸ்லிம்கள் கொல்லப்பட்டதைப் பற்றிய தகவல்கள் பெரும்பாலும் பாகிஸ்தான் தரப்பினுடையது மட்டும்தான் இருக்கிறது. ஒரு தரப்புத் தகவல்கள் என்பதால் எவ்வளவு உண்மை என்று உறுதிப்படுத்த இயலாது. அதனால் என்ன? எல்லாமே பொய் என்று ஒதுக்கவும் முடியாது.

முஜிப் உரையைக் கவனித்தால் ஒன்று புரியும். வங்காள மக்கள் இறப்பைக் குறைக்கும் முயற்சிகள் அவர் பேச்சில் இருந்தனவே ஒழிய அவர் அஹிம்சைக்கு அழைப்பு விடுக்கவில்லை. மக்களை நோக்கி முழங்கியது போல மாணவர்கள், கட்சிக்காரர்கள், புரட்சிக் குழுக்களை விளித்து வன்முறை வேண்டாம் என அறிவுறுத்தவில்லை. சொல்லாமல் விடப்படும் சொற்களுக்கும் பொருள் இருக்கத்தான் செய்கிறது. பாகிஸ்தான் சொல்லும் எண்கள் மிகைப்படுத்தியதாக இருக்க வாய்ப்புகள் உண்டு. ஆனால் பிகாரிகள் படுகொலை செய்யப்பட்டது உண்மை. அந்த இடத்துக்கு வங்காளிகளை நகர்த்தியதே பாகிஸ்தான் ராணுவம்தான் என்பதும் உண்மை. கலவரங்களைக் கட்டுப்படுத்த வேண்டிய பாகிஸ்தான் ராணுவம் மேலும் பல மடங்கு கொடூரங்களை இழைத்ததும் உண்மை.

பாகிஸ்தான் பத்திரிகையாளர்களை அழைத்து வந்து சுற்றிக் காட்டியபோது ஒருவருக்கு மட்டும் இந்த உண்மைகள் முகத்தில் அடித்தாற் போல உறைத்தன. அந்தோனி மஸ்கரகென்ஹஸ். பாகிஸ்தானில் கராச்சியில் மதிப்பு மிக்க பத்திரிகையாளர். மார்னிங் நியூஸ் பத்திரிகையின் துணை ஆசிரியர். பிறந்து வளர்ந்தது கர்நாடகாவில். கராச்சியில் படித்து பிரிவினைக்குப் பிறகு அங்கேயே தங்கிவிட்டார். ஒருங்கிணைந்த பாகிஸ்தான் கொள்கையில் நம்பிக்கை வைத்திருந்தவர்.

பத்து நாள்கள் பாகிஸ்தான் ராணுவத்தினருடன் கிழக்கு பாகிஸ்தான் முழுக்கச் செய்தியாளர்கள் சுற்றினார்கள். ஏப்ரல் மத்தியில் நடந்தது இந்தச் சுற்றுப் பயணம். டாக்கா பல்கலைக் கழகத்தில் படுகொலைகள் நடந்து முடிந்த இரண்டு வாரங்களுக்குப் பிறகே இவர்கள் சென்றனர். பிணங்கள் அகற்றப்பட்டு பிளிச்சிங் பவுடர் தெளித்திருந்தாலும் படிகள் முழுக்க வழிந்து காய்ந்திருந்த ரத்தக்கறைகளைக் காண முடிந்தது. இக்பால் ஹால் மொட்டைமாடியில் நான்கு மாணவர்களின் தலைகள் அகற்றப்படாமல் அழுகிக் கொண்டிருந்தன.

கிளர்ச்சியை அடக்கும் போது ஏற்படும் உயிரிழப்புக்கும் சித்திரவதை, எக்ஸிகியூஷன் வகை மரணங்களுக்கும் வித்தியாசம் தெரியாதவர் அல்ல அந்தோனி. முஜிபுர் ரஹ்மான் வீட்டில் உடைக்கப்பட்டிருந்த பொருள்களில் வன்மம் பளிச்சிட்டது. பத்திரிகை அலுவலகங்கள் முதற்கொண்டு எரிந்து நாசமாகிக் கிடந்தன. டாக்கா, பேய்நகரம் போன்றிருந்தது. நடந்து முடிந்த விஷயங்கள் கொடுத்த அதிர்ச்சிகள் விலகாத நிலையில் தொடர்ந்து ராணுவம் நடத்தும் செயல்கள் அதை விஞ்சி இருந்தன.

டாக்கா, கொமிலா என எந்தப் பகுதிக்குச் சென்றாலும் சந்திப்பது ஆயுதம் ஏந்திய ராணுவ மேஜராக இருந்தாலும் சரி, ஆயுதம் இல்லாத அரசுப் பணியாளராக இருந்தாலும் சரி, திரும்பத்திரும்ப சில விஷயங்களையே சொல்லினர்.

“இறுதித் தீர்வு. கிழக்கு பாகிஸ்தான் பிரச்சினைக்கு இறுதித் தீர்வு கண்டேயாகவேண்டும். இந்துக்கள் தங்கள் பணத்தைக் கொண்டு முஸ்லிம்களை ஆண்டார்கள். உணவு, பணம், உற்பத்திப் பொருள் அனைத்தையும் இந்தியாவுக்கு அனுப்பி வைத்தார்கள். கல்லூரிகளிலும் பள்ளிகளிலும் பாதிக்கும் மேற்பட்ட ஆசிரியர்களாக இந்துக்களே இருந்தார்கள். தங்கள் பிள்ளைகளைக் கல்கத்தாவுக்கு அனுப்பிப் படிக்க வைத்தனர். வங்காளக் கலாசாரமும் இந்துக் கலாசாரமும் வெவ்வேறல்ல எனும் நிலைக்கு வந்துவிட்டது. கல்கத்தாவின் மார்வாரி தொழிலதிபர்களின் கைக்குள்ளேதான் கிழக்கு பாகிஸ்தான் இருக்கிறது.

இதன் நோக்கம் பாகிஸ்தானுக்கு எதிராகக் கலகம் செய்யும் இந்துக்களை அழிப்பது. வங்காள முஸ்லிம்களுடன் சேர்ந்து அவர்கள் உருது பேசும் முஸ்லிம்களைக் கொலை செய்துள்ளனர்.

பண பலத்தால் இதைச் செய்துள்ளனர். வங்காள முஸ்லிம்கள் தங்களை முஸ்லிம்கள் எனச் சொல்லிக் கொண்டாலும் இந்துக்களைப் போலவே நடந்து கொள்வார்கள். களங்கப்பட்ட முஸ்லிம்கள்.

முஸ்லிம் மக்களின் கைக்கு இந்த மண்ணை மீண்டும் கொண்டு வருவது நமது கடமை. தூய்மையான முஸ்லிம்களுக்கும் களங்கப்பட்ட முஸ்லிம்களுக்கும் இடையே நடக்கும் போர் இது.

கிழக்கு பாகிஸ்தானைத் தூய்மைப் படுத்தும் நோக்கத்தில் நாங்கள் உறுதியாக இருக்கிறோம். இருபது லட்சம் பேரைக் கொன்று இன்னும் முப்பது ஆண்டுகளுக்கு காலனி ஆதிக்கத்தின் கீழ் இப்பகுதியை ஆண்டால்தான் அது சாத்தியம் என்றால் அதற்கும் தயாராக இருக்கிறோம். பிழைத்திருப்போருக்கு உருது கற்றுக் கொடுத்து உண்மையான முஸ்லிமாக மாற்றுவோம்.”

அந்தோனி சந்தித்தவர்கள் அனைவரும் இப்படியும் இன்னும் பலவிதமாகவும் தாங்கள் செய்யும் கொலைகளுக்கு விதவிதமான நியாயம் கற்பித்துக் கொண்டிருந்தனர்.

பங்களாதேஷில், அப்போதைய ஏழரை கோடி மக்கள் தொகையில் சுமார் இருபது சதவிகிதம் இந்துக்கள் இருந்தனர். ஐம்பதுகளில் எடுக்கப்பட்ட கணக்கீடு. பிரிவினைக் கலவரங்களுக்குப் பிறகு எஞ்சிய எண்ணிக்கைதான் இது. 2022 ஆம் ஆண்டுக் கணக்கீட்டின் படி எட்டு சதவிகிதம் இந்து மதத்தினர் பங்களாதேஷில் வசிக்கின்றனர். இந்த எண்ணிக்கை வித்தியாசமே கொல்லப்பட்டவர்கள் இடம் பெயர்ந்தவர்கள் கதையைச் சொல்கிறது. அவர்கள் மட்டும் பாதிக்கப்படவில்லை. மாணவர்கள், ஆசிரியர்கள், அவாமி லீக் கட்சிக்காரர்கள், இடதுசாரிகள், கிழக்கு பாகிஸ்தான் ராணுவத்தில் இருந்த 1,76,000 பேரில் யார் கண்ணில் சிக்கினாலும் சரி, காவலர் பணியில் இருப்பவர்களாக இருந்தாலும் சரி, பாகிஸ்தானின் இலக்கானார்கள்.

கொமிலா மாவட்டத்தின் மக்கள் தொகை நெருக்கம் ஒரு சதுர மைலுக்கு 1900 பேர். அந்தோனி சென்றிருந்தபோது பொதுமக்களைப் பார்க்கவே முடியவில்லை. டாக்காவில் ஆள் நடமாட்டம் இல்லாத சாலையைப் பற்றிக் கேட்டபோது அவர்கள் எல்லாம் கிராமங்களுக்குப் போய்விட்டார்கள் என்ற

பதில் கிடைத்தது. கொன்று எரிக்கும் திட்டத்தின் *(Kill and Burn Mission)* விளைவு அது என்று விரைவில் அவருக்கு புரிந்தது.

சந்த்பூரில் இருந்து ஹாஜிகஞ்ச் வழியாக முகாமுக்குத் திரும்பி வரும்போது அந்தோனி நேரெதிரில் கொன்று எரிக்கும் திட்டம் என்ன என்பதற்கு சாட்சியானார். மேஜர் ரத்தோரும், இஃப்திகாரும் இயல்பாகப் பேசிக்கொள்கிறார்கள். எத்தனை பேரைக் கொன்றார்கள், எத்தனை வீடுகளை எரித்தார்கள் எனப் போகிறது அந்த உரையாடல். பேசிக் கொண்டே வீடுகளுக்குத் தீவைக்கிறார்கள்.

உண்மை இப்படி இருக்கையில் ராணுவத்துக்கு வரவேற்பு இருப்பதாக எப்படிக் காட்ட முடிகிறது? அந்தக் கேள்விக்கும் அவருக்கு விடை கிடைத்தது. லக்ஷம் பகுதியில் முகாமிட்டிருக்கும் இடத்தில் லெப்டினன்ட் ஒருவர் முன், தாடிக்காரர் ஒருவரை நிறுத்துகிறார்கள். நான் பழைய முஸ்லிம் லீக் ஆள், அவாமி லீக் அல்ல எனத் திரும்பத் திரும்பக் கெஞ்சுகிறார் அவர். அப்படி என்றால் எத்தனை பேரை அழைத்து வர முடியும் எனக் கேட்கிறார்கள். உடனே என்றால் ஐம்பது பேர், கொஞ்சம் நேரம் கொடுத்தால் இருநூறு என்கிறார்.

அனுமதி பெற்றுப் போனபிறகு சில நிமிடங்களில் துப்பாக்கிச் சுடும் சத்தங்கள் கேட்கின்றன. சிறிது நேரத்தில் நூற்றுக்கணக்கானோர் பாகிஸ்தான் கொடிகளுடன் ராணுவத்தை வரவேற்கத் தயாராக வந்து நிற்கின்றனர். அந்தோனியின் நண்பரான பாகிஸ்தான் தொலைக்காட்சி கேமரா மேன் கொடியசைப்பைப் படம் பிடித்துக் கொள்கிறார்.

எட்டு செய்தியாளர்களும் பத்து நாள் முடிந்து பாகிஸ்தான் திரும்பிவிட்டனர். சொல்லிக் கொடுத்தபடி எழுதி பிரசுரம் செய்துவிட்டார்கள். ஒருவரைத் தவிர.

எழுத்தின் வலிமை

அந்தோனி பாகிஸ்தான் திரும்பிய பிறகு, அரசு சொன்னபடி எழுதவில்லை. அவர் பார்த்ததையும் எழுதவில்லை. பத்து நாள் வெளியில் சுற்றியதால் உடம்பு சரியில்லை எனச் சொல்லி விடுப்பு வாங்கிக் கொண்டு வீட்டில் படுத்துக்கொண்டார். இரவும் பகலும் அவர் பார்த்த காட்சிகள் நினைவில் வந்து அவரைத் துன்புறுத்தின. எழுதினால் பாகிஸ்தான் அரசு அவரையும் குடும்பத்தையும் சேர்த்துத் துன்புறுத்துமே.

உடன் வந்த மற்றவர்களின் கட்டுரைகள், பாகிஸ்தான் ராணுவத்தினரை தேசியக் கொடி ஏந்தி வரவேற்கும் மக்களின் படங்களுடன் பிரசுரமானது. அதைப் பார்த்து இன்னும் பாதிக்கப்பட்டார். ஒரு சில உண்மைகளைக் கூட எழுதாமல் முழுப் பொய்யை ஊடகங்கள் எழுதி ராணுவத்துக்கு துணையாக நின்றன. அதை அவரால் ஏற்றுக் கொள்ளவே முடியவில்லை.

வீட்டில் அந்தோனி, மன அழுத்தத்துடன் உணர்ச்சி வசப்பட்ட நிலையில் இருந்தார். கண்ட காட்சிகள் எதுவும் அவர் மனத்தை விட்டு நீங்கவில்லை. உண்மையை எழுத முடியாமல் போவது குறித்த கவலை வேறு ஆட்கொண்டது. இதை எழுதாமல் போனால் இனி தன்னால் வேறு எதையும் எழுதவே முடியாது என நினைத்தார். ஆனால் எழுதினால் கொன்று விடுவார்கள். உயிர் போவதோடு கட்டுரையும் வெளியில் வராது. உண்மையைப் பிரசுரம் செய்ய யாருக்குத் துணிச்சல் இருக்கிறது? அரசு தணிக்கைக்குப் பிறகு பதிப்பாகும் செய்தித்தாள்களில் இவர் எழுதினாலும் எந்தக் காலத்திலும் அச்சேறாது.

பத்து நாள்கள் இப்படியே போயின. பிறகு ஒரு திட்டம் தீட்டினார். லண்டனில் உள்ள தங்கை ஆன் உடல்நலம்

பாதிக்கப்பட்டிருப்பதாகவும் அவரைப் பார்க்கப் போவதாகவும் சொல்லிவிட்டுக் கிளம்பினார். அங்கே சன்டே டைம்ஸ் ஆசிரியர் ஹரால்ட் இவான்ஸை சந்தித்தார். தான் கண்ட காட்சிகளையும் கேள்விப்பட்ட விஷயங்களையும் விவரித்தார். இவான்ஸ், இஸ்லாமாபாதில் வேலை செய்யும் தன்னுடைய உறவினர் மூலம் ஓரளவுக்கு இதைப் பற்றி அறிந்திருந்தார். அந்தோனியின் கட்டுரையைப் பதிப்பிக்க ஒப்புக்கொண்டார். முதலில் அந்தோனியின் மனைவி, பிள்ளைகளை லண்டன் வரவழைக்க ஏற்பாடு செய்தார். நாற்பதே நிமிடங்களில் எல்லாமே முடிவாகிவிட்டன.

அந்தோனி ஏற்கனவே திட்டமிட்டபடி ரகசியச் செய்தியாக மனைவிக்கு ஒரு தந்தி அனுப்பினார். ஆன் ஆப்பரேஷன் நல்லபடியாய் முடிந்தது. அந்தச் செய்திக்கு என்ன பொருள் என்று அவர் மனைவிக்குத் தெரியும். சூட்கேஸ்களை எடுத்து அத்தியாவசியமான பொருள்களை மட்டும் அடைத்துக் கொண்டார். ஆளுக்கு ஒரு சூட்கேஸ்தான் எடுத்துச்செல்ல முடியும். அதற்கு மேலே எடுத்தால் சந்தேகம் வரும். அழுகையைக் கட்டுப்படுத்த முடியவில்லை. இனி திரும்ப வரவே போவதில்லை. இத்தனை நாள் வாழ்ந்த வாழ்வை அப்படியே ஒரே நாளில் கைவிட்டு வேறிடத்தில் வசிக்கப் போகிறார்கள். வேறு என்னென்ன இடர்களை எதிர்கொள்ளப் போகிறார்களோ தெரியாது. ஆனால் அந்தோனியின் செயலுக்குத் துணையாக இருப்பதாக வாக்களித்திருந்தார் அவர் மனைவி.

குடும்பத்தோடு வெளிநாடு போனால் சந்தேகம் வலுக்கும். விமானத்தில் ஏற அனுமதி கிட்டாமல் போகலாம். எனவே அந்தோனி அடுத்த விமானத்தைப் பிடித்து நாடு திரும்பினார். மனைவியையும் பிள்ளைகளையும் விமானத்தில் ஏற்றிவிட்டு டாடா காண்பித்தார். சன்டே டைம்ஸ் இதழுக்கு, ஏற்றுமதி வேலை முடிந்தது என மீண்டும் சங்கேத மொழியில் தந்தி அனுப்பினார்.

வருடத்திற்கு ஒரு முறைதான் வெளிநாடு செல்ல முடியும். அப்படி ஒரு கட்டுப்பாடு அப்போது பாகிஸ்தானில் இருந்தது. இன்னொரு விமானம் பிடித்து இவர் லண்டன் போக முடியாது. எனவே, அப்படியே பெஷாவர் கிளம்பிச் சென்று அங்கிருந்து கால்நடையாகவே ஆப்கனிஸ்தான் உள்ளே நுழைந்தார். காபூலில்

இருந்து விமானம் பிடித்து லண்டன் சென்றார். தானும் குடும்பமும் நல்லபடியாக நாட்டை விட்டு வெளியேறிய தகவலை இவான்ஸ்குத் தெரிவித்தார்.

வாள் முனையைவிடப் பேனாவின் முனைக்குக் கூர்மை அதிகம். ஆட்சி மாற்றங்களை ஏற்படுத்தும் வல்லமை படைத்தது செய்தியாளரின் பேனா. இதெல்லாம் எவ்வளவு உண்மை என்பதை அந்தோனியின் கட்டுரை நிரூபித்தது.

1971ஆம் ஆண்டு ஜூலை 13ஆம் தேதி அந்தோனியின் கட்டுரை வெளியானது.

இனப்படுகொலை எனப் பெரிய எழுத்துகளில் தலைப்பிட்டு கட்டுரையைப் பதிப்பித்தனர். இரண்டு பக்கங்களில் (16 column) தன்னுடைய அனுபவங்களை அந்தோனி எழுதியிருந்தார். இதுவரை எழுதப்பட்ட போர்க்கட்டுரைகளில் முக்கியமான இடம் இக்கட்டுரைக்கு உண்டு. அந்தோனி எதையும் எளிமையாகச் சொல்லக்கூடியவர். நேரில் சென்று பார்ப்பது போல படிப்பவர் உணரும் அளவுக்குத் திறமையாக எழுதக் கூடியவர். அவர் சொற்களின் வழியே உண்மையை உலகமே பார்த்தது. அதிர்ச்சியில் உறைந்து நின்றது. அதுமட்டுமல்ல. பாகிஸ்தான் ஆதரவு நிலைப்பாட்டில் இருந்து விலகி நின்றது. *Abdul Bari had run out of luck* எனத் தொடங்கும் கட்டுரை அது.

மற்ற கிழக்கு வங்காளிகளைப் போலவே பாகிஸ்தான் ராணுவத்தினரின் கண்ணில் படும்படி ஓடிக்கொண்டிருந்ததுதான் அப்துல் பாரி செய்த பெரும் தவறு. ஆடைகளைக் களைந்து பிறப்புறுப்பைக் காட்டி இந்து அல்ல முஸ்லிம்தான் என நிரூபித்துவிடலாம். அப்பாவி என்பதை எப்படி நிரூபிக்க முடியும்? புரட்சிக்காரனா? அவாமி லீக் கட்சிக்காரனா? என்று தன்னை நோக்கி வந்த கேள்விகளுக்குத் தான் ஒரு தையல்காரன் என்பதையே திரும்பத் திரும்பச் சொல்லி அழுது கொண்டிருந்தார் அப்துல் பாரி. கொல்லப்படாமல் தப்பித்துவிட்ட அப்துலின் கதையைச் சொல்லித் தொடங்கும் அந்தக் கட்டுரை தப்பிக்க வாய்ப்பில்லாதவர்களைப் பற்றி விரிவாகப் பேசியது.

பாகிஸ்தான் ராணுவத்தினர் தாங்கள் கொன்று குவித்ததாகச் சொன்ன கணக்குகளின் வாக்குமூலங்கள் இருந்தன. ராணுவ

வீரர்கள் இயல்பாகப் பகிர்ந்துகொண்ட தகவல்களில் இருந்த வன்மத்தை அப்படியே எழுதியிருந்தார். எதிர்காலத் திட்டமாக அவர்கள் சொல்லியிருந்த கொலைத் திட்டங்களைக் குறிப்பிட்டிருந்தார்.

பாகிஸ்தானியர்கள் அந்தோனியை துரோகி என்றனர். கொலை மிரட்டல்கள் வந்து கொண்டே இருந்தன. இந்தியா குடியுரிமை வழங்கியது. அவருடைய உறவினர்கள் பலர் கர்நாடக மாநிலத்தில் வசித்தனர். அந்தோனி லண்டனிலேயே இருந்தார். விடுதலைப் போரில் நடந்த கொடூரங்களையும் ஏன் இந்த நிலை வந்தது என்பதையும் விரிவாக ரேப் ஆஃப் பங்களாதேஷ் என்றொரு புத்தகமாக எழுதினார். பங்களாதேஷ் உருவான பிறகு ஷேக் முஜிபுர் ரஹ்மான், ஜியாவுர் ரஹ்மான் காலம் பற்றியும் இன்னொரு புத்தகம் எழுதினார்.

எப்படியோ கெஞ்சிக் கேட்டு அப்துல் பாரிக்கு உயிர்ப்பிச்சை வாங்கிக் கொடுத்துவிட்டார். இறந்து போன லட்சக்கணக்கானோரை அந்தோனியால் தன் வாழ்வின் கடைசிவரை மறக்கவே முடியவில்லை. தன் கட்டுரையை உயிர் பிழைத்த ஒருவரின் கதையோடு தொடங்கியதன் காரணமும் அதுவாகவே இருக்கலாம். பதினான்கு வருடங்கள் டைம்ஸ் இதழில் வேலை பார்த்து 1986ஆம் ஆண்டு இறந்தார் அந்தோனி.

அவர் கதையை விடுவோம். கட்டுரை வெளியானதற்குப் பிறகு என்ன நடந்தது என்பதுதான் முக்கியமானது. அதுவரை பாகிஸ்தான் நாட்டுக்கு எதிராகப் போராடும் கிளர்ச்சியாளர்களை அந்நாடு கட்டுப்படுத்துகிறது என்றுதான் மற்ற நாடுகள் நினைத்தன. இதில் இந்தியாவின் பங்கு இருக்கிறதெனச் சொன்ன பாகிஸ்தானை நம்பினர். இந்திரா காந்தி எவ்வளவு எடுத்துச் சொன்னபோதும் கேட்பாரில்லை. எல்லை கடந்து வரும் வங்காளிகளுக்கு உதவி செய்யும் கடமையைத் தட்டிக் கழிக்காத இந்தியாவின் மீது பழிச்சொல்லே வந்தது. அது மட்டுமா? உதவினால் இந்தியாவைத் தாக்குவோம் என எச்சரித்தன வல்லரசு நாடுகள். உறுதியளித்திருந்த பொருளாதார உதவிகளை உடனே நிறுத்தின. என்னவெல்லாம் தடை விதிக்கலாம் என ஆலோசனை நடந்து கொண்டிருந்தது.

போரை இந்திரா விரும்பவில்லை. ஆனால் நடப்பதைப் பார்த்துக் கொண்டு சும்மா இருக்கத் தயாராக இல்லை இந்திரா காந்தி.

வல்லரசு நாடுகள் இந்தியாவின் மீது போர் தொடுத்தாலும் பங்களாதேஷ் மக்களுக்கு ஆதரவாக இந்தியா இருக்கும் எனக் களமிறங்கினார். அந்தோனியின் கட்டுரை இந்திராவின் நடவடிக்கைகளுக்கு நியாயம் சேர்த்தது. பின்னர், மற்ற நாடுகளும் படிப்படியாக அந்த நியாயத்தை ஒப்புக் கொண்டன.

ஏழு கோடி மக்களின் விடுதலைப் போர் அதிகாரப்பூர்வமாகத் தொடங்கியது.

முக்தி பாஹினி

குவாஜி சஜத் அலி ஜாகிர். இளம் வங்காளி. பாகிஸ்தான் ராணுவத்தில் சிறப்பு மிக்க படையான எலிட் 14 துணை ராணுவப் படையில் இருந்தார். வங்காளி ஒருவருக்கு பாகிஸ்தான் ராணுவத்தில் நல்ல வாய்ப்புகள் கிடைக்க வேண்டும் எனில் அவர் மிகத் திறமையானவராக இருக்கவேண்டும். பயிற்சிகளில் சிறப்பாகச் செயலாற்றியதோடு உருதும் கற்றுக் கொண்டார். பாகிஸ்தான் ராணுவத்தில் தனக்கு நல்லதொரு எதிர்காலம் இருப்பதாக எண்ணினார்.

முஜிபின் மார்ச் ஏழு உரைக்குப் பிறகு ஜாகிர் தன் எதிர்காலம் பற்றி மறுபரிசீலனை செய்ய ஆரம்பித்தார். ஆபரேஷன் சர்ச்லைட் நடந்தபோது சியல்கோட் பகுதியில் பணியில் இருந்தார். சர்ச்லைட் பற்றிய செய்திகள் கேள்விப்பட்ட பிறகு கிளம்பிச் சென்று கிழக்கு பாகிஸ்தானில் இருந்த படைகளுடன் இணைவதே சரி என முடிவெடுத்தார். அதற்கான முயற்சியில் பிடிபட்டார். இன்ட்ராகேஷன் நடந்தது. எதையும் சொல்லாமல் அமைதி காத்தார் ஜாகிர். அவரை காஷ்மீர் அருகே வேறொரு ராணுவ முகாமுக்கு இடம்மாற்றினர். அப்போது ஷகர்கர் பகுதியில் மீண்டும் ஒரு முறை தப்பிச் செல்ல வாய்ப்பு ஒன்று கிடைத்தது.

சில கிலோ மீட்டர்கள் பதுங்கிப் பதுங்கி நடந்தும் ஓடியும் பாகிஸ்தான் எல்லையைக் கடந்து விட்டார். இந்தியாவில் காஷ்மீர் பகுதியில் பலமான பாதுகாப்புடன் இருந்த காலம். பாகிஸ்தான் அடையாள அட்டையுடன் ராணுவ வீரர் ஒருவர் சிக்கினால் சும்மா விடுவார்களா? ஜாகிரிடம் ஆயுதங்கள் ஏதும் இல்லை. போட்டிருந்த பூட்ஸ் மட்டுமே மதிப்புடைய பொருள். சட்டைப் பையில் இருபது ரூபாய் பணம் இருந்தது. ஆனால், இந்திய

ராணுவத்துக்குக் கொடுக்க அவரிடம் மதிப்புமிக்க தகவல்கள் இருந்தன. பாகிஸ்தானின் ராணுவத் தளங்களுக்கான புளூ பிரின்டையே மண்டைக்குள் வைத்திருந்தார்.

பாகிஸ்தான் ராணுவத்தைப் பொறுத்தவரை ஒருவேளை, என்றைக்காவது போர் வந்தால், வீரர்களை உடல்ரீதியாக, மனரீதியாகத் தயார் செய்வது முதன்மையானது அல்ல. இந்தியாவுடன் போருக்குச் செல்கையில் என்னென்ன செய்ய வேண்டும் என்பதுதான் முக்கியமான பயிற்சியாக இருக்கும். எனவே ஜாகிரிடம் நிறைய தகவல்கள் இருந்தன.

பாகிஸ்தான் எல்லைப் பகுதியில் கண்ணி வெடிகள் புதைக்கப்பட்டுள்ள இடங்கள். ஆயுதங்கள் பதுக்கியிருக்கும் குழிகள். ஹெலிகாப்டர் இறங்கும் பாதைகள். படைகளை நிறுத்த எண்ணியுள்ள தளங்கள். ஆன்டி-டேங்க் குழிகள். இதை எல்லாம் தெளிவாக இந்திய ராணுவத்தினரிடம் கொடுத்தார் ஜாகிர். பல கட்ட விசாரணைகளுக்குப் பிறகு மருத்துவ உதவி செய்து, முஜிப் நகர் அரசிடம் ஜாகிரை ஒப்படைத்தது இந்தியா. பின்னாளில் விடுதலைக்குப் பாடுபட்டதற்காக உயரிய சிவிலியன் விருது கொடுத்து பங்களாதேஷ் இவரைக் கௌரவித்தது. பாகிஸ்தான் கொடுத்ததை இன்னும் பெருமையாக எண்ணுபவர் ஜாகிர். தேசத் துரோகக் குற்றத்துக்காக சாகும்வரை தூக்கிலிட உத்தரவு கொடுத்தது பாகிஸ்தான். இப்போதும் இந்த உத்தரவுக்கு உயிர் இருக்கிறது. சிக்கினால் ஜாகிரின் உயிர் போய்விடும்.

சரி, போராட்ட காலத்திற்கு வருவோம். முஜிப் நகரில் மறு விசாரணை செய்து ஜாகிர் தன்னைப் பற்றிச் சொல்லும் தகவல்களைச் சரிபார்த்து உறுதி செய்து கொண்டனர். பங்களாதேஷ் தேர்தலில் வென்றவர்கள் முஜிப் நகர் அரசில் பதவிப் பிரமாணம் எடுத்துக் கொண்டார்கள் அல்லவா? அவர்களில் மொஹமத் அதல் கனி ஓஸ்மானியும் ஒருவர். பிரிட்டிஷ் ராணுவத்தில் இரண்டாம் உலகப் போரில் பங்கேற்றவர். பாகிஸ்தான் ராணுவத்திலும் லெப்டினன்டாக பணிபுரிந்தவர்.

அறுபத்தைந்தாம் ஆண்டு இந்தியாவுடன் நடந்த போரில் கிழக்கு பாகிஸ்தானுக்கு போதிய ராணுவத் தளவாடங்கள் கொடுக்கப்படவில்லை என வெளிப்படையாக செய்தியாளர்களிடம் சொன்னார். போர் முடிந்த பிறகு எப்படியும் ராணுவத்தில்

எதிர்காலம் இல்லை என்பதை உணர்ந்து அரசியலுக்கு வந்துவிட்டார். பங்கபிர் ஓஸ்மானி *(bongobir-Brave Bengali)* எனப் பட்டம் பெற்றவர். பப்பா டைகர் *(Papa Tiger)* என பங்களாதேஷ் ராணுவத்தினர் மத்தியில் மரியாதையுடன் அழைக்கப்பட்டவர். தளபதி ஓஸ்மானி தலைமையில் முக்தி பாஹினி உருவானது. விடுதலைப் படை எனப் பொருள். முக்தி பாஹினியின் முதல் கெரில்லா கமான்டர் ஆக்கப்பட்டார் பாகிஸ்தானில் இருந்து தப்பி வந்த ஜாகிர்.

படை வீரராக நல்ல பயிற்சி பெற்றிருந்தாலும் படையை வழிநடத்தும் அனுபவம் அவரிடம் கிடையாது. அதற்கான பயிற்சிகளை இந்திய ராணுவம் வழங்கியது. மலை, ஆறு, நீர்வழிப் பாதைகள் பற்றி நல்ல அறிவு ஜாகிரிடம் இருந்தது. அவரே சில்லெட்டுப் பகுதிக்கு செல்ல ஆர்வம் காட்டினார். அவருக்குக் கீழே பயிற்சி கொடுக்கப்பட்ட முக்தி பாஹினி பாய்ஸ் சிலரைக் கொடுத்து சில்லெட்டுக்கு அனுப்பி வைத்தனர். ஆதரவு நிலைப்பாடு எடுத்தாலும் நேரிடையாகக் களத்தில் இறங்க முடியாத அளவுக்கு இந்தியாவுக்கு உலகநாடுகள் அழுத்தம் கொடுத்தன. அதனால்தான் இந்த யோசனை.

ஐக்கிய நாடுகள் பாதுகாப்பு சபையில் இந்தியாவுக்கு எதிராகத் தீர்மானம் கொண்டு வந்தது அமெரிக்கா. சோவியத் தன் வீட்டோ அதிகாரத்தைப் பயன்படுத்தி அதைத் தடுத்தது. இந்தோ சோவியத் ஒப்பந்தம் கையெழுத்தான பிறகே இந்தியா இன்னும் கொஞ்சம் தீவிரமாகக் களத்தில் இறங்கியது. இதெல்லாம் நடக்கும் போது ஆங்காங்கே பாகிஸ்தானில் இருந்து எல்லை தாண்டி இந்தியாவுக்குள் நுழைந்தனர் வங்காளி ராணுவ வீரர்கள். பங்களாதேஷில் இருந்து அகதிகளாக வருவோரில் ஆர்வமுள்ள இளைஞர்களையும் சேர்த்துக் கொள்வார்கள். இவர்களை விசாரித்து உறுதி செய்து தகுந்த பொறுப்புகளை வழங்கின இந்திய அரசும் முஜிப் நகர் அரசும். ஷேக் முஜிபுர் ரஹ்மானின் மகன் ஷேக் கமாலும் அவருடைய தம்பியும் கூட முதல் கட்டப் பயிற்சியில் பங்கெடுத்துப் பயிற்சி பெற்றனர்.

ஆகஸ்ட் மாத வாக்கில் ஓரளவுக்குப் படைகள் முறையான அடுக்குகளுடன் களத்தில் இருந்தன. இந்திய ராணுவத்தின் ஜெனரல் மானெக்ஷா வழிகாட்டுதலில் லெப்டினன்ட் தளபதி

அரோரா முறையான கட்டமைப்பை உருவாக்கினார். ஆபரேஷன் ஜாக்பாட் எனப் பெயரிட்டனர்.

இருபத்தைந்து முகாம்களை அமைத்தனர். ஒன்றரை லட்சம் ரூபாய் இந்தியப் பணம் ஒவ்வொரு முகாமுக்கும் செலவாகும் எனக் கணக்கிடப்பட்டது. ஐந்நூறு பேரை ஒரு முகாமில் பயிற்சியளிப்பது திட்டம். அதிகபட்சம் ஆறு வார காலப் பயிற்சி. சிறு ஆயுதங்கள், வெடிகுண்டுகள் கையாளுதல் போன்ற பயிற்சிகள். முதலில் ஆறு துறைகளும் பின்னர் இன்னும் ஆறும் சேர்க்கப்பட்டன. ஒவ்வொரு துறையும் இந்திய பிரிகேடியர் தலைமையில் செயல்பட்டன.

- ஆல்பா பிரிவு: மேற்கு வங்காளத்தின் ஜல்பாய்குரி மாவட்டத்தில் உள்ள மூர்தி முகாம்
- பிராவோ பிரிவு: மேற்கு வங்காளத்தின் ரைகஞ்ச் மாவட்டம்
- சார்லி பிரிவு: பீகாரின் சகுலியா
- டெல்டா பிரிவு: திரிபுராவின் தேவ்தா முரா
- எக்கோ பிரிவு: அசாமின் மசிம்பூர்
- ஃபாக்ஸ்ட்ராட் பிரிவு: மேகாலயாவின் துரா

இந்திய பங்களாதேஷ் எல்லையில் இருந்து அதிகபட்சம் எட்டு கிலோ மீட்டர் தூரத்திற்குள் இம்முகாம்கள் அமைக்கப்பட்டன. எல்லை தாண்டி வருபவர்களை வரவேற்று ஓய்வு கொடுக்கத் தனிப்பகுதி இருந்தது. உணவு, மருத்துவ உதவிகள் கொடுத்து கண்காணிப்பில் வைக்கப்படுவர். பாகிஸ்தான் படையில் இருந்து யாரும் இப்படி வந்து ஊடுருவி விடக் கூடாது என்பதில் கவனமாக இருந்தனர். ஊர், பேர், முகவரி, சொந்தம், பந்தம் எல்லாத் தகவலும் சரிபார்க்கப்பட்ட பிறகே பயிற்சி முகாமுக்கு அனுப்பி வைக்கப்பட்டனர்.

கிழக்கு பாகிஸ்தான் படையில் பணியாற்றிய ராணுவ வீரர்கள் அணி மூன்று படைகளாக வழிநடத்தப்பட்டது. இவை ரெகுலர் போர்ஸ். நியோமிதா பாஹினி. விடுதலையை அறிவித்த மேஜர் ஜியாவுர் ரஹ்மான் தலைமையில் ஜி-போர்ஸ் இயங்கியது. காலித் முஷாரப், ஷபியுல்லா தலைமையில் கே-போர்ஸ், எஸ்-போர்ஸ் செயல்பட்டன. ஃபெனி மற்றும் சிட்டகாங் பகுதிகளில் கே படைப்பிரிவு போர் புரிந்தது.

முறையாகப் பயிற்சி பெற்றோர் போரின் முன்னணி வீரர்களாகக் களம் இறங்கினர். ஐம்பதில் இருந்து நூறு வீரர்கள். ஆளுக்கு இரண்டு காக்கிச் சீருடைகள். குறைந்த பட்சம் முப்பது சதவிகிதம் பேரிடமாவது ஆயுதம் இருக்கும். மொத்தம் மூன்று பீரங்கிப் படைப் பிரிவுகள் உருவாக்கப்பட்டன. முதல் பிரிவிடம் 3.7 அங்குல பீரங்கிகள் இருந்தன. இரண்டாவது மூன்றாவது பிரிவுகள், 105mm இத்தாலிய பீரங்கிகள் வைத்திருந்தன.

தங்கள் ராணுவப் படை அழிக்கப்பட்டபோது அதிலிருந்து தப்பிப் பிழைத்த வீரர்கள், மேற்கு பாகிஸ்தானில் இருந்து தப்பி வந்த வீரர்கள் எல்லாம் இர்ரெகுலர் போர்ஸ். கனோ பாஹினி.

இவர்களிடம் ஆளுக்குச் சில இளைஞர்களைக் கொடுத்து கெரில்லாக் குழுக்களாகச் சண்டையிட்டனர். ராணுவ வீரர்கள் வழிநடத்தலில் உள்ளூர் இளைஞர்கள் இருப்பார்கள். குறி வைத்துத் தாக்கும் அசைன்மென்ட்கள் இவர்களுக்கு அளிக்கப்படும். ரயில்வே லைன், பாலங்கள், பாதைகளைத் தகர்ப்பது, தகவல் தொடர்பு, மின்சார சப்ளையை உருக்குலைப்பது போன்ற வேலைகள். பாகிஸ்தான் படைகளுக்கு ராணுவத் தளவாடப் பொருள் கொண்டு செல்வதைத் தடுப்பார்கள். வங்காள மக்களிடம் உளவியல் ரீதியான ஆதரவைப் பெறுவதும் இவர்கள் பொறுப்பு. உள்ளூர் இளைஞர்கள், தன்னார்வலர்கள் குறுகிய காலப் பயிற்சிக்குப் பிறகு இதில் இணைந்திருப்பர். ஐந்திலிருந்து பத்து பேர் ஒரு குழுவாகச் செயல்படுவர்.

நவம்பர் மாத வாக்கில் 83,000 விடுதலை வீரர்கள் தங்கள் பயிற்சியை முடித்திருந்தனர். அவர்களில் 51,000 பேர் பங்களாதேஷ் நாட்டின் உள்ளே இருந்து செயல்பட்டார்கள். 10,000 வலிமையான இளைஞர்கள் இந்தியாவின் உளவுத்துறை அமைப்பின் (Research and Analysis Wing - RAW) கீழ் தனித்துவமான சிறப்புப் பயிற்சி பெற்றனர்.

எல்லாருக்குமே உணவும் ஆயுதமும் இந்தியா கொடுப்பதுதான். படை அதிகாரிகளுக்கு ஐந்நூறு ரூபாய் வரை ஊதியம். ஆபிசர் கேடட் 100 ரூபாயைச் சம்பளமாகப் பெற்றார். ஜூனியர் கேடட் என்றால் 150 ரூபாய். போர் வீரர்களுக்கு 75 ரூபாய். இதெல்லாம் இந்திய ரூபாய். போர் சாரா உதவிப் பணியாளர்களுக்கு மட்டும் பாகிஸ்தான் ரூபாயில் சம்பளம் கொடுக்கப்பட்டது. 70 பாகிஸ்தான்

ரூபாய். கெரில்லா குழுவில் உள்ள இளைஞர்களுக்குப் பயிற்சியின் போது *30* ரூபாயும் பயிற்சி முடிந்ததும் *50* ரூபாயும் அளித்தார்கள். உணவு குறைவான அளவு சப்ளைதான் இருக்கும்.

கெரில்லா படையினருக்கு உணவளித்து ஆதரவளிப்பது பெரும்பாலும் உள்ளூர் மக்கள்தான். தங்களிடம் என்ன உணவு இருக்கிறதோ அதை விடுதலை வீரர்களுடன் பகிர்ந்து கொண்டனர். மக்கள் போராட்டமாக இருந்ததால்தான் பாகிஸ்தானின் பயிற்சி பெற்ற ராணுவ வீரர்களை எதிர்கொள்ள முடிந்தது. விடுதலைக்காகத் தங்கள் உயிரைக் கொடுக்கச் சித்தமாக இருந்தனர் வங்காள இளைஞர்கள். அதுமட்டுமல்ல. உடைந்த பாலத்தைச் சரிசெய்யச் சொன்னால் முடியாது என மறுத்தார்கள் பொறியாளர்கள். மற்ற துறையைச் சேர்ந்தோரும் அதைப் போலவே ஒத்துழைக்க மறுத்தனர். இப்படிப் போரில் கலந்து கொள்ளாத பொதுமக்களும் கூட தங்களால் முடிந்த எதிர்ப்பை வெளிப்படுத்தினர்.

ரசாக்கர்கள்

இளம் பாகிஸ்தான் விமானப் படை வீரர் ரஷித் மின்ஹஸ். இருபது வயது. பயிற்சி விமானி. பயிற்சியின் ஒரு பகுதியாக அன்றைக்குத்தான் தனியாக இரண்டாவது முறையாக விமானத்தை எடுத்துக் கொண்டு பறக்கக் கிளம்பினார். வழியில் அவரை இடைமறித்து விமானத்தில் ஏறிக்கொண்டார் லெப்டினன்ட் மதியுர் ரஹ்மான். அவர் விமானத்தில் வரவேண்டிய தேவை இல்லை. தனியாக ஓட்டுவதுதான் அந்தப் பயிற்சி. ஆனால் இளம் வீரரான ரஷித்துக்கு சீனியரை எதிர்த்துப் பேசுவதா எனத் தயக்கம்.

விமானம் கிளம்பி விட்டது. போக வேண்டிய பாதையை விடுத்து வேறு திசையில் திருப்ப ஆரம்பித்தார் மதியுர் ரஹ்மான். என்ன நடக்கிறதென்று குழம்பினார் ரஷித். மதியுர் ரஹ்மான், வங்காளி. கிழக்கில் நடந்து கொண்டிருந்த போரில் கலந்து கொள்ள விரும்பினார். லாக்ஹீட் டி-33 வகை விமானத்துடன் வருபவரை யார் வேண்டாம் எனச் சொல்லப் போகிறார்கள். பாகிஸ்தான் எல்லையைக் கடந்து, இந்தியா செல்ல விரும்பும் மதியுர் முயற்சியைச் சற்று தாமதமாகத்தான் புரிந்து கொண்டார் ரஷித்.

ராணுவத் தளத்துக்கு விமானத்தில் இருந்து தகவல் தெரிவித்தார். விமானத்தின் பாதையை மாற்ற ரஷித் விடவில்லை. காக்பிட் உள்ளே உட்கார்ந்து கொண்டே ஒரு மல்யுத்தம் நடந்தது. விமானக் கூரையைத் (*canopy*) திறக்கும் பட்டனை அழுத்தினார் ரஷித். அவசரமாக ஏறிய காரணத்தால் இருக்கையின் பாதுகாப்புப் பட்டைகளை மதியுர் ரஹ்மான் அணிந்திருக்கவில்லை. காற்றில் இழுத்துச் செல்லப்பட்டது அவர் உடல். ரஷித் விமானத்தைத் தன் கட்டுப்பாட்டில் கொண்டுவர முயன்றார். குறைந்த உயரம்

பறக்க ஆரம்பித்ததில் இருந்தே கடத்தல் முயற்சி தொடங்கியதால் தரையில் மோதுவதற்கு முன் கட்டுப்பாட்டுக்குள் கொண்டுவர இயலவில்லை.

மதியுர் ரஹ்மான், ரஷித், இருவருமே இறந்தனர். இது நடந்தது ஆகஸ்ட் மாதத்தில். தத்தமது நாட்டுக்காக உயிரிழந்த இருவரையும் அவரவர் நாடுகள் உயரிய விருதுகள் அளித்துக் கௌரவித்தன.

பாகிஸ்தான் நாட்டில் இருப்பவர்களுக்கு மதியுர் ரஹ்மான் துரோகி. பங்களாதேஷ் மக்களுக்குத் தியாகி. ஒரே நபர். ஒரே சம்பவம். ஆனால் இருவேறு பார்வைகள். ஜமாத் இ இஸ்லாமி உள்ளிட்ட முஸ்லிம் அமைப்புகள் பாகிஸ்தான் ராணுவத்துடன் இணைந்து போரிட்டதில் உள்ள சிக்கல் அதுதான்.

93000 பாகிஸ்தான் வீரர்கள் களத்தில் இருந்தனர். இதில் 43000 வீரர்கள் தீவிரப் பயிற்சி பெற்ற முதல்நிலை வீரர்கள். அன்றைய தேதிக்கு மிக நவீனப் போர்க்கருவிகளையும் ஆயுதங்களையும் வைத்திருந்தது பாகிஸ்தான் படை. விடுதலை கேட்டு எதிர்த்தவர்கள் மத்தியில், அவர்களோடு இணைந்து போரிடவும் பங்களாதேஷில் மக்கள் இருந்தனர். பாகிஸ்தானை உடைக்க நினைக்கும் மக்களுக்கு எதிரான நிலைப்பாட்டை எடுப்பதாக அவர்கள் நினைத்தார்கள்.

கிழக்கு வங்காள மக்கள் பாகிஸ்தானை உடைத்தவர்களா? கொஞ்சம் யோசித்துப் பார்த்தால் விளங்கும். பாகிஸ்தானை உருவாக்கியவர்களே அவர்கள்தான். அவர்களின் போராட்டத்தால் உருவானதே பாகிஸ்தான். முஸ்லிம் அடிப்படைவாத அமைப்புகள் பாகிஸ்தான் உடையக்கூடாது என நினைத்ததை யாரும் குற்றம் சொல்ல முடியாது. பாகிஸ்தான் தங்கள் நாட்டு மக்களில் பெரும்பான்மையினரான வங்காள மக்களை இரண்டாம் தரக் குடிமக்களாக நடத்தி அதைச் சாதிக்க முடியாது. அதை எதிர்த்து அரசியல் ரீதியாகப் பெற்ற வெற்றியை அவமதித்து ராணுவ நடவடிக்கை எடுத்தபோதும் பங்களாதேஷ் முஸ்லிம் அடிப்படைவாதிகள் பாகிஸ்தான் ராணுவத்திற்கே ஆதரவளித்தனர்.

இந்தியாவின் ஊடுருவலை, இந்திய ஆக்கிரமிப்பைத் தடுப்பது இவர்களின் முக்கியமான நோக்கமாக இருந்தது. ஆனால் உண்மையில் இந்தியாவின் கரம் இதன் பின்னணியில் இல்லை. இந்தியாவில் நடந்த ராணுவக் கூட்டங்களில் யாரை ஆதரிப்பது

என்கிற விவாதம் எழுந்த போது கிழக்கும் மேற்கும் ஒன்றாக இருக்கும் பாகிஸ்தானே இந்தியாவுக்கு நல்லது என்பதாகத்தான் முடிவு செய்யப்பட்டது. பங்களாதேஷ் முஸ்லிம் அமைப்புகள் சொல்லும் இந்திய ஆக்கிரமிப்பு அப்போது அங்கே வசித்த சுமார் ஒன்றரை கோடி இந்து மதத்தினரைக் குறிப்பது. இவர்கள் மூலமாக மறைமுகமாக இந்திய நாடு தங்களைக் கட்டுப்படுத்துவதாக இவர்கள் தரப்பு வாதம் இருந்தது. இதில் உண்மையிருக்கிறதா என்பது தனி விவாதம். உண்மை என்றாலும் படுகொலைகள் தீர்வாக முடியாது.

விமானத்தின் காக்பிட் உள்ளே சண்டையிட்டு உயிரிழந்த ரஷித்தும் மதியுர் ரஹ்மானும் ராணுவ வீரர்கள். உயிர் போகும் என்று அறிந்தே வேலையில் சேர்ந்தவர்கள். ஆனால் பொதுமக்கள் அப்படி அல்ல. அவர்களைக் குறிவைத்துத் தாக்குதல் நடக்கும் போது அதற்குத் துணையாகப் பல அமைப்புகள் நின்றன.

ஜமாத் இ இஸ்லாமி அமைப்பு இதில் முதன்மையானது. உலகளவில் அதிக செல்வாக்கு பெற்ற இஸ்லாமிய அடிப்படைவாத அமைப்பு இது. ஆங்கிலேயர் ஆட்சியில் இந்தியத் துணைக் கண்டத்தில் உருவான அமைப்பு. ஷரியத் சட்டத்தை அமுல்படுத்தி இஸ்லாமியக் குடையின் கீழ் உலகத்தை ஆளும் லட்சியம் கொண்டது. இந்திய பாகிஸ்தான் பிரிவினையை எதிர்த்தது. பல நாடுகளில் தீவிரவாத அமைப்பாக அடையாளம் காணப்பட்டு தடை செய்யப்பட்டுள்ளது.

பங்களாதேஷில் ஆட்சி யார் கையில் இருக்கிறது என்பதைப் பொறுத்துத் தடை அவ்வப்போது வரும் போகும். இந்த அமைப்புக்கு பல்வேறு துணை அமைப்புகளும் உண்டு. ஜெனரல் டிக்கா கான், பல துணை ராணுவப் படைகளைத் தோற்றுவித்து பாகிஸ்தான் ராணுவத்தின் வேலைகளைப் பகிர்ந்து கொடுத்தார். வேலை என்றால் படுகொலைகள், கொள்ளை, வன்புணர்வு, தீவைப்பு எல்லாம்தான்.

டாக்கா பல்கலைக்கழகம் மாணவர்களை உற்பத்தி செய்ததை விட அதிகமாக அரசியல்வாதிகள், கொள்கைவாதிகளைத்தான் உற்பத்தி செய்தது. அங்கு படித்த அலி அசன் முஜாஹித், அல்-பதர் படையின் முக்கியமான தளபதியாக இருந்தார். தலைவராக

இருந்தது மதிஉர் ரஹ்மான் நிசாமி. எழுத்தாளர், இஸ்லாமிய ஆய்வாளர். சுமார் ஆயிரம் இந்துக்கள் கொல்லப்பட்ட டெம்ரா படுகொலைகளைச் செய்தது இந்த அமைப்புதான்.

அல்-ஷாம் அமைப்பு பாகிஸ்தான் ராணுவத்துக்கு உதவியாகத் தளவாடங்களை ஏற்றிச் செல்லும் பொறுப்பை எடுத்துக் கொண்டது. தளவாடங்கள் எனில் ஆயுதங்களாகத்தான் இருக்கவேண்டும் என்பதில்லை. கைது செய்யும் வங்காளிகளை சித்திரவதை முகாமுக்கு அழைத்துச் செல்வதும், பெண்களை வல்லுறவுக்காகத் தனி முகாம்களுக்கு அனுப்பி வைப்பதும் கூட இதில் அடங்கும். மக்களை மொத்தமாக அடித்து விரட்டி ஒரு பகுதியை வங்காளிகள் இன்றிச் சுத்தப்படுத்துவதும் இவர்கள் பணி.

முக்தி பாஹினிக்கு எதிராக முஜாஹித் பாஹினி உருவாக்கப்பட்டது. கராடியா மிலிட்டரி, டாக்கா சிட்டிசன் கமிட்டி, மத்திய அமைதிக் கமிட்டி எனப் பல பெயர்களில் பல அமைப்புகள் தோன்றின. ஜாமாத் இ இஸ்லாமி மட்டும் அதிக உறுப்பினர்கள் கொண்ட பழைய, பெரிய அமைப்பு. மற்ற ஒவ்வொரு அமைப்பிலும் பத்தில் இருந்து இருபதாயிரம் பேர் உறுப்பினர்களாக இருந்தனர். தோராயமாக மொத்தம் ஒன்றரை லட்சம் பேர் இருப்பார்கள்.

செய்தியாளராக இருந்த மொஹமத் கமருசாமன் ரசாக்கர் படையில் முக்கியமான பங்காற்றினார். யார் வேண்டுமானாலும் ரசாக்கராக இணையலாம். மதகுருமார்கள். இஸ்லாமிய அடிப்படைவாதிகள். இந்தியாவின் பிகாரில் இருந்து வந்து பங்களாதேஷில் குடியேறிய முஸ்லிம்கள். உருது பேசும் முஸ்லிம்கள். மேற்கு பாகிஸ்தானியர்கள். மதரஸா மாணவர்கள். நிலப்பிரபுக்கள். வர்த்தகர்கள். தொழிலாளி வர்க்கத்தினர். இவர்கள் தரப்பில் இருந்து பாகிஸ்தான் ராணுவத்துக்கு உதவிகள் கிடைத்தன.

உள்ளூரில் எங்கே அதிக நடமாட்டம் இருக்கிறது, இந்துக்கள் எங்கே நெருக்கமாக வசிக்கிறார்கள், அவாமி லீக் தலைவர்களின் இருப்பிடங்கள், வழக்கமாக அவர்கள் கூட்டம் நடத்தும் இடங்கள், அடையாளம் காட்டுதல், உணவு, நீர் ஆதாரங்களை அழித்தல், கிராமங்களைச் சூறையாடுதல் எனப் பல வகைகளில் இந்த அமைப்புகளின் உதவிகள் நீள்கின்றன.

ஆதரவு என்ற பெயரில் ஜமாத் இ இஸ்லாமி உள்ளிட்ட அமைப்புகள் செய்த செயல்கள் வங்காளிகளால் மறக்கவோ மன்னிக்கவோ தகுதியானவை அல்ல என்பதே யதார்த்தம். ராணுவ முகாம்களில் அடைத்து வைத்து வன்புணரப்பட்ட பெண்களும் சித்திரவதை செய்து கொல்லப்பட்ட ஆண்களும் ஆறாத ரணமாக பங்களாதேஷ் மக்களின் மனத்தில் பதிந்து விட்டன.

அந்தோனியின் இனப்படுகொலைக் கட்டுரை அரசியல் ரீதியாக மாறுதலை ஏற்படுத்தியது உண்மை. அதன் விளைவுகள் விரைவாக இல்லை. ஒவ்வொன்றாக டிசம்பர் மாதம் வரை மெதுவாக எல்லாம் நடந்தன. இடையில் போரும் அகதிகளாக மக்கள் வெளியேறுவதும் நிற்கவில்லை.

பங்களாதேஷ் விடுதலை பெற்றது

அமைதி திரும்பிவிட்டதாக பாகிஸ்தான் கூறியதை அதற்கு மேலும் யாரும் நம்பத்தயாராக இல்லை. அமெரிக்க, மேற்குலக நாடுகளின் பாகிஸ்தான் ஆதரவு நிலைப்பாடு பின்னுக்குப் போனது. ஆனால் பனிப்போர் காரணமாக பங்களாதேஷில் யார் ஆட்சி அமைய வேண்டும் என்பதில் அமெரிக்காவிற்கு அதிக ஆர்வம் இருந்தது. சீனாவும் விதிவிலக்கல்ல. இதனால் இந்தியப் பிரதமர் இந்திரா காந்தி பார்த்துப் பார்த்துக் காய்களை நகர்த்த வேண்டியிருந்தது. அவர் தாமதிக்கும் ஒவ்வொரு நாளும் பங்களாதேஷ் மக்கள் பெருமளவில் இறந்துகொண்டிருந்தனர்.

செப்டம்பரில் ஐக்கிய நாடுகள் பாதுகாப்புக் குழு பங்களாதேஷ் விடுதலைக்குத் தன் ஆதரவை வழங்கியது. இந்தியா அகதிகளுக்கான முகாம்கள் அமைத்து தேவையான வசதிகளைச் செய்தது. உலக நாடுகள் அந்த உதவிகளில் கைகோத்தன. அக்டோபர் நவம்பர் மாதங்களில் கொஞ்சம் பெரிய சண்டைகளில் பங்கெடுத்தாலும் டிசம்பர் மாதம்தான் நேரடியாகக் களத்தில் இறங்கியது இந்தியா.

அமெரிக்காவின் விமானம் தாங்கிப் போர்க்கப்பல் வங்காள விரிகுடாவில் நின்றது. டாஸ்க் ஃபோர்ஸ் இந்தியப் பெருங்கடலில் நிறுத்தப்பட்டது. இந்தியாவை அச்சுறுத்தத்தான் இந்நடவடிக்கைகள். அதோடு சோவியத் இப்பகுதியில் வலுப்பெறுமோ என்கிற அச்சமும் காரணம். கம்யூனிஸம், புரட்சி போன்ற சொற்கள் எங்கே ஒலித்தாலும் இதோ வந்தேன் என அழைக்காமலே ஆஜராகிக் கொண்டிருந்தது அமெரிக்கா.

இந்திரா காந்தி அமெரிக்க நடவடிக்கைகள் பற்றி அலட்டிக் கொள்ளவில்லை. இத்தனை லட்சம் அகதிகளுக்கு செலவழிக்கும் தொகையுடன் ஒப்பிட்டால் போருக்குப் போய் அதை முடிவுக்குக்

கொண்டு வருவதே லாபம் என நினைத்தார். அகதிகளை நிர்வாகம் செய்வதும் எளிதான வேலை அல்லவே. இந்தியாவும் பூட்டானும் பங்களாதேஷை அதிகாரப்பூர்வமாக, தனி நாடாக அங்கீகரித்தன. முஜிப் நகர் அரசு தபால் தலை கூட வெளியிட்டுவிட்டது. தங்கள் தரப்பு நியாயத்தைத் தொடர்ந்து உலக நாடுகள் முன் வைத்து வாதாடியது.

டிசம்பர் மூன்றாம் தேதி முதல், இந்தியப் படைகள் முழு வேகத்துடன் போரில் கலந்து கொண்டன. இந்திய விமானப் படைத்தளத்தைத் தாக்கி பாகிஸ்தான் அதை ஆரம்பித்து வைத்தது.

இந்தியாவின் மேற்கில் படைகளை இறக்கித் திசை திருப்ப நினைத்தது பாகிஸ்தான். ஷாகர்கர் பகுதியில் இருந்த படைகள் வேகமாக இந்திய எல்லையின் உள்ளே வந்தன. பாகிஸ்தான் வீரர்கள் முன்னேறி பதான்கோட்டைப் பிடித்துவிட்டால் காஷ்மீர் பகுதியைப் பிடிப்பதும் எளிதாகிவிடும். சமதள நிலப்பகுதி என்பதால் எதிர்த்து நிற்கும் இந்தியப் படைக்கு மிகச் சவாலான சண்டையாக இருந்தது. பேட்டில் ஆஃப் ஷகர்கர் எனப்படுகிறது இந்தச் சண்டை. டிசம்பர் முதல் வாரத்தில் ஆரம்பித்து நடந்த இந்தச் சண்டையில் பத்து நாள்களில் பாகிஸ்தானில் பெரும் நிலப்பகுதியைக் கைப்பற்றியது இந்தியா.

பங்களாதேஷில் வலுவாக இருந்தது தரைப்படைப் பிரிவுதான். பதினொரு காலாட்படை பட்டாலியன்கள். ஒவ்வொரு பிரிவிலும் சுமார் மூவாயிரம் ராணுவ வீரர்களும் சுமார் ஏழாயிரம் கெரில்லா வீரர்களும் இருந்தனர். இந்த எண்ணிக்கை ஏறிக்கொண்டே போனது. சுமார் இரண்டரை லட்சம் பேர் போரில் பங்கெடுத்தனர். கிழக்கு பாகிஸ்தானில் இருந்த ராணுவ வீரர்களும் மேற்கில் இருந்து தப்பி வந்த ராணுவ வீரர்கள், மக்கள் குழுக்களும் தனித்தனி அணியாக களத்தில் இருந்தனர். ஆனால் ஒருங்கிணைப்புடன் செயல்பட்டனர். முஜிப் பாஹினி, கதேரியா பாஹினி, அஃப்சர் பட்டாலியன், ஹெமயட் பாஹினி எல்லாமே இதில் அடக்கம்.

பங்களாதேஷ் கடற்படையில் இரண்டு கப்பல்கள் கூட இருந்தன. நாற்பத்தைந்து கடற்படை வீரர்கள் இருந்தார்கள். அதை வைத்துக் கொண்டே பாகிஸ்தான் படையில் குறிப்பிடத்தக்க சேதத்தை உருவாக்க முடிந்தது. இரண்டு விமானங்கள், ஒரு

ஹெலிகாப்டருடன் விமானப்படைப் பிரிவும் இருந்தது. பதினேழு ஆபிசர்களுடன் ஐம்பது டெக்னீஷியன்கள் இருந்தனர்.

போர்த் தீவிரத்தில் தவறுதலாக பங்களாதேஷ் கப்பல் மீதே குண்டு வீசியது இந்தியா. மொஹைதீன் ஜஹாங்கீர் கட்டுப்பாட்டில் இருந்த அந்த பங்களாதேஷ் கப்பல், பாகிஸ்தான் வீரர்களை அழிக்கப் போய்க்கொண்டிருந்தது. மேற்கு பாகிஸ்தானில் கரகோனம் பகுதியில் வேலை பார்த்த ஜஹாங்கீர் மற்ற பல வங்காளி வீரர்களைப் போலவே தப்பி வந்து முக்தி பாஹினியில் இணைந்தவர். உடைந்த கப்பலில் இருந்து குதித்து நீந்தி வந்தவரை பாகிஸ்தான் ராணுவம் சுட்டுக் கொன்றது.

பங்களாதேஷ் உள்ளே இந்தியா நுழையும் போது முக்கால் பங்கு நிலப்பகுதியை முக்தி பாஹினி கைப்பற்றியிருந்தது. சுமார் ஒன்றரை லட்சம் கெரில்ல படையினர் டாக்கா நகர் முழுக்கப் பரவியிருந்தனர். இந்திய வீரர்கள் புறநகர்ப்பகுதிகளில் தாக்குதலை முன்னெடுத்தனர்.

அதுவரை நடத்திய படுகொலைகள், வல்லுறவுக் கொடூரங்கள் போதாதென, கடைசி முயற்சியாக ரசாகர் படை களத்தில் இறங்கியது. வங்காள அறிவுச்சமூகம் மீண்டும் குறிவைக்கப்பட்டது. எழுத்தாளர்கள், செய்தியாளர்கள், மருத்துவர்கள், பொறியாளர்கள், பேராசிரியர்கள் கடத்தப்பட்டனர். மிர்புர், மொஹமத்புர், ரஜர்பாக் உள்ளிட்ட பகுதிகளில் முகாம்களில் அடைக்கப்பட்டனர். சித்திரவதை செய்யப்பட்டனர். நாவலாசிரியர் ஷயித்துல்லா, நாடக ஆசிரியர் முனிர் சௌத்ரி உள்படச் சுமார் 200 பேர் கொல்லப்பட்டனர்.

இந்தியப் படை புதிய யோசனைகளைச் செயல்படுத்தியது. பாகிஸ்தான் வீரர்கள் இருக்கும் பகுதிகள் பற்றிய தகவல்களை முன்கூட்டியே சேகரித்தது. அதை வைத்துத் திட்டமிட்டு தங்கள் படைகள் செல்லும் வழியாக ஒன்றைச் சித்திரித்து பாகிஸ்தான் வீரர்களை நம்பவைத்தது. பின்னர் எதிர்பாராத இடத்திலிருந்து தாக்குதல் நடத்தித் திகைக்கவைத்தது.

இப்படித் தகவல் சேகரிக்க முக்தி பாஹினி படையினர் பயன்பட்டனர். இந்தியா, பாகிஸ்தான் வீரர்களுக்கு பங்களாதேஷ் நிலப்பரப்பைப் பற்றித் தெரிந்ததைவிட முக்தி பாஹினி

படையினருக்கு நன்றாகத் தெரியும். அவர்கள் திரட்டிக் கொடுத்த தகவல்கள் துல்லியமாக இருந்தன.

இதற்கென்று தனியாக கெரில்ல வீரர்கள் தேர்வு செய்யப்பட்டு இந்தியாவிடம் இருந்து சிறப்புப் பயிற்சிகள் பெற்றனர். ஏப்ரல் மாதத்தில் இருந்தே, கொல்கத்தாவில் வைத்து இவர்கள் பயிற்சி பெற்றனர். குறிப்பாக வயர்லெஸ் தொலைத்தொடர்புக் கருவிகளைக் கையாளும் முறை சொல்லிக்கொடுக்கப்பட்டது.

பாகிஸ்தான் படையைச் சுற்றிக் கொண்டு முன்னேறி சுற்றி வளைத்துத் தாக்குவதென்றால் வழக்கமான பாதைகளைத் தவிர்த்தது. அதிகம் பயன்படுத்தப்படாத பாதைகளை முக்தி பாஹினி வரைந்து கொடுத்தது. அதைக் கொண்டு எளிதில் வெற்றி பெற முடிந்தது.

இந்தியப் படைகள் கைப்பற்றிய பல முகாம்களில் கைகள் கட்டப்பட்டு, தலையில் சுடப்பட்டு இறந்த வங்காளிகளின் உடல்களைக் காண முடிந்தது. கைகள் கட்டப்பட்டு வன்புணர்வுக்கு ஆளாகி இறந்த பெண்களின உடல்களும் இருந்தன. பங்களாதேஷ், புகைப்பட ஆவணங்களாக இவற்றைப் பதிவு செய்து வைத்துள்ளது.

கடல்வழி முற்றிலும் தடுக்கப்பட்டது. விமானத்தளம் கைப்பற்றப்பட்டது. சில்லெட்டு விடுவிக்கப்பட்டது. எல்லையோரப் பகுதி முகாம்கள் ஒவ்வொன்றாக பாகிஸ்தான் கையை விட்டுப் போயின. சரணடையுங்கள் இல்லையேல் துடைத்தழிப்போம் என அறைகூவல் விடுத்தார் இந்தியத் தளபதி மானெக்ஷா. அதற்கு மேல் சமாளிக்க வழியில்லை.

அப்போது போருக்குப் பொறுப்பு வகித்த பாகிஸ்தான் தளபதி அமிர் அப்துல் கான் நியாசி சரணடைய ஒப்புக்கொண்டார். டிசம்பர் 16, 1971ஆம் ஆண்டு டாக்காவில் 93000 பாகிஸ்தான் வீரர்கள் சரணடைந்தனர். இரண்டாம் உலகப் போருக்குப் பிறகு பெரிய எண்ணிக்கையில் சரணடைந்த நிகழ்வு அது. தோல்விக்கு யாரையாவது பொறுப்பேற்க நியாசியைத் துரோகி என்றது பாகிஸ்தான். விசாரணை நடத்தப்பட்டது. யாஹியா கான் பூட்டோவுக்கு வழிவிட வேண்டி வந்தது. இந்தியா தான் பிடித்த பகுதிகளைத் திருப்பிக் கொடுத்தது. சரணடைந்தவர்களையும் மரியாதையாக நடத்தியது.

ஒன்பது மாதங்கள் நீண்ட விடுதலைப் போர் இந்தியா உள்ளே வந்த பிறகு, சில நாள்களில் முடிவுக்கு வந்தது. இந்திய வீரர்கள் கிட்டத்தட்ட நான்காயிரம் பேர் பலியாகினர். இந்திய பங்களாதேஷ் உறவில் நெடுங்காலம் ஓர் உணர்வுப் பூர்வமான பந்தம் இருந்ததற்கு இந்த உயிர்த்தியாகமும் காரணமாக இருந்தது.

மூன்று லட்சத்திலிருந்து ஐந்து லட்சம் பேர் இறந்திருக்கலாம் என ஆய்வாளர்கள் கருதுகின்றனர். இரண்டு லட்சத்திலிருந்து நான்கு லட்சம் பெண்கள் வல்லுறவுக்கு ஆளாகியிருக்கலாம். பங்களாதேஷ் பதிவுகளின் படி இறந்தோர் எண்ணிக்கை முப்பது லட்சம் பேர். நாட்டுக்கு உள்ளேயும் வெளியேயும் இடம்பெயர்ந்தோர் எண்ணிக்கை கோடிகளில்.

போலா புயலில் ஆரம்பித்து விடுதலைப் போர் முடிந்த ஒரு வருட இடைவெளியில் பஞ்சமும் போரும் பங்களாதேஷ் மக்களில் சுமார் எண்பது லட்சம் பேர் இல்லாமல் போகச் செய்திருந்தன.

இத்தனைக்கும் பிறகு ஒரு வழியாக பங்களாதேஷ் மக்கள் குடியரசு விடுதலை அடைந்துவிட்டது.

நடுவுல கொஞ்சம் பக்கத்தைக் காணோம்

லண்டனில் உள்ள கிளாரிட்ஜ் ஐந்து நட்சத்திர ஓட்டல். விசாலமான வசதியான அறைகள். முஜிபுர் ரஹ்மான், அங்கே அலங்காரத்துக்காக வைக்கப்பட்டிருந்த பூக்களை முகர்ந்து பார்த்து மகிழ்ந்தார். ஒவ்வொரு அறையிலும் நுழைவதும் வெளியில் வருவதுமாக இருந்தார். உயரமான கண்ணாடி ஜன்னல் வழியே வெளியே தெரிந்த லண்டன் தெருவின் அழகை வேடிக்கை பார்த்துக் கொண்டிருந்தார். பங்களாதேஷ் அதிகாரி ஒருவர் முஜிபின் புதிய பொறுப்பினைப் பற்றி விளக்கத் தொடங்கினார்.

போர் முடிவுக்கு வந்து இருபத்து மூன்று நாள்கள் கடந்துவிட்டன. யாஹியா கான் பதவி விலகிவிட்டார். ஜுல்பிகர் அலி புட்டோ பாகிஸ்தான் அதிபர் பொறுப்பேற்று சில நாள்களே ஆகியிருந்தன. முஜிப் விடுதலை செய்யப்பட வேண்டியது தவிர்க்க முடியாதது. இல்லையென்றால் இந்திரா காந்தியைச் சமாளிப்பது எளிதல்ல. எனவே முஜிபை, ரகசியமாக போயிங் விமானம் ஒன்றில் ஏற்றி லண்டன் அனுப்பி வைத்துவிட்டார். ஏன் பங்களாதேஷ் அனுப்பாமல் லண்டன் அனுப்பினார் என்பதற்கு குறிப்பிட்ட காரணம் எதுவும் தெரிவிக்கப்படவில்லை. விடுதலை செய்ததே போதும்.

இனப்படுகொலைக் கட்டுரை எழுதிய அந்தோனிக்கு பிபிசி செய்தியாளர் மூலம் முஜிப் லண்டன் வந்திருக்கும் செய்தி தெரியவந்தது. முஜிபுருக்கும் அந்தோனிக்கும், முன்னரே நல்ல நட்பு இருந்தது. செய்தியாளர் என்பதால் பாகிஸ்தான் அரசியல்வாதிகள் பலருடனும் அந்தோனிக்கு நட்பு இருந்தது. ஒருமுறை சான்பிரான்சிஸ்கோவில் அமெரிக்க அரசின் அழைப்பின் பேரில் சுஹ்ரவாடி குழுவினர் சுற்றுப்பயணம் மேற்கொண்டனர்.

செய்தியாளராக அந்தோனியும் வந்திருந்தார். அப்போது இளைஞராக இருந்த முஜிப் உடன் அந்தோனியும் தங்கும் அறையைப் பகிர்ந்து கொள்ள நேர்ந்தது. இதனால் அலுவல் ரீதியான அறிமுகம் தாண்டியும் இருவருக்கும் நல்ல நட்பு இருந்தது.

முஜிப் லண்டனில் இருக்கிறார் எனத் தெரிந்ததும் சந்திக்க ஆர்வம் காட்டினார் அந்தோனி. ஒன்பது மணியளவில் முஜிபைச் சந்தித்தபோது நிதானமாகப் பேசலாம் என்றார் முஜிப். உடனே பங்களாதேஷ் கிளம்பும் திட்டம் அவரிடம் இல்லை. சில நாள்கள் உற்சாகமாகப் பொழுதைக் கழிக்கலாம். ஓய்வெடுத்து உடலிலும் மனத்திலும் கொஞ்சம் புத்துணர்ச்சியை மீட்கலாம். சுதந்திரத்தை அனுபவிக்கலாம். மெத்துமெத்தென்ற நாற்காலியில் தன் உடலை ஒப்படைத்து, ஓட்டல் அறைக்கு வெளியே தெரியும் வானத்தை ரசித்துக் கொண்டே அதைத்தான் யோசித்துக் கொண்டிருந்தார்.

எதிர்காலத் திட்டம் பற்றிக் கேட்டபோது அந்தோனிக்கு ஸ்கூப் நியூஸ் ஒன்று தன்னிடம் இருக்கிறதென்று குறிப்பிட்டார். பங்களாதேஷுக்கும் பாகிஸ்தானுக்கும் ஒரு ரகசிய இணைப்பைப் பற்றி பூட்டோ, முஜிபுடன் பேசியிருந்தார். சிறையில் இருந்து விடுதலை செய்ததுமே தனிப்பட்ட முறையில் இருவரும் நெடு நேரம் உரையாடினார்கள். தற்போதைக்கு விளக்கமாகச் சொல்ல முடியாது என்றும் தப்பித் தவறிக்கூட இதைப் பற்றி எதையும் எழுதி விடாதே என்றும் முஜிப், அந்தோனியிடம் கேட்டுக்கொண்டார்.

லட்சக் கணக்கானோர் பங்களாதேஷில் இறந்து கொண்டிருந்த ஒன்பது மாதங்களும் முஜிப் பாகிஸ்தானில் தனிமைச் சிறையில் இருந்தார். வானொலி கிடையாது. செய்தித் தாள் கொடுக்கப்படவில்லை. கடிதங்களுக்குக் கூட அனுமதி இல்லை. சிறைப் பணியாளர்கள் யாரும் அவருடன் பேசக்கூடாது. தன் மனைவி, பிள்ளைகள் என்ன ஆனார்கள் என்பது கூட அவருக்குத் தெரிவிக்கப்படவில்லை. கடுமையான விதிகளுடன் கூடிய சிறைவாசம்.

உயிரோடு மீண்டு வந்ததே அவரைப் பொறுத்தளவில் பெரிய விஷயம். பாகிஸ்தான் படை சரணடைவதற்கு முந்தைய நாள் முஜிபுக்கு பாகிஸ்தானில் மரண தண்டனை வழங்கப்பட்டது. தேசத் துரோகக் குற்றச்சாட்டுக்காக ராணுவ நீதிமன்றத்தில் நடந்த விசாரணையில் கிடைத்த தீர்ப்பு. அவருடைய சிறை

அறையை ஒட்டி காவலர்கள் தயாராக இருந்தனர். தனக்காகக் குழி தோண்டப்படுவதையும் முஜிபுர் உணர்ந்தார்.

பாகிஸ்தான் படை சரணடைந்ததைத் தொடர்ந்து சிறை அதிகாரி முஜிபுரை ரகசியமாக அழைத்துச் சென்று மறைத்து வைத்திருந்தார். பூட்டோ பதவிக்கு வந்தபிறகு ராணுவ நீதிமன்றத் தீர்ப்பை அமுல்படுத்தாமல் விடுதலை செய்யும் முடிவை எடுத்தார். போர் முடிந்தது, குடும்பத்தினர் நலம் என்கிற தகவலைத் தவிர வேறெதையும் விவரமாக முஜிப் அறிந்திருக்கவில்லை. எப்படியெல்லாம் போராடிப் பெற்ற விடுதலை இது என்பதை அவர் அப்போது உணரவில்லை.

சொல்லப்போனால் அதன் பிறகு எப்போதுமே அவர் உணரவில்லை. நடந்ததை எல்லாம் நிமிடத்திற்கு நிமிடம் கதை போல யாரேனும் அவரிடம் விவரித்திருக்கலாம். படம் பிடித்து வைத்திருந்த ஆதாரங்கள், அழிவிலிருந்து மீளாத பகுதிகள் எனக் கண்ணால் பார்த்தும் முஜிப் அறிந்திருக்கலாம். ஆனால் களத்திலிருந்து தலைமை தாங்கி முடிவெடுக்கும் அனுபவம் என்பது முற்றிலும் வேறானது. ஒவ்வொரு சின்னச் சின்ன முடிவும் சில நூறு உயிர்களைப் பலி வாங்கும் சாத்தியம் கொண்டது. ஒவ்வொரு உத்தரவும் கொலைகளுக்கானதே. இறப்பது விடுதலை வீரர்களா எதிர்தரப்பினரா என்பதல்ல விஷயம்.

நாள்தோறும் கடினமான முடிவுகளை எடுக்கவேண்டிய கட்டாயத்தில் இருந்த அவருடைய சகாக்களைப் போன்றதொரு நேரிடையான அனுபவத்தை முஜிப் பெறவில்லை. அந்த அனுபவங்கள் மூலம் அவருக்கும் பங்களாதேஷ் ராணுவத்திற்கும் இடையே நம்பிக்கை மிகுந்த உறவு உருவாகும் வாய்ப்பு தவறிப் போனது. எவ்வளவு தகவல்களை இட்டு நிரப்பினாலும் அந்த ஒன்பது மாதங்கள் பற்றிய அவர் பார்வை வேறொன்றாக இருந்தது. அதன் பிறகு அவர் எடுத்த எல்லா முடிவுகளையும் நடுவில் காணாமல் போய்விட்ட இந்த ஒன்பது மாதங்கள் ஏதோ ஒரு விதத்தில் பாதித்தன என்றே சொல்லலாம்.

இதெல்லாம் அந்தோனிக்கு அப்போது புரியவில்லை. பூட்டோவுடன் ரகசிய இணைப்புத் திட்டம் என்பதைக் கேட்டதும் வியப்புதான் தோன்றியது. இவருக்கென்ன பைத்தியமா பிடித்திருக்கிறது? என்னவெல்லாம் நடந்தென்று மறந்துவிட்டதா? பங்களாதேஷ்

மக்கள் மட்டும் இதைக் கேள்விப்பட்டால் இவரை அடித்துத் துவைத்துவிட மாட்டார்களா? இப்படியான அவர் கேள்விகளுக்கு முஜிப் விடையளிக்கும் முன்பு தொலைப்பேசி அழைப்புகள் குறுக்கிட்டன.

இந்தியப் பிரதமர் இந்திரா காந்தியின் வாழ்த்தைத் தாங்கி வந்த தொலைப்பேசி அழைப்பு உரையாடலுக்கு இடைக்காலத் தடை போட்டது. அறையில் மூன்று தொலைப்பேசிகள் இருந்தன. பிரிட்டன் பிரதமரும் அழைத்தார். டாக்காவில் இருந்து கட்சி நிர்வாகிகள் ஒரு பக்கம் அழைத்தனர். ஒரு தொலைப்பேசி அழைப்புக்குப் பதில் சொல்லி முடிப்பதற்குள் அடுத்தது அலற ஆரம்பித்தது. கிளாரிட்ஜ் அறை எண் 112, பங்களாதேஷின் தற்காலிக அதிபர் அலுவலகம் ஆனது.

உங்களை அடைத்து வைக்க முடிந்ததே தவிர உங்கள் சிந்தனைகளை அடைத்து வைக்க முடியவில்லை. ஒடுக்கப்பட்டோர் குரலின் அடையாளமாக நீங்கள் இருக்கிறீர்கள். இந்திரா காந்தியிடம் இருந்து முஜிபுர் ரஹ்மானுக்கு வந்திருந்தது இந்தச் செய்தி.

விடுதலைப் போருக்கு முன்பு, பங்களாதேஷில் நடந்த தேர்தலில் வென்றது அவாமி லீக் கட்சிதான். சட்டப்படி அவாமி லீக் ஆட்சியமைப்பதே சரி. பல்வேறு குழுக்களாகப் போராடிப் பெற்ற வெற்றி என்பதால் அனைத்துத் தரப்பையும் சேர்த்து ஒரு கூட்டணி அமைக்கலாமே என்கிற யோசனை முன்மொழியப்பட்டது. பிரதமர் தாஜுதின் தலைமையிலான அமைச்சரவை சகாக்கள் அதை நிராகரித்தனர். அதில் மட்டும்தான் ஒற்றுமை இருந்தது. ஆளுக்கொரு நாட்டின் ஆதரவு நிலைப்பாட்டில் பங்களாதேஷ் அரசியல் தலைவர்கள் இருந்தார்கள்.

முஜிப் நகர் அரசில் வெளியுறவுத் துறை அமைச்சர் பொறுப்பில் இருந்த கந்தஹர் முஷ்டக் அஹமது பங்களாதேஷில் அதே பதவி கிடைக்கும் என நினைத்தார். பாகிஸ்தான் ஆதரவு நிலைப்பாட்டில் இருந்த அமெரிக்காவுடன் ரகசியத் தொடர்பில் இருந்தார் என அவர் பதவியைப் பறித்துவிட்டிருந்தனர். ப்ரோ-இந்தியா, ப்ரோ-ரஷ்யா, ப்ரோ-அமெரிக்கா எனப் பல பிரிவுகள் முளைத்தன.

வீட்டில் வழக்கமாகச் சமையல் செய்பவரிடம் எதுவும் செய்யாமல் சாப்பிடுபவர்கள் அறிவுரையை அள்ளி வீசுவார்கள். நன்றாகச்

சமைப்பதெப்படி என நானூறு யோசனைகள் எப்போதும் கைவசம் இருக்கும். அவர்களை ஒரு நாள் சமையலறையில் விட்டால் தெரியும் சேதி. அரை மணி நேரம் போதும். மருத்துவமனைக்கு தொலைப்பேசி செய்து அப்பாயின்ட்மென்ட் வாங்குவதா தீயணைப்பு நிலையத்துக்கு போன் செய்து உதவி கேட்பதா என்பது தெளிவாகிவிடும். சமையல்? அது ஸ்விக்கி அல்லது ஜொமட்டோதான்.

அவாமி லீக் கிட்டத்தட்ட அப்படித்தான். அவர்களால் மக்களை ஒருங்கிணைத்துப் போராட முடியும். செயல்திட்டங்கள் வகுக்க முடியும். நாட்டை வெற்றிகரமாக நிர்வாகம் செய்ய முடியுமா என்றால் அதற்கு முன்னர் முழு அதிகாரத்துடன் அரசை நிர்வாகம் செய்த அனுபவம் அவர்களுக்கு இல்லை என்பதே உண்மை.

முஜிபுரின் அதிபர் நாற்காலி காலியாக இருந்த நிலையில் முதல் சில நாள்களிலேயே தடுமாற்றம் தெரிந்தது. முதல் கேபினட் கூட்டத்தைக் கூட்டும்போது முஜிப் சார்பாக அவருடைய மாமாவை அங்கே உட்காரவைத்தார்கள். மக்கள் இவர்களைப் பெரிதாக மதிக்கவில்லை. குறிப்பாக, புரட்சிக் குழுக்களில் இருந்தவர்கள். அவர்கள் கைகளில் ஆயுதங்கள் இருந்தன. சுமார் மூன்றரை லட்சம் துப்பாக்கிகளை இவர்கள் வைத்திருந்தனர். எந்நேரம் வேண்டுமானாலும் உள்நாட்டுப் போர் வெடிக்கலாம் எனும் நிலை. அவர்கள் முஜிபுர் வரட்டும் எனக் காத்திருந்தனர்.

இதெல்லாம் எடுத்துச் சொல்லப்பட்டதும் நிலைமையின் தீவிரம் முஜிபுக்குப் புரியத் தொடங்கியது. பங்களாதேஷில் கோடிக்கணக்கான மக்கள் அவருடைய வருகைக்காகக் காத்திருந்தனர். புராணங்களில் வரும் யுகபுருஷன் மனித உருக்கொண்டு வருவதைப்போல பங்களாதேஷ் பரவசத்தில் இருந்தது. மத நம்பிக்கையைப்போல முஜிப் மீது பற்று வைத்திருந்தார்கள். விடுதலை வீரர்களும், இந்திய ராணுவமும் செய்த செயல்கள் மிகச் சிறியன என்பதைப் போலவும் அவர்களை, ஆயிரம் மைல்களுக்கு அப்பால் சிறையிலிருந்து வழிநடத்தி விடுதலையை வாங்கிக் கொடுத்தவர் முஜிபுர் ரஹ்மான என்பதாகவும் சாதாரண பங்களாதேஷ் மக்கள் எண்ணினார்கள். இந்த மனநிலையை *The legend is about to be made flesh* என கார்டியன் பத்திரிகையில் எழுதியிருந்தனர்.

உதவிக் கரங்கள்

1972ஆம் ஆண்டு ஜனவரி 10ஆம் தேதி. மேள தாள பேண்டு வாத்திய இசை. கொடிகள், தோரணங்கள். மக்கள் கூட்டம். நேரில் வந்தவர்கள் மட்டுமின்றி, வானொலி ஒலிபரப்பில் பல கோடி பேர் உற்சாகத்தில் இணைந்து கொண்டனர். சிவப்புக் கம்பளம். இருபத்தொரு குண்டுகள் முழங்கிய வரவேற்பு. இதெல்லாம் டெல்லியில்.

முஜிபுர், பங்களாதேஷ் போவதற்கு முன் வழியில் இந்தியாவில் விமானத்தை நிறுத்தி தங்கள் மக்களுக்கு உதவிய இந்தியாவுக்கு நன்றி சொல்ல வந்தார். டெல்லியில் குடியரசுத் தலைவர், பிரதமர், படைத் தலைவர்கள் அனைவரும் முஜிபுரை வரவேற்றனர். அது மட்டுமல்ல. இந்திய மக்கள் பங்களாதேஷ் உருவாக ஆதரவளித்தனர். அவர்களும் திரண்டிருந்தனர். இதைக் கண்டு முஜிபுர் நெகிழ்ந்து போனார். பக்கத்து நாடான இந்தியாவிலேயே இப்படி ஒரு வரவேற்பு என்றால் பங்களாதேஷில் சொல்லவே வேண்டாம்.

டாக்கா விமான நிலையத்தில் இருந்து எந்தப் பக்கம் திரும்பினாலும் மக்கள் வெள்ளம். முஜிபுர் கடைசியாக மக்கள் முன்பு பேசிய அதே சுஹ்ரவாடி உதயன் மைதானத்தில் மக்கள் முன்பு உரையாற்றினார். மைதானம் மட்டுமின்றி அங்கு செல்லும் சாலைகள் கூட மக்கள் கூட்டத்தால் நிரம்பி இருந்தன. டாக்காவில் அதற்கு முன்பும், இனி எப்போதும் அப்படி ஒரு கூட்டத்தைப் பார்ப்பது அரிது.

ஓ வங்காளிகளே, நீங்கள் இதைச் செய்து முடித்துவிட்டீர்கள் எனப் புகழ்ந்தார் முஜிப். இந்த மண்ணுக்குத் திரும்பி வருவேன் என்று நினைத்துக் கூடப் பார்க்கவில்லை. என்னைக் கொன்றாலும் என் உடலை பங்களாதேஷ் அனுப்பிவிடுங்கள் என்று சொல்லியிருந்தேன்

என உணர்வெழுச்சியுடன் பேசியவர், இந்தியா, ரஷ்யா, பிரிட்டன் உள்ளிட்ட நாடுகளுக்கு நன்றி தெரிவித்தார். அமெரிக்க மக்களுக்கு நன்றி சொன்னார். போராளிகள், சகாக்கள் என நன்றிப் பட்டியல் நீண்டது. தங்க வங்காளத்துக்குத் தன் அன்பைச் சொல்லி, தன்னால் இப்போது அதிகம் பேசமுடியவில்லை எனக் கூறி முடித்துக் கொண்டார்.

உற்சாக மனநிலை யதார்த்த நிலையால் வெகு சீக்கிரம் முடிவுக்கு வந்தது. பாகிஸ்தான் வீரர்கள் வங்கிகளில் இருந்த பணத்தை எரித்து அழித்திருந்தனர். தொழிற்சாலைகள், வர்த்தக நிறுவனங்கள் எல்லாமே அழிக்கப்பட்டிருந்தன. மக்கள் உண்பதற்கு உணவு இல்லை. நிர்வாகப் பணியாளர்களில் அதிக எண்ணிக்கையில் இருந்தது மேற்கு பாகிஸ்தானைச் சேர்ந்தவர்களே. காலியான பணிகளை இட்டு நிரப்பவேண்டும். முப்பது சதவிகிதம் வீடுகள் அழிந்துவிட்டன. புதிதாக ஒரு நாட்டை ஒன்றுமே இல்லாமல் பூஜ்ஜியத்தில் இருந்து கட்டியெழுப்ப வேண்டும்.

பங்களாதேஷ் அரசாங்கத்தில் அவருக்காகக் காத்திருந்தது அதிபர் பதவி. ஆனால் நிர்வாக அதிகாரம் பிரதமர் பதவிக்குத்தான் அதிகம். தாஜுதினுடைய இந்திய ஆதரவும் திடீர் அதிகாரமும் கட்சியில் அவர் மீது வெறுப்பைக் கிளப்பி இருந்தன. இந்தக் காரணங்களால் முஜிப், பிரதமர் பதவியைத் தனக்கு எடுத்துக் கொண்டார். அதிகாரம் குறைவென்றாலும் தனக்கு மேலே இருக்கும் அதிபர் பதவிக்குத் தொல்லை தராத ஒருவரை யோசித்தார். நீதிபதி அபு சயித் சௌத்ரி நாடு கடந்த முஜிப் நகர் அரசில் பன்னாட்டுச் செய்தித் தொடர்பாளராக இருந்தார். அவரை அதிபராக்கினார். முறையான அரசு அமைந்ததில் உள்நாட்டுக் கலவரம் தடுக்கப்பட்டது. அல்லது தள்ளிப்போடப் பட்டது. நிர்வாகம் எப்படிப் போகிறது என்பதைப் பொறுத்துத்தானே எல்லாம்.

தலைமைச் செயலகத்தில் அவருக்கென அலுவலக அறை இருந்தது. எனினும் அதிகாரப்பூர்வ இல்லமான கணபாபனில் *(Ganabhaban)* இருந்தே பணிகளை மேற்கொண்டார். குட்டி அரச தர்பார் மாதிரி செயல்பட்டது கணபாபன். அரசு அதிகாரிகள், அமைச்சரவைச் சகாக்களுக்கு இங்கிருந்தே உத்தரவு அளிப்பார். செய்தியாளர், வணிகர்கள், விருந்தினர்கள் சந்திப்பு நடத்துவார். கட்சிக்காரர்களும்

மக்களும் வந்து கொண்டும் போய்க்கொண்டும் இருப்பார்கள். முஜிபின் கழுத்தில் மாலையிட்டு அவர் காலில் விழுந்து ஆசி வாங்கிக் கொள்வார்கள் மக்கள். மனுக்கள் கோரிக்கைகளோடு யார் வந்தாலும் நான் பார்த்துக் கொள்கிறேன் என உறுதி கூறி அனுப்புவார் முஜிப்.

நாடு முழுக்கச் சுற்றுப் பயணம் மேற்கொள்ளும் திட்டம் ஒன்று அவரிடம் இருந்தது. அதற்கெல்லாம் நேரம் இன்றிப் பணிகள் அவரை ஆக்கிரமித்தன. பஞ்சம், இன அழிப்பு, போர். இவற்றால் ஏற்பட்ட பாதிப்புகள் எளிதில் சரிசெய்யக்கூடியன அல்ல. உள்கட்டமைப்பு மட்டுமல்ல. உள ரீதியான பாதிப்புகளும் கூட. அனைத்தையும் விட முக்கியமானது உணவளிப்பது. குறுகிய நிலப்பரப்பில் இருக்கும் இத்தனை கோடி மக்களுக்குச் சோறு கிடைக்கச் செய்வதே பெரும்பணி.

பங்களாதேஷ் பல்வேறு சாவல்களை எதிர்கொண்டிருந்தது.

- உள்நாட்டில் இடம்பெயர்ந்தவர்கள் இரண்டு கோடி. இந்தியாவுக்கு ஓடிப்போனவர்கள் ஒரு கோடி. இவர்களுக்கு மருந்து உணவு எதுவும் இல்லை. இரண்டரைக் கோடி டன் உணவுப் பொருள் இருந்தால் மட்டுமே பஞ்சத்தைத் தவிர்க்க முடியும்.
- பன்னாட்டுச் சமூகம் உதவிகளை அளித்தாலும் அறுபதாயிரத்துக்கும் மேற்பட்ட கிராமங்களில் உள்ள மக்களுக்கு அது போய்ச் சேரவேண்டும். நாட்டில் இருந்த எட்டாயிரம் பெரிய டிரக்குகளில் ஆயிரம் மட்டுமே பயன்படுத்தும் நிலையில் இருந்தன.
- நாட்டின் முக்கியமான இரண்டு கடல்வழி இறக்குமதித் தளங்களில் ஒன்று சிட்டகாங். கர்ணபுல்லி நீர்வழிப் பாதையில் இருந்த 29 உடைப்புகளும் தடைகளும் அதைப் பயன்படுத்த முடியாதவாறு முடக்கிப் போட்டன.
- ரயில்வே பாதைகள், சாலைகள் எல்லாமே தகர்க்கப்பட்டிருந்தன. உருக்குலைந்து போயிருந்த தகவல் தொடர்பு அமைப்புகளும் உதவிகளைக்கொண்டு சேர்ப்பதில் தாமதம் உண்டாக்கின.
- டெல்டா பகுதிகளில் பாலங்கள் முக்கியமான போக்குவரத்துத்

தேவை. 280க்கும் மேற்பட்ட பாலங்கள் உடைக்கப்பட்டிருந்தன. நீர்வழிப் பாதையிலும் உடைந்த பாலங்களால் தடை இருந்தது.

முஜிபுர், லண்டன், ஜெனிவா எனப் பறந்து பறந்து உதவி கேட்டுக் கொண்டிருந்தார். பிரிட்டன், பிப்ரவரி மாதத்தில் பங்களாதேஷ் நாட்டை அங்கீகரித்தது. காமன்வெல்த் நாடுகளின் தலைமையேற்றிருந்த பிரிட்டனின் அங்கீகாரம் மற்ற நாடுகளும் பங்களாதேஷை ஆதரிக்க வழி கோலியது.

ஐக்கிய நாடுகள் சபையின் மீட்பு அமைப்பு பல்வேறு உதவிகளைச் செய்தது. (UNROD, the United Nations Relief Operation in Dhaka.) சுமார் இருபது நாடுகள் நிதி, பொருள், தொழில்நுட்ப உதவிகளைச் செய்தன. இந்நாடுகளின் சார்பாகத் தன்னார்வலர்களும் பங்களாதேஷில் பணியாற்றினர். அனைத்துலக செஞ்சிலுவைச் சங்கம், சேவ் தி சில்ட்ரன், வார் ஆன் வான்ட், ஜெர்மனி, பிரிட்டிஷ் தொண்டு நிறுவனங்களும் களத்தில் இறங்கி உதவின.

பன்னாட்டு அமைப்புகள் தகவல் தொடர்பு சாதனங்கள், தரைவழிப் போக்குவரத்து வாகனங்கள், படகுகள், ஹெலிகாப்டர்கள் முதற்கொண்டு அனைத்தையும் கொண்டு வந்தன. எல்லா கிராமங்களுக்கும் கூடுமானவரை உதவி செல்லத் தேவையான அளவுக்கு உள்ளூரில் இருந்தவர்களையும் பணிக்கு அமர்த்தினர். இந்திய, ரஷ்யக் கடற்படைகள் நீர்வழிப் பாதைகளைச் சீர்செய்து உதவின.

முஜிபுர், ஒருவரை ஒருமுறை பார்த்தால் போதும். பெயரையும் முகத்தையும் மறக்கவே மாட்டார். பெயர் சொல்லி அழைத்துப் பேசும் போது மக்கள் நெருக்கமாக உணர்ந்தார்கள். இந்தக் குணம் ஒரு மந்திரம் போலச் செயல்பட்டது. எல்லாவற்றையும் முஜிபுர் ரஹ்மான் பார்த்துக் கொள்வார் என்றே மக்கள் நம்பினர். ஆனால் களநிலவரம் வேறு மாதிரி இருந்தது.

பற்றாக்குறையால், சந்தைகளில் எந்தப் பொருளும் கிடைப்பது சிரமமாக இருந்தது. இது அமைதியின்மையை, சண்டை சச்சரவுகளை உண்டாக்கியது. லுங்கி கட்டிக் கொண்டு தலையில் ராணுவத் தொப்பி, கையில் துப்பாக்கியுடன் ஜீப்பிலோ காரிலோ இளைஞர்கள் சுற்றிக் கொண்டிருந்தனர். பணமோ, பொருளோ, வேண்டியதை மிரட்டிப் பறிப்பது மட்டுமே வேலை.

கெரில்லா இயக்கத்தினர்களிடம் இருந்த துப்பாக்கிகளைத் திரும்பத் தரச் சொல்லி உத்தரவிட்டார் முஜிப். பேச்சுவார்த்தைகளுக்குப் பிறகு கெரில்லா இயக்கத்தினர் துப்பாக்கிகளைக் கொடுக்க முன்வந்தனர். டைகர் என அழைக்கப்பட்ட கெரில்லாப் படைத் தலைவர், கதேர் சித்திக்கி. பத்தாயிரத்திற்கும் மேற்பட்டோர் இவர் படையில் சேர்ந்து சண்டையிட்டனர். காக்கிச் சட்டை, தாடி, நீண்ட முடியுடன் கியூபா புரட்சியாளர் பிடல் காஸ்ட்ரோவை நினைவுபடுத்தும் வகையில் இருப்பார். இவர் ஆயுதங்களைத் திருப்பிக் கொடுத்தது தொலைக்காட்சிக் குழுவினர் முன்னிலையில் விழாவாக நடந்தது.

வரிசையாக அடுக்கி வைக்கப்பட்ட துப்பாக்கிகள், ஸ்டென் கன், எறிகணைகள் இடையில் முஜிபுர் ரஹ்மானும் கதேரும் நடந்து வந்தனர். ஒரு தானியங்கித் துப்பாக்கியை எடுத்து மண்டியிட்டுத் தலைவணங்கி எதிரில் இருக்கும் முஜிபுரிடம் நீட்டினார். இதெல்லாம் ஆவணப்படுத்தப்பட்டுள்ளன.

ஆனால், அன்றைக்கு அவாமி லீக் எதிர்பார்த்த துப்பாக்கிகள் எழுபதாயிரத்துக்குக் குறையாமல். திரும்ப வந்ததோ முப்பதாயிரம் துப்பாக்கிகள்.

முஜிப் பாஹினியில் இருந்தோரில் எட்டாயிரம் பேருக்கு ராணுவத்தில் வேலை வழங்கப்பட்டது. கல்வியைத் தொடரவும் அரசு வாய்ப்பளித்தது. சிலர் கல்லூரிக்குத் திரும்பச் சென்று படித்தனர். சிலருக்குக் காவல் துறையில் வேலை கிடைத்தது. வேறெந்த வேலையாக இருந்தாலும் ஏற்றுக் கொள்ளத் தயாராக இருந்தனர். விடுபட்டவர்கள் துப்பாக்கியைக் கொடுக்காமல் வைத்துக் கொண்டனர்.

தெய்வத் திருமகன்

நாராயணகஞ்சில் உள்ள அதாமி சணல் மில். முஜிபுர் பதவிக்கு வந்த பிறகு, முதல் இஸ்லாமியப் பண்டிகையான இத் உல் அஸா கொண்டாடப் பட இருந்தது. விடுதலைப் போரினால் பாழான தொழிற்சாலைகளில் இதுவும் ஒன்று. முதலாளிகளால் இதை நடத்த முடியாமல் சம்பளம் கொடுக்க முடியாமல் கைவிடும் நிலையில் இருந்தது. தொழிலாளர்கள் மிகவும் கஷ்டத்தில் இருந்தனர். தங்கள் குறைகளை மக்கள், வங்க நண்பனிடம் இன்றி யாரிடம் சொல்வார்கள்?

சம்பளம் கேட்டு முறையிட்ட தொழிலாளர்களுக்கு உடனே ஒரு மாதச் சம்பளத்தைத் தரச் சொல்லி உத்தரவிட்டார் முஜிப்.

மறுநாள் காலை முதலே ஒவ்வொருவராக வரிசையில் நிற்க ஆரம்பித்தனர். பணப்பட்டுவாடா செய்யும் அதிகாரியும் நேரத்தோடு கிளம்பி வந்துவிட்டார். பத்து மேசைகளைப் போட்டு பதிவேட்டை விரித்து வைத்தார். கையெழுத்திடப் பேனா. கைநாட்டு என்றால் மைப்பெட்டி. பணம் வைக்கப் பணப்பெட்டி. அவற்றையும் மேசை மேல் வைத்திருந்தார். வெளியே மூவாயிரம் தொழிலாளர்கள் வரிசையில் காத்திருந்தனர். கையெழுத்திட்டு பணத்தை வாங்கிச் செல்ல வேண்டிய வேலை மட்டும்தான் பாக்கி. அதற்குப் பணம் வேண்டுமல்லவா?

பணம் வரவில்லை. மதியம் வரை காத்திருந்தனர். முஜிபுர் கொடுக்கச் சொல்லியும் கொடுக்காமல் இருக்கிறார்களே எனத் தொழிலாளர்கள் கோபத்தில் இருந்தனர். பணப்பட்டுவாடா செய்ய வேண்டிய அதிகாரி இத்தனை பேர் கதவை உடைத்து உள்ளே வந்தால் தன் நிலை என்னாவது எனப் பயந்தார். காவல்துறைக்குத் தகவல் தெரிவித்தார். காவலர்கள் வந்து நின்று

கூட்டத்தைக் கட்டுக்குள் வைத்திருக்க முயன்றனர். யாராவது இதைப் பிரதமரிடம் தெரிவிக்க வேண்டுமே. இளம் அதிகாரி ஒருவரைப் பிடித்து அனுப்பி வைத்தனர். மதியம் இரண்டு மணிவாக்கில் சென்று முஜிபுரைச் சந்தித்து தயங்கித் தயங்கி பணம் வரவில்லை என்றார் அந்த இளைஞர்.

நான்தான் சம்பளம் கொடுக்க வேண்டும் எனச் சொன்னேனே. ஏன் இதுவரை கொடுக்கவில்லை? எனக் கோபப்பட்டார் முஜிபுர். யார் இதற்குப் பொறுப்பானவர்கள்? எனக் கேட்டார். ஒவ்வொருத்தராகக் கேள்வி சென்று சேர்ந்த இடம் நிதித்துறை.

புதிதாக அமைந்த அரசு நிதி நிர்வாகத்தைச் சீராக்கும் பொருட்டு சில கட்டுப்பாடுகளை விதித்திருந்தது. வங்கியிலிருந்து ஒரு லட்சம் டாக்கா பணத்திற்கு மேல் எடுக்க வேண்டும் என்றால் அனுமதி பெறவேண்டும். அந்த உத்தரவைப் போட்டதும் முஜிப்தான். முதல் உத்தரவில் தளர்வு தேவைப்படும் இரண்டாவது உத்தரவுக்காக முஜிப் கையெழுத்திட வேண்டும். அதை வாங்க வேண்டிய அதிகாரியைத் தேடிப் பிடித்த போது அவர் முஜிபின் காணபாபன் வீட்டின் வரவேற்பறையில்தான் இருந்தார். கட்சிக்காரர்கள், பொதுமக்கள் என அடுத்தடுத்து முஜிபுர் ரஹ்மானை சந்தித்துக் கொண்டே இருந்ததால் இடையில் எப்படிப் போய் கையெழுத்து கேட்பது எனத் தயங்கிக் காத்திருந்தார்.

நாளைக்கு நிச்சயம் பணம் கிடைத்துவிடும் என நான் சொன்னதாகச் சொல் என அனுப்பி வைத்துவிட்டு கையெழுத்திட்டார் முஜிப். இது ஓர் எடுத்துக்காட்டுதான். இன்று மழை பெய்யட்டும் என அவர் உத்தரவிட்டு மழை பெய்யாமல் போனால் அதற்கு யாரோ ஒருவர் பொறுப்பாகி தண்டனை பெறுவார். நடைமுறைச் சாத்தியங்கள் பற்றிச் சிந்திப்பதில்லை. அப்படியே ஆகட்டும் எனக் கைகளைத் தூக்கி ஆசிர்வாதம் செய்வதைப் போல உத்தரவுகளை வழங்கினார் முஜிபுர். அவை நடக்காத போது அவருடைய தெய்வத் திருமகன் பிம்பம் மெதுவாக உடைய ஆரம்பித்தது. தங்களுக்கு அளிக்கப்பட்ட வாக்குறுதிகள் நிறைவேறவில்லை எனில் முஜிபுர் ரஹ்மான் தங்களுக்குத் துரோகம் இழைத்ததாக எண்ண ஆரம்பித்தனர் பலர்.

வங்க நண்பனாக, தவறுகளை மன்னித்து அனைவரையும் அரவணைத்துப் போகும் முகம் அவருக்கு இருந்தது. மக்களைக்

கவரும் அரசியல் முகம் அது. ஆனால், பங்களாதேஷ் பிரதமர் தவறுகளைத் தண்டித்துக் கண்டிப்புடன் நிர்வாகம் செய்ய வேண்டியவர். இரண்டையும் சரியான அளவில் கையாண்டு தேசிய உணர்வால் ஆட்கொண்டிருந்த கோடிக் கணக்கான மக்களைக் கொண்டு தேசத்தைக் கட்டமைக்கும் பணி அவர் முன் இருந்தது.

முஜிப், அநீதிக்கு எதிராக மக்களைத் திரட்டிப் போராடும் திறன் பெற்றிருந்தார். அரசியல் அனுபவம்தான் அவரிடம் அதிகம் இருந்தது. அரசு நிர்வாக அனுபவம் மிகக் குறைவு. பிரதமர் முஜிபுரை பிட அரசியல்வாதி முஜிபுர் செயல்பாடுகள் அதிகம் என்பதையே வரலாறு உணர்த்துகிறது.

முஜிபுர் ரஹ்மான் சீட்டாட்டத்தில் வல்லவர். அரசியல் சரிப்படாவிட்டால் கைவசம் நல்ல தொழில் இருக்கிறதென நண்பர்கள் கேலி செய்யும் அளவுக்கு நன்றாக விளையாடக்கூடியவர். அமெரிக்கச் சூதாட்டக் கிளப் ஒன்றில் இரவு முழுக்க விளையாடி கணிசமான தொகையை வென்றதைப் பார்த்த நண்பர் எப்படி இது சாத்தியம் எனக் கேட்டார். நல்லவர்களிடம் நல்லபடியாக நடக்க வேண்டும். கெட்டவர்களிடம் அவர்களை விடக் கெட்டவர்களாக நடந்துகொள்ள வேண்டும். என்னுடைய ஆசிரியர்கள் எனக்கு அதைத்தான் சொல்லிக் கொடுத்தார்கள். முஜிப் சொன்ன பதில் இது. அரசியல் விளையாட்டிலும் இதையே கையாண்டார். பிரதமரின் ஆதரவுப்படை லால் பாஹினி உருக்கொண்டது அப்படித்தான்.

வங்கிகள் தொழிற்சாலைகள் பலவும் நாட்டுடைமை ஆக்கப்பட்டன. எதிர்ப்பு தெரிவிப்போரைச் சரிக்கட்டுவதை லால் பாஹினி பார்த்துக்கொண்டது.

மே மாத வாக்கில் முதல் கலவரத்தை நிகழ்த்தியது லால் பாஹினி. குல்னா துறைமுகப் பகுதியில் நடந்த வன்முறையில் முப்பத்தாறு தொழிலாளிகள் இறந்ததாக அலுவல் பதிவுகள் சொல்கின்றன. இரண்டாயிரம் பேர் இறந்திருக்கலாம் என்பது பதியப்படாத தகவல். லால் பாஹினியின் வேலை யாரெல்லாம் அரசுக்கு எதிராக இருக்கிறார்களோ அவர்களை வெளியேற்றி தொழிற்சாலைகளைக் கையகப்படுத்துவது.

நிறுவனங்களை நடத்துவதும் வேலை செய்வோருக்குச் சம்பளம் கொடுப்பதும் அரசாங்கத்தின் கடமையானது. இதையெல்லாம் செய்து முடிக்கும் பணியில் அமர்த்தப்படுபவர்களின் முக்கியமான தகுதியை முஜிபுர் நிர்ணயித்தார். சின்னச் சின்ன வேலையில் இருந்தோர் கூட முஜிபுர் விருப்பத்தின் படியே பணியமர்த்தப்பட்டனர். தெரிந்தவர், தெரிந்தவருக்குத் தெரிந்தவர், கட்சிக்காரர் இப்படித்தான் பல பதவிகள் வழங்கப்பட்டன. முஜிபுரின் நண்பர்கள், உறவினர்கள் யாராவது அறிமுகமாகியிருந்தால் போதும். எந்த வேலையும் யாருக்கு வேண்டுமானாலும் கிடைத்துவிடும். பாகிஸ்தான் ராணுவத்துடன் சேர்ந்து விடுதலை இயக்கத்துக்கு எதிராகச் செயல்பட்டிருந்தாலும் பரவாயில்லை. அவாமி லீக் கட்சியில் யாரேனும் ஆள் தெரிந்தால் போதும்.

துதி பாடுதலும் அதிகமாக இருந்தது. முஜிபுர் அடிக்கடி சிறைச்சாலைக்குச் சென்று வந்தவர். தன்னுடைய இரண்டாவது வீடு எனச் சிறையைக் குறிப்பிடுவார். அதை முன்னிட்டு அவர் வழக்கமாக அடைக்கப்படும் சிறை அறையில் ஒரு மார்பளவு வெண்கலச் சிலை வைக்கும் ஏற்பாடு கூட நடந்தது. திறப்பு விழாவுக்கு முன்பு, சிலையாக இருந்தாலும் சிறையில் இருப்பது சரியாகாது எனக் கருதியதால் அதைக் கைவிட்டனர். முஜிபுர் சொல்லுக்கு எதிர்க் கருத்து உள்ளவர்கள் ஓரங்கட்டப்பட்டனர். பிரதமராக இருந்த தாஜுதின் அஹமத் அரசியல் ஓய்வு அறிவித்தார். பாதுகாப்புத் துறையை கவனித்துக் கொண்ட ஓஸ்மானி சில ராணுவப் பொறுப்புகளை வகித்தார். எனினும் ஓரிரு ஆண்டுகளில் அவரும் வெளியேறினார்.

இந்தியாவில் தஞ்சம் புகுந்திருந்த சுமார் ஒரு கோடி பங்களாதேஷ் மக்கள் தங்களுடைய நாட்டுக்குத் திரும்ப வந்தனர். தொலைத்தொடர்பும் போக்குவரத்தும் சீரானது. சட்டம் ஒழுங்கு கட்டுப்பாட்டுக்குள் வந்தது. எனினும் பதவியேற்று ஒரு வருடம் கூட நிறைவடையாத நிலையில் செப்டம்பர் மாதம் முதல் பெரிய போராட்டம் முஜிபுர் அரசுக்கு எதிராக நடந்தது. ஏ.எஸ்.எம். அப்துர் ரப் மாணவர் தலைவராக இருந்து முஜிப் பாஹினியில் சேர்ந்து விடுதலைப் போரில் பங்கேற்றவர். முஜிபுர் ரஹ்மானின் ஆறு அம்சக் கோரிக்கை இயக்கத்தில் முக்கியமான பங்கு இவருக்கும் இருக்கிறது.

உணவு இல்லை. வேலை இல்லை. ஊழலும் அரசியல் கைதுகளும் பாகிஸ்தான் ஆட்சியை விட அவாமி லீக் ஆட்சியில் அதிகமாக இருக்கின்றன. உறவுக்காரர்களுக்கே முன்னுரிமை. கடத்தலால் சந்தையில் விலை கூடியிருக்கிறது. உங்கள் உரைகளில் ஆயுதங்களை உருவகத்துக்காகப் பயன்படுத்தியிருக்கிறீர்கள். எப்போதாவது நிஜத் துப்பாக்கியைப் பயன்படுத்தியதுண்டா? எப்படிப் பயன்படுத்துவதென்று எங்களுக்குத் தெரியும். எங்கள் துப்பாக்கிகள் மக்களை நோக்கித் திரும்பாது. ஆட்சியாளர்கள் பக்கம்தான் திரும்பும். இப்படி எச்சரிக்கை விடுத்த அவர் பேச்சைக் கேட்கச் சுமார் ஒரு லட்சம் பேர் திரண்டிருந்தனர்.

அந்தப் போராட்டத்தின் விளைவாக முஜிபுர் ரஹ்மான் பத்தொன்பது பேரை பதவி நீக்கம் செய்தார். இடதுசாரி இயக்கங்கள், அடிப்படைவாத அமைப்புகள் இரு தரப்பிலிருந்தும் தொடர்ந்து முஜிப் அரசு எதிர்ப்பைச் சந்தித்தது.

இரு எல்லைகளுக்கு இழுக்கும் அவர்களை மீறி இடையில் நடுநிலையுடன் நாட்டினை அடையாளப்படுத்தும் படியான அரசியல் அமைப்பு சாசனத்தை முஜிபுர் உருவாக்கினார்.

டாக்டர் கமால் ஹொசைன் அரசியல் சாசன வரைவுக் குழுவின் தலைவராகவும் முஜிபுர் ரஹ்மான் வழிகாட்டியாகவும் இருந்தனர். முப்பத்துநான்கு உறுப்பினர்கள் கொண்ட கமிட்டி அமைத்தனர். 1972ஆம் மார்ச் மாதம் ஆரம்பித்த வேலை. நவம்பர் 14ஆம் நாள் நிறைவேற்றப்பட்டு, டிசம்பர் 16ஆம் தேதி நடைமுறைக்கு வந்தது.

- வழக்கமாக ஆங்கிலத்தில் எழுதி உள்ளூர் மொழிக்கு மாற்றுவார்கள். இதற்கு மாறாக, பங்களாதேஷ் அரசியல் சாசனம், வங்காள மொழியில் எழுதப்பட்டுப் பின்னர் ஆங்கிலத்திற்கு மொழி மாற்றப்பட்டது. அரசியலமைப்புச் சட்ட உருவாக்கக் குழுவில் பெண்களும் இருந்தனர்.
- தேசியவாதம், சோஷலிசம், ஜனநாயகம், மதச்சார்பின்மை. இவை நான்கும் பங்களாதேஷின் அடிப்படைக் கோட்பாடுகளாக முன்வைக்கப்பட்டன.
- வங்காள மொழி பங்களாதேஷின் அதிகாரப்பூர்வ மொழியானது.
- விரும்பும் மதத்தைப் பின்பற்றும் சுதந்திரம் உறுதி செய்யப்பட்டிருந்தது.

- பிரதமர் தலைமையிலான நாடாளுமன்ற அமைச்சரவை எனத் தீர்மானமானது.
- பதினைந்து தொகுதிகள் பெண்களுக்கென ரிசர்வ் செய்யப்பட்டன.

முஜிபுர் ரஹ்மானின் அரசியல் வாழ்வில் என்றும் பெருமை கொள்ளத் தக்க சாதனை அது. மதச்சார்பின்மையை வலியுறுத்திய அரசியல் சாசனத்தின் அடிப்படையில் மதவாத அமைப்புகள் தடை செய்யப்பட்டன. ஜமாத் இ இஸ்லாமி, அல்-பதர் உள்ளிட்ட பல அமைப்புகளுக்கு தடை விதிக்கப்பட்டது.

வேட்டையாடு சிறையில்போடு

அரசியல் எதிர்க்கருத்துக் கொண்டோர் தேடித் தேடி வேட்டையாடப்பட்டனர். கிழக்கு பாகிஸ்தானின் கடைசி ஆளுநராக இருந்த ஏ.எம்.மாலிக் உள்ளிட்டோர் போரின் இறுதிக் கட்டத்தில் ராஜினாமா செய்து செஞ்சிலுவைச் சங்கத்திடம் சரணடைந்தனர். விடுதலைக்குப் பிறகு அவர்களைக் கைது செய்து விசாரித்து ஆயுள் தண்டனை வழங்கப்பட்டது.

யாரெல்லாம் பாகிஸ்தானுடன் இணைந்து செயல்பட்டார்களோ அவர்களைத் தேடிப் பழிவாங்கும் நடவடிக்கைகள் மேற்கொள்ளப்பட்டன.

அரசியல்வாதிகளை இப்படிப் பிரித்து தண்டனை கொடுப்பது சிரமம். தனி நபர்களும் இலக்கானார்கள். பாதிக்கப்பட்ட கட்சிக்காரர்கள் பதவிக்கு வந்ததும் இப்படிச் செய்வது சரியா தவறா என்பது ஒருபுறம் இருக்கட்டும். அதைச் சரியாகச் செய்யவில்லை என்பதுதான் பெரிய தவறாகிப்போனது.

பாகிஸ்தானின் டான் இதழின் கிழக்குப் பகுதிப் பொறுப்பில் இருந்தவர் மஹ்பூபுல் ஆலம். விடுதலைப் போரின் போது கிழக்கில் நடக்கும் செய்திகளைத் திரித்து எழுதிக் கொடுப்பதுதான் இவர் வேலை. பிளைன் ட்ரூத் என்ற பெயரில் இது வெளியாகும். பங்களாதேஷ் விடுதலைக்கு எதிரான பரப்புரையை உலகளவில் மேற்கொள்ள இவரைப் போன்றோரின் எழுத்து உதவியது. போரில் வென்று பங்களாதேஷ் உருவானதும் தேசத்துரோகக் குற்றச்சாட்டில் அவர் கைதாகியிருக்க வேண்டும். அப்படி இல்லையென்றாலும் கூடப் பரவாயில்லை. ஆனால் அவர் முஜிபுர் ரஹ்மான் அரசில் பிரதமர் அலுவலகப் பத்திரிகை அதிகாரி ஆகிவிட்டார்.

வெளிப்படையாக எதிர்த்தவர்களுக்கே இந்த வரவேற்பு எனில் அமைதியாக இருந்தவர்கள் இன்னும் ஒரு படி மேலே. விடுதலைப் போரின் போது யார் வெல்வார்கள் எனத் தெரியாமல் ஒதுங்கி இருந்தவர்கள் விடுதலை பெற்றதும் திடீர் தேசியவாதிகள் ஆனார்கள். இவர்களுக்கும் பதவிகள் வாரி வழங்கப்பட்டன. பாகிஸ்தான் ராணுவம் சரணடைந்த டிசம்பர் பதினாறாம் தேதிக்குப் பிறகு தேசியவாதி ஆனவர்களை பதினாறாவது டிவிஷன் என்ற பெயரில் குறிப்பிடுவார்கள் மற்றவர்கள்.

பதினாறாவது டிவிஷன் யாரைக் கை காட்டினாலும் அவர்கள் மீது நடவடிக்கை எடுக்கப்பட்டது. அக்டோபர் மாதத்தில் வந்த அரசு அறிக்கையின்படி 41800 பேர், பாகிஸ்தானுக்குத் துணை போனவர்களாக கைதாகினர். ரசாக்கர் எனக் குற்றம் சாட்டி ஒருவரை நீதிமன்றத்தில் நிறுத்தினால், அவரை வேலைக்கு எடுத்து உத்தரவிட்டவர் நீதிபதியாக அமர்ந்திருப்பார். உத்தரவு கொடுத்த ரசாக்கர் பதவியில் இருக்க, ஏவல் புரிந்த ரசாக்கர் மட்டும் தண்டனையை அனுபவித்தார். சாட்சிகளின் அடிப்படையிலேயே இந்த நீதி விசாரணை தண்டனை எல்லாம் வழங்கப்பட்டன. ஆதாரம் தேடி நேரத்தை வீணடிக்கவில்லை.

விடுதலைப் போரில் துப்பாக்கி ஏந்திச் சண்டையிட்ட வீரர்கள் எண்ணிக்கை மூன்று லட்சத்திற்குள்தான் இருக்கும். ஆனால் பதினொரு லட்சம் பேர் விடுதலை வீரர் சான்றினைப் பெற்றார்கள். அந்தச் சான்றுக்குப் பல விதங்களில் பயன் இருந்தது. அரசு வேலையில் இரண்டு வருட சீனியாரிட்டியைக் கூட்டி அதற்கேற்ற பதவி உயர்வு, சம்பள உயர்வு உள்ளிட்ட அனுகூலங்களைப் பெறலாம். வேலை, கல்லூரிக் கல்வி, ஓய்வூதியம், அரசு கொடுக்கும் உதவித் தொகை, இவற்றிலும் சிறப்பு முன்னுரிமை உண்டு.

இந்தச் சான்றிதழ் உண்மையான விடுதலை வீரர்களில் பலருக்கு அளிக்கப்படவில்லை. அப்படியே அவர்கள் பெற்றிருந்தாலும் அவாமி லீக் கட்சித் தொடர்பு இல்லையென்றால் அதனால் பலன் ஒன்றும் இல்லை. விடுதலைக்காக களத்தில் நின்று போர் புரிந்த வீரர்கள் புறக்கணிக்கப்படுவதாக குற்றச்சாட்டு எழுந்தது.

பாகிஸ்தானில் இருந்து தப்பித்து வர முடியாமல் அங்கேயே சிறைபிடிக்கப்பட்ட வீரர்கள் இருந்தனர். குடும்பத்துடன் முகாம்களில் அடைக்கப்பட்டிருந்தனர். தங்களிடம் இருந்த

தங்கத்தைக் கூட குறைந்த விலைக்கு விற்று வயிற்றுப் பசிக்குக் கிடைப்பதை வாங்கி உண்டு, உயிர் பிழைத்திருந்தனர். பலர் சித்திரவதைகள், கடுங்காவல் சிறைவாசத்தை அனுபவித்தனர். 1973ஆம் ஆண்டு 35000 ராணுவ வீரர்களைத் திரும்ப அழைத்துவரும் திட்டம் மூலம் பங்களாதேஷ் திரும்பினர். ஆனால் அவர்களை ராணுவத்தில் இணைத்துக் கொள்வதிலும் பதவி வழங்குவதிலும் அரசு ஆர்வம் காட்டவில்லை.

பிரதமர் அலுவகத்தில் என்ன நடக்கிறதென்பது கூடச் சிலநேரம் முஜிப் பார்வையில் படாமல் இருந்தது. ஐக்கிய நாடுகள் சபையின் அங்கீகரத்துக்குக்காக பங்களாதேஷ் காத்திருந்த நேரம் அது. ஐ.நா. சபைக் கூட்டம் ஒன்றில் பங்கேற்க வந்த அழைப்பை பங்களாதேஷ் உதாசீனம் செய்தது. அதைப் பற்றி அந்த அதிகாரி தனக்குத் தெரிந்த செய்தியாளரிடம் வருத்தப்பட, அந்தச் செய்தி பிரதமருக்குப் போனபிறகே அப்படி ஓர் அழைப்பு வந்தது தெரிந்தது. தவறுக்குக் காரணமான நபரை பணிமாறுதல் செய்து விட்டு ஐ.நா. கூட்டத்தில் கலந்து கொள்ள பங்களாதேஷ் பிரதிநிதியை அனுப்பியது.

ஊழல் பங்களாதேஷின் முக்கியமான சிக்கல். தொடக்கத்தில் இருந்தே இந்தச் சிக்கல் அரசின் எல்லா மட்டத்திலும் நீக்கமற இருந்தது. முஜிபுர் மீது ஊழல் குற்றச்சாட்டு எதுவும் இல்லை. எனினும் உறவினர்களும் கட்சிக்காரர்களும் ஊழலில் பணம் சேர்த்ததை அவர் தடுக்கவில்லை. தவறு செய்வது தெரிந்தே இருந்தாலும் நடவடிக்கை எடுக்காமல், குறித்து வைத்துக் கொண்டு தேவைப்படும்போது அரசியல் காரணங்களுக்காகப் பயன்படுத்தினார் என்பதே பொதுவான கருத்து. பதவி வகிப்போர்தான் என்றில்லை. ஐம்பது டாக்கா பணம் உதவித் தொகை கிடைக்கும் என்றால் பொய்த் தகவல் கொடுத்து, பொதுமக்களும் ஊழலை வளர்த்தனர்.

விடுதலை பெற்று முஜிபுர் பொறுப்பேற்ற பிறகு இந்திரா காந்தியுடன் ஒரு நட்பு ஒப்பந்தம் மேற்கொண்டார். இரு நாடுகளும் ஒரே மாதிரியான இன்னல்களை எதிர்கொண்டிருந்த காரணத்தால் இணைந்து செயல்படுவதின் அவசியத்தை வலியுறுத்திய ஒப்பந்தம். பாதுகாப்பு அச்சுறுத்தல்கள், இயற்கைப் பேரிடர்களைச் சேர்ந்து கையாளுதல். ஒரு நாட்டுக்கு எதிராக இன்னொரு நாடு செயல்படாமல் இருத்தல். கலை, கல்வி, கலாசார நல்லுறவினை

மேம்படுத்துதல். வர்த்தகம், அறிவியல், தொழில்நுட்பத் துறையில் நல்லிணக்கம். என்பன போன்ற அம்சங்கள். இருபத்தைந்து ஆண்டு காலக் கெடுவுடன் மீண்டும் பரிசீலிக்கப்படும் என அந்த ஒப்பந்தம் கையெழுத்தானது.

இந்தியா உடனான ஒப்பந்தங்களில் பங்களாதேஷ் நலன் புறக்கணிக்கப்படுவதாக சில அரசியல் கட்சிகள் எதிர்ப்பு தெரிவித்தன. இந்திய ஆதரவை முஸ்லிம் எதிர்ப்பாகப் பதிவு செய்வதில் சில கட்சிகள் ஆர்வம் காட்டின. தீவிர இடதுசாரிகளும் தொடர்ந்து போராட்டங்கள் நடத்தினர். வியட்னாம் போரை ஒட்டி நடந்த மாணவர் ஊர்வலத்தில் வன்முறை ஏற்பட்டுச் சிலர் காவலர்களால் சுடப்பட்டனர். அகர்தாலா வழக்கின் போது போராட்டங்களை முன்னெடுத்த மௌலானா பாஷானி ஒரு பெரிய போராட்டத்துக்கு அழைப்பு விடுத்திருந்தார். மன வருத்தம் இருந்தாலும் மக்கள் மத்தியில் முஜிபுர் ரஹ்மானுக்கு இருந்த அன்பு சரியவில்லை. அரசியல் களத்தில் தனக்கிருக்கும் செல்வாக்கை நிரூபிக்க முஜிபுரும் அழைப்பு விடுத்தார். பாஷானி தன் நிகழ்வை ரத்து செய்யும் அளவுக்கு முஜிபுருக்கு ஆதரவாகக் கிராமங்களில் இருந்து மக்கள் திரண்டு வந்தனர்.

முஜிபுர் மீது, இரண்டு வகையான குற்றச்சாட்டுகள் வைக்கப்பட்டன. கட்சிக்காரருக்குப் பதவி கொடுத்து எதிர்க்கருத்து கொண்டோரை சிறையிலடைக்கிறார். எதிர்க்கருத்துடன் விடுதலையை ஆதரிக்காதவர்களுக்கு பதவி கொடுத்து விடுதலைக்குப் போரிட்டவர்களை கைவிட்டார். இவ்விரு குற்றச்சாட்டுகளும் ஒன்றுக்கொன்று முரணானவை. யாருக்குப் பதவி கொடுத்து யாரைச் சிறையில் அடைத்தாலும் இந்த வரையறைக்குள் கொண்டுவந்துவிட இயலும்.

தீவிர முஜிபுர் ஆதரவாளர் ஒருவர், இதே விஷயத்தை வேறாகச் சொல்வார். விடுதலை வீரர்களுக்குப் பதவி கொடுத்து விடுதலையை எதிர்த்தவர்களை சிறையில் போட்டு நீதியை நிலைநாட்டுகிறார்கள். மாற்றுக் கருத்துள்ளவர்களை அரவணைத்து நாட்டு நிர்வாகத்தில் பங்களிக்க வாய்ப்பு கொடுக்கிறார். இப்படித்தான் ஒரே விஷயத்தை இரு கோணத்தில் பார்த்துச் சண்டையிட்டுக் கொண்டிருந்தனர்.

பெரும்பான்மை மக்கள் அவர் மீது வைத்திருந்த நம்பிக்கையை இழக்கவில்லை. அதை உறுதிப்படுத்தியது, 1973ஆம் ஆண்டு நடந்த

தேர்தல். தங்கவங்கம் பரப்புரை மின்னிய தேர்தல். ஏழு தொகுதிகள் தவிர மற்ற அனைத்திலும் அவாமி லீக் கட்சியே வென்றது. முஜிபுர் ரஹ்மானுக்கு மக்கள் தங்கள் ஆதரவை அழுத்தமாகத் தெரிவித்திருந்தனர்.

ஒரே நாடு ஒரே கட்சி

1974 பிப்ரவரி மாதம் பாகிஸ்தான் பங்களாதேஷ் நாட்டை அங்கீகரித்தது. முஸ்லிம் நாடுகள் கொடுத்த அழுத்தமும் இதற்கு முக்கியமான காரணம். ஜுல்பிகர் அலி புட்டோ ஜூன் மாதத்தில் பங்களாதேஷ் வந்தார். சுமார் ஒன்றேமுக்கால் லட்சம் பாகிஸ்தானியர்களை திரும்ப அழைத்துக் கொள்ள ஒப்பந்தம் கையெழுத்தானது. அதைச் செயல்படுத்துவதில் இழுபறி இருந்தது.

அந்த ஆண்டு பங்களாதேஷ் மீண்டும் ஒரு மிகப்பெரிய பஞ்சத்தை எதிர்கொண்டது. பசியினால் இறந்தவர்கள் எண்ணிக்கை இருபத்தேழாயிரம். அரசுக் குறிப்பில் உள்ள அதிகாரப்பூர்வ எண்ணிக்கை இது. சத்துணவு இன்றி நோய்த்தாக்குதலுக்கு உள்ளாகி இறந்தோரையும் சேர்த்தால் லட்சத்தைத் தாண்டும். அவாமி லீக் கட்சிக்காரர்கள் கஞ்சித் தொட்டி திறந்து உணவளிக்க உத்தரவிட்டார் முஜிப். கிராமங்கள் தோறும் 5700 கஞ்சித் தொட்டிகள் திறக்கப்பட்டன. முப்பது லட்சத்திற்கும் மேற்பட்டோருக்கு நாள்தோறும் உணவளிக்கப்பட்டது. எனினும் பெருமளவு மக்கள் டாக்காவுக்கு இடம்பெயர்ந்தனர். உணவும் வேலையும் கிடைக்கும் என்ற நம்பிக்கையில்.

வழக்கமான இயற்கை பாதிப்புகள் இருந்தாலும் அந்த ஆண்டு, போதுமான அளவுக்கு உணவு தானியங்கள் விளைந்ததெனப் பல ஆய்வுகள் தெரிவிக்கின்றன. ஊழலும் கடத்தலுமே பஞ்சத்துக்கு முதன்மையான காரணம். கடத்தலுக்கு இந்திய முதலாளிகள் மீது குற்றம் சுமத்தப்பட்டது.

தங்கம், வெள்ளி, மீன், முட்டை, அரிசி, சணல் உள்படப் பத்து வகையான பொருள்கள் கடத்தப்பட்டன. ஆறு, காடு. இரண்டுமே கண்காணிக்க எளிதான பகுதி அல்ல. ஆனால் பங்களாதேஷின்

எல்லையில் பெரும்பாலும் இம்மாதிரியான நிலப்பகுதிகளே இருந்தன. காவலர்களை ஏமாற்றிவிட்டுக் கடத்துவது இப்பகுதிகளில் கணிசமாக நடந்தது.

எல்லையோரங்களில் பங்களாதேஷ் பகுதியில் ஒரு சதுர கிலோ மீட்டரில் எண்ணூறு பேரும் இந்தியப் பகுதியில் ஆயிரம் பேரும் வசித்தனர். சத்தமாகக் கூப்பிட்டாலே கேட்கும் தூரத்தில், ஐந்நூறு அடிகளுக்குள்ளே இந்தியாவின் எல்லை இருந்தது. இந்த அடர்த்தியும் நெருக்கமும் கைது செய்வதைச் சவாலாக்கின.

விசாரணை செய்ய யாரையாவது பிடித்தாலும் இரு நாட்டு மக்களையும் அடையாள அட்டை இன்றி வேறுபடுத்த முடியாது. மொழி, தோல் நிறம், தோற்றம், ஆடை, கலாசாரம் எல்லாம் ஒன்றே. இந்த நாடுதான், அடையாள அட்டை தொலைந்துவிட்டது எனச் சொன்னால் நம்பித்தான் ஆகவேண்டும். பிடித்து அடைத்து வைத்து காவலரை அனுப்பி விசாரிக்கலாம் என்றாலும் சரிப்படாது. அந்தளவுக்கு சிறைச்சாலை கட்டுமான வசதிகள் எல்லையோரத்தில் கிடையாது.

இந்திய முதலாளிகளுக்கு பங்களாதேஷ் வேலையாள்களை வைத்து கடத்துவதும் வேலை வாங்குவதும் மலிவாக இருந்தது. வேலையாள்களுக்கோ, கிடைக்கும் கூலி குறைவாக இருந்தாலும் இந்தியப் பணம் என்பதால் மதிப்பு கூட.

சட்டப்பூர்வமாக விற்பனை செய்து டாக்காவில் சம்பாதிப்பதை விட இந்திய ரூபாயில் சம்பாதிப்பது பங்களாதேஷ் முதலாளிகளுக்கும் வசதியானது. இந்தியப் புடவைகள் டாக்கா சந்தையில் அதிக விலையில் விற்பனையாயின. அதை அரிசிக் கடத்தலில் வந்த லாபத்தைக் கொண்டு இந்தியாவில் இந்தியப் பணத்திலேயே வாங்கினால் லாபம் கூடுதல். வரி ஏய்ப்பும் சாத்தியம். இப்படி இரட்டைக் கடத்தலும் நடந்தது.

பங்களாதேஷ் ரைபில்ஸ் (*BDR*), இந்தியாவின் எல்லைப் பாதுகாப்புப் படை (*BSF*) இணைந்து எல்லையைப் பாதுகாத்தனர்.

பங்களாதேஷ் எட்டு பகுதிகளாகப் பிரிக்கப்பட்டு நிர்வாகம் செய்யப்படுகிறது. டாக்கா, குல்னா, ரஜ்ஷகி, ரங்புர், மிமென்சிங், சில்லெட், சிட்டகாங், பரிஷல் ஆகியன.

இந்தியாவின் ஐந்து மாநிலங்களில் பங்களாதேஷ் எல்லை வருகிறது. மேற்கு வங்காளம், அசாம், மேகாலயா, திரிபுரா, மிசோரம். இந்த ஐந்திலும் ஏகப்பட்ட சிற்றெல்லைகள் உள்ளன.

இந்திய நிலப்பரப்பின் உள்ளே நடுவில் சில கிலோமீட்டர்கள் பரப்பளவில் பங்களாதேஷ் நிலம் இருக்கும். போலவே சுற்றிலும் பங்களாதேஷ் நிலப்பரப்பு இருந்தாலும் நடுவில் இந்திய நிலப்பரப்பு இருக்கும். இதை என்கிலேவ்ஸ் என்பார்கள். இதுவே கொஞ்சம் சிக்கலான எல்லை வரையறைதான். சில பகுதிகளில் இது இன்னும் சிக்கலாவதும் உண்டு. இந்தியாவின் உள்ளே இருக்கும் பங்களாதேஷ் என்கிலேவ் பகுதிக்குள்ளே கொஞ்சமே கொஞ்சம் இந்திய நிலம் இருக்கும். அதாவது என்கிலேவ் உள்ளே இன்னொரு என்கிலேவ்.

என்கிலேவ்கள் பெரும்பாலும் ஊர்த்தலைவரின் கட்டுப் பாட்டில்தான் இருந்தன. காவலர்கள் வருவது அரிது. ஊர்த் தலைவர்கள் வைப்பதே சட்டம். அதற்கு அனைவரும் கட்டுப்பட்டாக வேண்டும். இதனாலும் சட்டவிரோத நடவடிக்கைகள் அதிகம் நடந்தன.

இந்தியத் தரப்பில் நாற்பத்தைந்து பட்டாலியன் படையும் பங்களாதேஷ் தரப்பில் முப்பது பட்டாலியன் படையும் அங்கே காவல் காக்க இருந்தன. தெருக்கள், வீடுகளுக்கு இடையே புகுந்து போகும் எல்லையைக் கண்காணிக்க ஐந்து கிலோ மீட்டர் தூரத்துக்கு முப்பது பேராவது தேவை. ஆனால் பதினைந்து பேர்தான் இருந்தனர்.

அதிக வீரர்களை நிறுத்தினாலும் தீர்வு கிட்டுமா என்பது சந்தேகம்தான். சிற்றெல்லைகள் அதிகம் இருப்பதால், காவலர்கள் கண்களில் உமியைத் தூவி விட்டு அரிசியைக் கடத்துவது எளிது.

பங்களாதேஷுக்குள் 111 இந்திய என்கிலேவ்கள் உள்ளன. சுமார் பதினேழாயிரம் ஏக்கர் நிலப்பரப்பு. இந்தியாவுக்குள் 51 பங்களாதேஷ் என்கிலேவ்கள் உள்ளன. சுமார் ஏழாயிரம் ஏக்கர். இந்தியா, பங்களாதேஷ் இடையே எந்த என்கிலேவ்களை யாருக்கு விட்டுக் கொடுப்பது என்று பேசி முடிவெடுத்து எல்லைகள் தெளிவாக வரையறுக்கப்பட்டன. 1974ஆம் ஆண்டு இரு நாடுகளும் எல்லை ஒப்பந்தத்தை மேற்கொண்டன. பங்களாதேஷ் நாடாளுமன்றத்தில்

ஒப்புதல் வாங்கி இது அதிகாரப்பூர்வமாகிவிட்டது. எனினும் இந்தியத் தரப்பில் நாடாளுமன்ற ஒப்புதல் வழங்கப்படாமலே பல ஆண்டுகள் கடந்தன.

என்கிலேவ் பகுதிகளில் பலவும் பருவ மழைக்காலங்களில் மூழ்கிவிடும். இங்கு பாதுகாப்புப் படையினர் ரோந்து செல்வது எளிதல்ல. கடத்தல் செய்பவர்களைப் பிடித்தாலும் அவர்கள், அரசியல்வாதிகளுக்கு நெருக்கமானவர்களாக இருப்பார்கள். அல்லது அரசியல்வாதிக்கு பயந்து காட்டிக் கொடுக்க மாட்டார்கள். மாட்டிக் கொண்ட ஒருவரைத் தாண்டி பெரிதாக நடவடிக்கை எடுக்க முடியாது. இந்நிலையில் எங்ஙனம் கடத்தலைத் தடுப்பது.

பங்களாதேஷுக்கு, செப்டம்பரில் ஐக்கிய நாடுகள் சபை முழு உறுப்பினர் அங்கீகாரம் அளித்தது. எனினும் நாட்டில் இருந்தோர் அனைவரின் அங்கீகாரத்தையும் பெற முஜிபுர் போராடிக் கொண்டிருந்தார். பங்களாதேஷில் சோஷலிஸ இடதுசாரி அரசு நிறுவப்பட வேண்டும் என்பதைக் கொள்கையாகக் கொண்டு ஜதியா சமஜ்தந்ரிக் தல் உருவானது. மாணவர் தலைவர் அப்துர் ரப், ஜியாவுர் ரஹ்மானின் ஜி போர்ஸின் கீழ் விடுதலைப்போரில் ஈடுபட்ட அபு தாஹிர் இக்கட்சியைச் சேர்ந்தவர்கள். தொடர் போராட்டங்களை ஒட்டி வன்முறைகள் நடந்துகொண்டே இருந்தன. இவர்களைப் போன்றோரை முஜிபுரின் ஜதியா ராக்கி பாஹினி படை எதிர்கொண்டது.

தேசியப் பாதுகாப்புப் படை - ஜதியா ராக்கி பாஹினி - முஜிபுர் ரஹ்மானின் நேரடிக்கட்டுப்பாட்டில் இயங்கியது. எண்ணற்ற மனித உரிமை மீறல் குற்றச்சாட்டுக்கள் இப்படையின் மீது சுமத்தப்பட்டன. யாரை வேண்டுமாலும் விசாரணைக்கு அழைத்துச் செல்வதும் தேவைப்பட்டால் கொல்வதும் அதிகமானது. டாக்காவில் ரமணா பகுதியில் இருந்த உள்துறை அமைச்சரின் வீட்டை முற்றுகையிடும் போராட்டத்தில் இருந்தவர்களை நோக்கித் துப்பாக்கியால் சுட்டதில் பன்னிரண்டு பேர் இறந்தனர்.

அவாமி லீக் கட்சிக்காரர்களைக் குறிவைத்துக் கொல்வதும் நடந்தது. டிசம்பரில் அவாமி லீக் கட்சியைச் சேர்ந்த நாடாளுமன்ற உறுப்பினர் ஒருவர் கொல்லப்பட்டார். அந்த வருடத்தில் பலியான ஆறாவது உறுப்பினர். பங்களாதேஷ் விடுதலை பெற்றதிலிருந்து சுமார் மூன்றாயிரம் அவாமி லீக்

உறுப்பினர்கள் கொல்லப்பட்டிருந்தனர். அரசியல் செய்வதையே கவனித்துக் கொண்டிருந்தால் அரசு நிர்வாகம் எப்படி நடக்கும் என நினைத்தாரோ என்னவோ, அரசியல் நிலையைச் சீராக்கும் பொருட்டு பங்களாதேஷில் அவசரநிலைப் பிரகடனத்தைக் கொண்டுவந்தார் முஜிப்.

பக்ஸல் எனப்படும் ஒற்றைக் கட்சி ஆட்சி முறையைப் பரிந்துரைத்தார். *(Bangladesh Krishak Sramik Awami League - BaKSAL).* இதன் நோக்கங்களாக நான்கு விஷயங்களை முஜிப் முன்வைத்தார். ஊழல் ஒழிப்பு. உற்பத்தி அதிகரிப்பு. மக்கள் தொகைக் கட்டுப்பாடு. தேசிய ஒருமைப்பாடு. தற்போதிருக்கும் அரசாங்க அமைப்பை நீக்கினால் மட்டுமே இதைச் சாத்தியப்படுத்த முடியும் என்பது முஜிபுரின் வாதம்.

ஒரு நாடு, ஒரு கட்சி. வேறு எந்தக் கட்சியும் நடத்த உரிமை கிடையாது. அனைவரும் தேசியக் கட்சியில் இணைந்தால்தான் அரசியல் செய்ய அனுமதி. நாடாளுமன்ற உறுப்பினராக இருந்து பக்ஸலில் இணைய மறுத்தால் அவர் பதவி பறிக்கப்படும்.

தேர்தலில் போட்டியிட பக்ஸல் உறுப்பினர்களுக்கு மட்டுமே அனுமதி. யார் போட்டியிடலாம் என்பதை முஜிபுர் முடிவு செய்வார். அவர் சொல்லும் இரண்டு, மூன்று பேரில் ஒருவரை மக்கள் தங்கள் தொகுதிப் பிரதிநிதியாகத் தேர்ந்தெடுப்பார்கள்.

நாட்டில் உள்ள எல்லா கிராமங்களிலும் கூட்டுறவு அமைப்புகள் உருவாக்கப்படும். ஐந்நூறிலிருந்து ஆயிரம் பேர் ஒவ்வொரு கூட்டுறவு அமைப்பிலும் இருப்பார்கள். நாட்டின் பொருளாதார அலகுகளாக இவை கருதப்படும்.

உள்ளூர் இளைஞர்கள், பெண்கள், விவசாயிகள், வேலை செய்பவர்கள், பக்ஸல் உறுப்பினர்கள் கொண்டு காவல் நிலையங்கள் கட்டமைக்கப்படும்.

சுதந்திரமான பேச்சுக்குத் தடை. நான்கைத் தவிர மற்றெல்லா செய்தி நிறுவனங்களும் மூடப்பட்டன. தப்பித்த செய்தித்தாள்களில் வேலை பார்ப்பவர்கள் அரசால் நியமிக்கப்பட்டனர்.

நீதிபதிகளை நியமிக்கும் அதிகாரம் அதிபரிடம் இருக்கும். தவறு செய்தாலும் எதிர்பார்த்த அளவுக்குப் பணி செய்யவில்லை என்றாலும் நீதிபதியை மாற்றிவிடுவார் அதிபர்.

சுருக்கமாகச் சொல்வதென்றால், எல்லாமே அதிபர் முஜிபுர் ரஹ்மானின் உத்தரவுப்படிதான் நடக்கும். இரண்டாம் புரட்சி என இத்திட்டத்திற்குப் பெயர் வைத்தார் முஜிபுர்.

வெவ்வேறு பொருள்களைக்கொண்டு விதவிதமான பெயர்களில் தயாராகும் குழந்தைகளுக்கான உணவுகள் அனைத்தும் சாக்லெட்டில் முக்கி ஒரே சுவையில்தான் விற்பனைக்கு வரும். முஜிபுரின் திட்டங்கள் அப்படித்தான். ஆரம்பம் வெவ்வேறு மாதிரி இருந்தாலும் பெரும்பாலும் ஒரே முடிவுதான்.

ஆகஸ்ட் இறுதியில் ஆளுநர்களுக்குப் பயிற்சியளிக்கும் திட்டம் இருந்தது. மௌலானா பாஷானியைச் சந்தித்து ஆதரவைப் பெற்றார் முஜிப். பாகிஸ்தான் ஆதரவு தலைவர்கள்கூட பக்ஸலில் இணைந்தனர். ஒருவேளை, தன் முந்தைய தவறுகளைக் களைந்து இந்த முறை வேறு மாதிரி அவர் ஆட்சியை நடத்தியிருக்கலாம். ஊழலைக் களைந்து நாட்டை ஒற்றுமையாக வழிநடத்தி வெற்றி பெற்றிருக்கலாம். அப்படியின்றி, முழு சர்வாதிகாரியாக, மக்கள் விரோதப் பாதையிலும் சென்றிருக்கலாம். அதைப்பற்றிப் பேசிப் பயனில்லை. திட்டம் செயல்பாட்டுக்கு வரவில்லை. அதைச் செயல்படுத்த முஜிபுர், அடுத்த மாதம் உயிருடன் இல்லை.

சகலைக் கூட்டணி

மக்களாட்சியில் குறைசொல்லிக் கைகாட்டவேனும் யாராவது இருப்பர். சர்வாதிகாரம் கூடினால் அதற்கான வாய்ப்பும் போகும். எல்லாவற்றுக்கும் அதிபதி யாரோ அவரே எல்லாத் தவறுகளுக்கும் பொறுப்பாளி.

இந்திரா காந்தி, முஜிபுர் இடையேயான எல்லை ஒப்பந்தம் வெளியிலிருந்து வரும் பாதுகாப்பு அச்சுறுத்தல்களில் இருந்து காப்பாற்றப் போதுமானது. எனவே தன்னுடைய நாட்டின் ராணுவக் கட்டமைப்பை அதிகம் கண்டுகொள்ளவில்லை முஜிபுர்.

மேஜர் ஜெனரல் ஜியாவுர் ரஹ்மான் பிற்காலத்தில் அளித்த நேர்காணல் ஒன்றில், ராணுவம் முறையாக நிர்வகிக்கப்படாத நிலையைக் *(No Table of Organization and Establishment)* குறிப்பிட்டிருந்தார். முஜிபுர் ஊதியம் கொடுக்கலாம் எனச் சொல்வதால் ஊதியம் கொடுக்கப்பட்டது. நிறுத்தலாம் எனத் தோன்றினால் அவரால் நிறுத்திவிட முடியும். பாதுகாப்புப் பணியில் இருந்தோர் முறையான சீருடை இன்றி லுங்கி, செருப்பு, போர்வையுடன் இருந்ததாக பிரிகேடியர் மன்சூர் குறிப்பிட்டுள்ளார். ராணுவத்தில் இருப்பவர்களில் ஒரு குழுவினரை அழைத்துப் பேசி சம்பள உயர்வு கொடுப்பதும், இன்னொரு குழுவுக்கு வேறு ஏதோ ஒன்றைக் கொடுப்பதுமாக கூடுமானவரை பிரித்தாண்டு, ராணுவத்தைச் சிதைத்தார் முஜிபுர் என்பதும் இவருடைய குற்றச்சாட்டு.

இந்த அதிருப்திகள் தேர்தல் முடிவுகளில் எதிரொலித்தன. பொதுமக்கள் பெரும்பான்மை வெற்றியைக் கொடுத்திருந்தாலும் ராணுவ வீரர்கள் அநேகம் பேர் முஜிபுர் ரஹ்மானை ஆதரித்து வாக்களிக்கவில்லை.

பாகிஸ்தான் ராணுவ நீதிமன்றத்தில் மரண தண்டனை பெற்று சாவின் விளிம்பு வரை சென்று வந்தவர் முஜிபுர். பத்தாண்டுகள் அயூப் கான் ஆட்சியின் கீழ் குறிப்பிடத்தக்க காலங்களை சிறையில் கழித்தவர். அதிக பலம் கொண்ட ராணுவ அமைப்பால் எந்தக் காலத்திலும் நாட்டுக்கு நன்மை விளையாது என முஜிபுர் எண்ணியிருக்கலாம். அவருடைய சொந்த அனுபவங்கள் என்றைக்குமே ராணுவத்தின் மீது முழு நம்பிக்கை வைக்கும் மனநிலையை அவருக்குக் கொடுக்கவில்லை.

தன்னுடைய இரண்டாவது மகன் ஜமாலுக்கு ராணுவப் பதவி கொடுக்கும் திட்டம் முஜிபுரிடம் இருந்தது. ஜெனரல் ஷபிபுல்லாவுக்கு நேரடியாக தொலைப்பேசி மூலம் அழைத்துத் தன் மகனை பிரிட்டன் பயிற்சியளிக்கும் சந்தர்ஸ்ட் படையில் சேர்க்கச் சொன்னார். சிறப்பான தகுதியுள்ளோரே அப்படையில் இணைய முடிந்தது. பரிந்துரையின் பேரில் ஜமால் சேர்த்துக்கொள்ளப்பட்டார்.

முஜிபுரின் முதல் மகன் கமல் இந்தியாவிடம் பயிற்சிபெற்று விடுதலைப் போரில் பங்கேற்றவர். தன்னுடைய மூர்க்கமான குணத்துக்காக வெகுவாக அறியப்பட்டவர். விடுதலைக்குப் பிறகு மாவோயிசத் தலைவர் சிராஜ் சிக்தருக்கு எதிரான அரசின் நடவடிக்கைகளின் போது தனிக்குழுவாக இவரும் துப்பாக்கி ஏந்தி கலந்து கொண்டார். முஜிபுர் இதை ரசிக்கவில்லை. துப்பாக்கிச் சண்டை ஒன்றில் யார் எனத் தெரியாமல் காவலர்கள் இவரைச் சுட்டு மருத்துவமனையில் இருந்தபோது முஜிபுர் பார்க்கக்கூட செல்லவில்லை. அந்தக் காவலர்கள் மீது எந்த நடவடிக்கையும் எடுக்கவேண்டாம் என்றும் கூறினார். இச்சம்பவம் வங்கிக் கொள்ளையில் கமல் ஈடுபட்டார் என்கிற வதந்தியாக இன்னும் உலவுகிறது.

தன்னுடைய தயக்கத்தை மீறி ஒரு கட்டத்தில் ராணுவத்தை பயன்படுத்த முனைந்தார் முஜிப். பொதுமக்களைச் சமாதானப்படுத்த சில நடவடிக்கைகளை மேற்கொண்டார். ஊழலைக் களைய ஒன்பது அமைச்சர்களை பதவி நீக்கம் செய்தார். ஆயுதங்களை மீட்க, முதல் பெங்கால் லான்சர்ஸின் பிராவோ ஸ்குவார்டன் டாக்காவில் இருந்து டெர்மா பகுதிக்கு வரவழைக்கப்பட்டது. சமூக விரோதச் செயல்களில் ஈடுபடுவோரிடம் இருந்து ஆயுதங்களைப்

பறிக்க முஜிபுர் ரஹ்மான் இந்தப் படைக்கு உத்தரவிட்டார். படைத்தலைவர் மேஜர் ஃபரூக் இந்த உத்தரவை ஆர்வமாகத்தான் ஏற்றுக்கொண்டார். ஒரு வழியாக முஜிபுர் ராணுவ வீரர்களுக்கு மக்களுக்கு உதவும் வாய்ப்பை வழங்கியுள்ளதாக அவர் நினைத்தார். ஆனால் கள அனுபவங்கள் வேறாக இருந்தன.

டெம்ரா, முன்ஷிங்கன்ச், நாராயன்கன்ச், நர்சிங்டி மாவட்டங்களில் சட்டத்தை மீறி வைத்திருக்கும் துப்பாக்கிகளைக் கைப்பற்றும் பணி மேஜர் ஃபரூக் வசம் வந்தது. தீவிரமாக அந்தப் பணியைச் செய்தார். அவாமி லீக் கட்சிக்காரர் ஒருவரைக் கைது செய்தபோது இருபதுக்கும் மேற்பட்டோரைக் கொலை செய்ததாக அவர் வெளிப்படையாக ஒப்புக்கொண்டார். முஜிபுர் கட்டளைப்படிதான் நான் செய்தேன் என அவர் சொன்னது ஃபரூக்கை அதிர்ச்சியடைய வைத்தது.

அவாமி லீக் கட்சிக்காரர்களுக்கு எதிரான நடவடிக்கைகள் தேசத்துக்கு எதிரான செயலாகப் பார்க்கப்படும் வாய்ப்பும் இருந்தது. கட்சிக்காரர்களைக் கைது செய்து பின்விளைவுகள் எது வந்தாலும் நீங்களே பார்த்துக் கொள்ளுங்கள் என ராணுவ உயர் அதிகாரிகள் ஒதுங்கிக் கொண்டனர். தவறாக யாரையேனும் கைது செய்தால் தண்டனை கிடைக்கும் என எழுத்துப் பூர்வமாகவே அறிக்கை அனுப்பப்பட்டது. சரியான கைதுகள் எதுவென்கிறீர்களா? மாவோயிஸ்ட், நக்சலைட், இடதுசாரி குழுக்களைச் சேர்ந்தவர்களை கைது செய்தால் அரசு அதைச் சரி என்றது. அடித்துக் கொடுமைப்படுத்திக் கொன்றாலும் நல்லதே என ஊக்குவித்தது.

ஒரு திருடனைப் பிடித்து விசாரித்தபோது டோங்கி பகுதியைச் சேர்ந்த அவாமி லீக் தலைவர் ஒருவர், ஒரு பெண்ணை வன்புணர்ந்து கொன்ற தகவல் கிடைத்தது. திருடனும் உடந்தை. அந்தத் திருடன் லஞ்சம் கொடுக்க பேரம் பேசினான். ராணுவம், உள்ளூர் காவலர்களிடம் அவனை ஒப்படைத்தது. மேலிட உத்தரவின் பேரில் மேற்கொண்டு விசாரிக்காமல் கைவிட்டனர். இரு நாள்களில் திருடனும் வெளியில் சுதந்திரமாக வந்துவிட்டான். இந்நிகழ்வு ஃபரூக் மனத்தை வெகுவாக பாதித்தது. முடியுமானால் அந்த நிமிடமே முஜிபுர் ரஹ்மானைக் கொன்றுவிட நினைத்தார்.

1946ஆம் ஆண்டு நல்ல வசதியான குடும்பத்தில் பிறந்தவர் சயித்

ஃபரூக் ரஹ்மான். பாகிஸ்தான் ராணுவத்தில் மருத்துவராக இருந்தார் தந்தை. இதனால் கிழக்கிலும் மேற்கிலும் பல பள்ளிக்கூடங்கள் மாறி மாறி கல்வி கற்றார்.

பதினேழு வயதில் தனியார் விமான ஓட்டி லைசன்ஸ் பெற்றுவிட்டார். எனினும் பாகிஸ்தான் விமானப் படையில் சேர்த்துக்கொள்ளப்படவில்லை. குடும்பத்தாருக்கு இவர் ராணுவத்தில் சேர்வதில் விருப்பமும் இல்லை. இங்கிலாந்துக்கு அனுப்பி படிக்க வைக்க ஏற்பாடுகள் நடந்தன. அந்நேரத்தில் இந்தியா-பாகிஸ்தான் போர் வந்தது. ஃபரூக், பிடிவாதமாக ராணுவத்தில் சேர்ந்துவிட்டார். ரிசால்புர் பாகிஸ்தான் ராணுவ பயிற்சி மையத்தில் தன்னுடன் படித்த முந்நூறு பேரில் நான்காவது இடத்தில் தேர்வானார். ஆயுதம் ஏந்தும் வேலையை விரும்பிப் பெற்றார்.

சியால்கோட்டில் பணியாற்றியவர் தன்னுடைய இருபத்து நான்காவது வயதில் சார்லி ஸ்காட்ரம் படைத் தளபதியானார். அபுதாபியில் சிறப்புப் பயிற்சிபெற அனுப்பி வைக்கப்பட்டார். இளம் வயதில் டாங்கி கமான்டரானார். எண்ணெய் வளம் கொழிக்கும் நாட்டில் விதவிதமான ஆயுதங்களைக் கையாளும் பயிற்சியில் வாழ்க்கை மகிழ்ச்சியாகப் போனது. அப்போதுதான் பங்களாதேஷ் விடுதலைப் போர் ஆரம்பமானது. அந்தோனி எழுதிய இனப்படுகொலைக் கட்டுரை ஃபரூக்கை பங்களாதேஷ் நோக்கி வரவைத்தது.

விடுதலைப் போரில் பங்கேற்ற பிறகு பங்களாதேஷ் ராணுவத்தில் பணியைத் தொடர்ந்தார். ஃபரிதாவைக் கல்யாணம் செய்து கொண்டார். ஃபரிதாவின் தங்கை டிங்குவின் கணவர் கந்தஹர் அப்துல் ரஷீத். ஃபரூக் பிறந்த அதே வருடத்தில் பிறந்தவர். ரசில்புர் ராணுவப் பயிற்சி மையத்தில் ஃபரூக்குடன் நண்பரானவர். அக்கா, தங்கையைத் திருமணம் செய்த பிறகு இந்த நட்பு பிரிக்க முடியாத ஒன்றாக மாறிவிட்டது.

கிழக்கு பாகிஸ்தான் ராணுவத்தில் பங்களாதேஷில் உள்ள குல்னா பகுதியில் பணியாற்றியவர் ரஷீத். அவர் நடவடிக்கைகளின் காரணமாக, வங்காள தேசியவாதியாக இருக்கலாம் என்ற சந்தேகத்தில் காஷ்மீர் எல்லையில் பணியமர்த்தப்பட்டார். பாகிஸ்தானின் ஹஜிரா பகுதியில் இருக்கும்போது வானொலி

மூலம் பங்களாதேஷில் நடக்கும் நிலவரம் அறிந்தார். மனைவி டிங்கு, மொழிப்போரில் பங்கேற்றவர். உடனே கிளம்பலாம் என அவரும் ஆமோதித்தார். உடல்நலமில்லாத பெற்றோரைப் பார்க்க விடுமுறைக்கு விண்ணப்பித்தார். அனுமதி கிடைத்தது. குடும்பமாக, கைக்குழந்தையுடன் பங்களாதேஷ் வந்தனர்.

பங்களாதேஷ் விடுதலைப் போரில் ஜியாவுர் ரஹ்மானின் தலைமையில் செயல்பட்ட ஜி போர்ஸுடன் இணைப்புப் படையாக இருந்த முக்தி பாஹினி குழுவில் இணைந்து போரிட்டார் ரஷீத். விடுதலைக்குப் பிறகு இக்குழு படையணியாக உயர்வு பெற்றது. 2வது ஃபீல்ட் பீரங்கிப் படைத் தளபதியானார் ரஷீத்.

ஃபரூக்கின் படையணியும் ஆயுதபலம் பெற்றதே. நாட்டில் டாங்கி வைத்திருக்கும் ஒரே படையணி இது. அந்த டாங்கிகளுக்கு ஒரு வரலாறு இருக்கிறது.

யோம் கிப்புர் அரபு இஸ்ரேல் போரின் போது (1973) முஸ்லிம் சகோதரர்களுக்கு உதவ எண்ணியது பங்களாதேஷ். அவர்கள் நிலையே மோசமாக இருந்தது. எனவே ஆதரவின் அடையாளமாக எதையாவது எகிப்துக்கு அனுப்ப நினைத்தார் முஜிபுர். தேயிலையை அனுப்பி வைத்தார். பதில் மரியாதையாக எகிப்தும் பரிசு அனுப்பியது. முப்பது டி-54 டாங்கி வண்டிகள்தான் அந்தப் பரிசு. பாகிஸ்தான் படையினர் விட்டுச் சென்ற டாங்கிகள் மட்டுமே அப்போது பங்களாதேஷிடம் இருந்தன. முஜிபுர் ரஹ்மானுக்கு எகிப்தின் பரிசை ஏற்றுக் கொள்வதில் தயக்கம் இருந்தது. அவர்தான் ராணுவ பலத்தை விரும்பவில்லையே. எனினும் மரியாதை நிமித்தம் பெற்றுக் கொண்டார்.

ஆயுதங்களைக் கையாள்வதில் அதிகம் அனுபவம் பெற்றிருந்த மேஜர் ஃபரூக்கிடம் டாங்கிகள் வந்து சேர்ந்தன. ஆயுதங்களைக் கையில் வைத்துக் கொண்டு நாட்டில் நடக்கும் சீர்கேடுகளைப் பார்த்து ஃபரூக்கும், ரஷீத்தும் மனம் வருந்திக் கடந்து செல்லத் தயாராக இல்லை. இன்னும் சில இளம் மேஜர்களும் முஜிபுர் மீது கொலை வெறியுடன் இருந்தனர். அதற்குக் காரணமாக திருமண விழாவில் நடந்த நிகழ்வொன்று சுட்டப்படுகிறது.

சதித்திட்டம்

மேஜர் ஷஃப்ருல் ஹக் தலிம் ஒரு திருமண விழாவுக்குச் சென்றிருந்தார். அங்கே, அவாமி லீக் கட்சியைச் சேர்ந்த ஒருவர் தலிம் மனைவியைப் பற்றிக் கேலியாகப் பேசினார். தலிம் கூட முஜிபுர் ஆதரவளார்தான். ஆனால் கேலி செய்தவர் முஜிபுரின் வலக்கையாகச் செயல்பட்டவரின் சகோதரர். கேலி விவகாரம் கைகலப்பாகி தலிமையும் அவர் மனைவியையும் கடத்தியதாகச் சொல்லப்படுகிறது. கடத்தல் பற்றி துல்லியமான விவரம் இல்லை எனினும் இந்நிகழ்வுக்குப் பிறகு அன்றைய இரவு சில மேஜர்கள் குழுவாகச் சென்று வம்பிழுத்தவரின் இல்லத்தைத் தாக்கியது உண்மை.

விவகாரம் முஜிபுர் வரைக்கும் சென்று இருபத்திரண்டு பேர் கட்டாய ஓய்வில் அனுப்பிவைக்கப்பட்டனர். இவ்விவகாரத்தில் மேலதிகாரிகள் யாரும் மேஜர்களுக்கு ஆதரவாக நிற்கவில்லை. நம்முடைய எதிர்காலமும் பங்களாதேஷின் எதிர்காலமும் நம் கையில்தான் உள்ளது என மேஜர் பதவியில் இருந்த பலர் எண்ண ஆரம்பித்தனர்.

ஃபரூக், ரஷீத் மட்டுமின்றி பலரும் ஆட்சி மாற்றம் பற்றிச் சிந்திக்கத் தொடங்கினர். அதில் தவறில்லை. ஆனால் கொலை செய்தே அதைச் சாதிக்க முடியும் என்கிற நிலைப்பாட்டை அப்படிச் சொல்ல முடியாதே. குறைகளே இல்லாத ஆட்சியை முஜிபுர் நடத்தவில்லை. ஆனால், அயூப்கான் ஆட்சிக்குக் கொடுத்த கால அளவைக் கூட முஜிபுருக்குக் கொடுக்க இவர்கள் தயாராக இல்லை. மக்களால் தேர்ந்தெடுக்கப்பட்ட ஒருவரைக் கொன்று அப்பதவியில் இருந்து நீக்க எடுக்கும் முயற்சிகள் மக்களுக்காகத்தான் என்பதை நம்புவதற்கில்லை.

குறைந்தது ஐந்து சதித்திட்டங்கள் அந்நேரத்தில் உருவாகிக் கொண்டிருந்தன. சிராஜ் சிக்தர் கொல்லப்பட்டதால் அவர் தங்கை கூட முஜிபுரைக் கொல்ல துப்பாக்கியுடன் அலைந்து கொண்டிருந்தார். வெளிநாடுகள் தலையீடு பற்றி நிறைய நிரூபிக்கப்படாத தகவல்கள் உள்ளன. அமெரிக்கத் தூதரகத்துக்கே சிலர் வந்து சதிக்கு ஆதரவு கேட்டதாகக் கூடத் தகவல் உண்டு. கனடா, இந்தியா உள்ளிட்ட பல நாடுகள் முஜிபுருக்கு எச்சரிக்கை அனுப்பின. பொதுமக்களில் ஒருவராக, அதிக பாதுகாப்பில்லாத தன் வீட்டில் வசித்து, டிராபிக் சிக்னலில் நிற்கும் கார் கண்ணாடியை இறக்கிவிட்டு பேப்பர் படித்துக்கொண்டே பயணம் செய்யும் முஜிபுர் எச்சரிக்கைகளைச் சரியாகக் கையாளவில்லை.

அதுவே ஃபரூக் தன் சதித் திட்டத்தில் வெற்றிபெற முக்கியமான காரணம். அதற்காக அவர் எடுத்த முயற்சிகளைக் குறைத்து மதிப்பிடலாகாது. எல்லாக் கோணத்திலும் சிந்தித்துத் தயாரிக்கப்பட்ட சிறப்பான சதி அது. ஒவ்வொரு கேள்வியாக அலசி விடைகளைக் கண்டுபிடித்தார் ஃபரூக்.

முஜிபுரைக் கொன்றால் மட்டும் போதுமா? அவாமி லீக் தரப்பில் இருந்து யாராவது இந்தியாவை உதவிக்கு அழைத்தால் பங்களாதேஷ் இந்தியாவின் கட்டுப்பாட்டுக்குள் போய்விடும். இதனால் பயன் ஏதும் இல்லை. எனவே இந்திய உதவியைக் கோரும் திறனுள்ளவர்களைப் பட்டியலிட்டார். நான்கு பேர் தேறினர். முதலில் முன்னாள் பிரதமர் தாஜுதின் அஹமது. அடுத்து சையத் நஸ்ருல் இஸ்லாம். அவாமி கட்சியில் முக்கியமான பொறுப்பில் இருந்தவர். முஜிபின் உறவினரும் கூட. அடுத்த நிலையில் கட்சியில் இருந்த மொஹமத் மன்சூர் அலியும், கமருஸ்மானும் இந்த நான்கில் அடக்கம். அவர்களைச் சிறையிலடைத்துவிடத் தீர்மானித்தார்.

ராணுவத்தில் யார் யார் எதிர் நடவடிக்கை எடுக்கக் கூடும்? ஜெனரல் ஜியா. பிரிகேடியர் காலித் முஷாரப். கொஞ்சம் அலசி ஆராய்ந்த பிறகு, இவர்கள் அப்படி ஒன்றும் பெரிதாக எதையும் செய்துவிட மாட்டார்கள் என முடிவுக்கு வந்தார்.

முஜிபுர் ரஹ்மானுடன் அவசியம் கொல்லப்படவேண்டிய இலக்குகளாக இன்னும் இரண்டு பேரை ஃபரூக் சேர்த்துக் கொண்டார். முஜிபின் தங்கை மகன் பசுல் ஹக் மோனி, மைத்துனர் அப்துல் ரப் செர்னியபட்.

முஜிபுரைக் கொன்ற பிறகு அடுத்து யாரைப் பதவியில் அமர வைப்பது? தானே பதவியில் அமர்ந்தால் பதவிக்கு ஆசைப்பட்டுச் செய்தது போலாகிவிடும். எனவே ஃபரூக்கின் முதல் தேர்வு ஜெனரல் ஜியாவுர் ரஹ்மான். சந்திக்க நேரம் கேட்டு நேரில் சென்று பேசினார் ஃபரூக். வெகு நேரம் ஜாங்கிரி பிழிவது போல் சுற்றிச் சுற்றிப் பேசிவிட்டுக் கடைசியாக விஷயத்துக்கு வந்தார்.

நாட்டில் மாற்றம் தேவைப்படுகிறது என ஃபரூக் சொன்னதும் வாங்க வெளியே போய் பேசலாம் எனக் கிளம்பினார் ஜியா. தோட்டத்தில் நின்று இருவரும் பேசினர். வெளிப்படையாகக் கொலைத் திட்டத்தைச் சொன்னால் கைது செய்யவும் வாய்ப்பிருக்கிறது. எனவே இளம் ராணுவ அதிகாரிகள் ஆட்சி மாற்றம் பற்றி பேசிக் கொண்டிருக்கிறோம். திட்டம் தயாராக இருக்கிறது. நீங்கள் தலைமையேற்க வேண்டும் என்றார்.

நீங்கள் எதையாவது செய்து கொள்ளுங்கள். என்னைச் சேர்க்காதீர்கள் என மறுத்துவிட்டார் ஜியா. திட்டம் பற்றி விவரமாகக் கேட்கவில்லை. அதிபருக்குத் தெரிவித்து நடவடிக்கையும் எடுக்கவில்லை. அமைதி காத்தார். இது ஃபரூக் சொல்லி நாம் அறியும் தகவல். பிற்காலத்தில் இதைப் பற்றிக் கேட்டபோது ஜியா இதை மறுக்கவோ ஆமோதிக்கவோ இல்லை.

வர்த்தகத் துறை அமைச்சரான கந்தஹர் முஷ்டாக் அஹமது அடுத்த தேர்வு. முஜிப்நகர் அரசில் பதவி வகித்துப் பிறகு நீக்கப்பட்டதாக முன்னர் பார்த்தோமே, அவரேதான். இஸ்லாமியக் கொள்கைகளை ஆதரிப்பவர் என்பதால் வலதுசாரி அமைப்புகள் வரவேற்பு இருக்கும். அமெரிக்கச் சார்புடையவராக அறியப்பட்டவர் என்பதால் சில எதிர்க்கட்சிகளும் எதுவும் சொல்லமாட்டார்கள். அமைச்சரவையில் ஊழல் குற்றச்சாட்டுக்களில் அடிபடாத சிலரில் இவரும் ஒருவர் என்பதால் இடதுசாரி குழுக்களும் எதிர்க்காது. கட்சிக்காரர் என்பதால் அவாமி லீக், ராக்கி பாஹினி அவர் சொல்லுக்குக் கட்டுப்படுவார்கள். இத்தனை அனுகூலம் இருக்கும்போது இந்தியத் தலையீடு தடுக்கப்படும்.

ரஷீத்தும் முஷ்டாக்கும் ஒரே மாவட்டத்தைச் சேர்ந்தவர்கள். இரு சக்கர வாகனம் வாங்க அனுமதிப் படிவத்தில் கையெழுத்து வாங்குவது போல ரஷீத் முஷ்டாக்கைச் சென்று சந்தித்தார். பேச்சு அரசியல் பக்கம் திரும்பியதும் முஷ்டாக் ஆட்சி மாற்றம்

நல்ல விஷயம் என்பதாக கருத்து சொன்னார். ஒரு வேளை யாராவது முஜிபுரை நீக்க நடவடிக்கை எடுத்தால் அது நியாயமாக இருக்குமா? எனக் கேட்டார் ரஷீத். நாட்டுக்கு அது நல்லது, ஆனால் கடினமான காரியமாயிற்றே எனப் பதில் கொடுத்தார் முஷ்டாக்.

அதோடு நிறுத்திக் கொள்ளாமல் அப்படி நடந்தால் அடுத்து யார் கைக்கு பொறுப்பு போகும் என்றும் ஆர்வம் காட்டினார் முஷ்டாக். நடுநிலையோடு நடந்து கொள்ளும் ஒருவரிடம் தலைமைப் பொறுப்பு சென்றால் நன்றாக இருக்கும் எனக் கூறி விடை பெற்றார் ரஷீத். வெளிப்படையான சொற்களைப் பேசாமல் அவருடைய ஆதரவை உறுதி செய்தாகிவிட்டது. ராணுவத்தினர் பலரைச் சந்தித்து அவர்களின் நோக்கம் அறியும் வேலையையும் ரஷீத் செய்தார். அரசியல் பேச்சுவார்த்தை விவகாரங்களை ரஷீதும் ஆயுதம் சார்ந்த திட்டங்களை ஃபரூக்கும் பிரித்துக் கொண்டார்கள்.

ஃபரூக் தலைமையின் கீழ் இருந்த பெங்கால் லான்சர்ஸ் படையினர் கட்டுப்பாட்டில் முஜிபுர் வீட்டின் பாதுகாப்பு இருந்தது. இரவில் காவலுக்கு அவர்கள் இருக்கும் போது திட்டத்தைச் செயல்படுத்துவது எளிது. ஒவ்வொரு நாளும் இதற்காக வேவு பார்க்க ஆரம்பித்தார் ஃபரூக். மிஸ்மன்சிங் சாலையிலிருந்து தன்மண்டி வழியாக சைக்கிள் ரிக்ஷாவில் வருவார். அங்கிருந்து கால்நடையாகச் செல்வார். சட்டையும் கட்டம் போட்ட லுங்கியும் அணிந்து சாதாரண செருப்புடன் நடைப்பயிற்சி மேற்கொள்வது போலச் சென்று வருவார்.

நகரத்தின் விரிவான வரைபடங்கள் ராணுவத் தளத்தில் இருந்தன. யாரையாவது எடுத்துத் தரச் சொல்லிக் கேட்டு விஷயம் வெளியில் போவதை ஃபரூக் விரும்பவில்லை. கடைகளில் கிடைத்த சுற்றுலா வரைபடத்தை வைத்துக் கொண்டு நடப்பதன் மூலம் கால்களால் அளந்தே எங்கிருந்து எப்படித் தாக்கலாம் எனக் குறித்துவைத்தார். அரசு அளித்த காணபாபன் வீட்டில் வசிக்காமல் தன்மண்டியில் தன் சொந்த வீட்டில் முஜிப் வசித்தது ஒரு விதத்தில் ஃபரூக்குக்கு வசதியாகப் போனது. கட்டுப்பாடுகள் குறைவு.

அங்கே மூன்றடுக்குப் பாதுகாப்பு இருந்தது. வெளியே இருந்த அடுக்கு காவலர்களுடையது. சிறிய அளவிலான சுற்றுச்சுவரின்

வாயிற்கதவும் உள்பகுதியும் ராணுவம் பாதுகாத்தது. வீட்டின் தரைத் தளத்தில் முஜிபுர் தேர்ந்தெடுத்த படை இருந்தது. சுற்றுச்சுவரைப் பாதுகாக்கும் படையின் தளபதி என்பதால் அவ்வப்போது ஃபரூக், அவர்கள் பணியைச் சரியாகச் செய்கிறார்களா என விசாரிப்பது போல நோட்டமிட ஏதுவாக இருந்தது. இதைப் போலவே மற்ற இலக்குகளையும் பின்தொடர்ந்து திட்டம் தயார் செய்தார் ஃபரூக்.

1975ஆம் ஆண்டு மார்ச் மாதவாக்கில் முயற்சியை மேற்கொள்ள நினைத்தார். கடைசி நேரத்தில் சிலர் பின்வாங்கியதால் அம்முயற்சி கைவிடப்பட்டது. பல நாடுகளின் எச்சரிக்கைகளால் யார் எங்கே பேசினாலும் தகவல்கள் முஜிபுர் காதுக்குச் சென்றன. அரைகுறையாக வெளியில் வந்த பிறகு விரைவாகப் பணியை முடிப்பது நல்லது என நினைத்தனர் ஃபரூக்கும் ரஷீத்தும். ஆனால் மற்றவர்களிடம் தாங்கள் இதிலிருந்து முற்றிலும் பின்வாங்கிவிட்டதாகத் தெரிவித்து அமைதி காத்தனர்.

என்ன வேண்டும் உங்களுக்கு?

மேஜர் ஃபரூக், தானியங்கிக் கதவு கொண்ட புரஜக்டர் ஒன்று வைத்திருந்தார். அதை விற்றதால் மூவாயிரத்தைந்நூறு டாக்கா பணம் கிடைத்தது. தான் செய்யப் போகும் காரியத்தின் முடிவு எதுவாகவும் இருக்கலாம். வாழ்நாள் முழுக்கச் சிறை. நாடு கடத்தல். உயிரே கூட போகலாம். அந்த நினைப்பில்தான் புரஜக்டரை விற்று நண்பர்கள் உறவினர்களை அழைத்து விருந்து வைத்தார். வழக்கத்துக்கு மாறாக தாராளமாகச் செலவு செய்தார். திருமண நாள் பார்ட்டி கொண்டாட்டமாக நடந்தது.

கூட்டம் கலைந்த பிறகு ரஷீத்தை தனியாக அழைத்து, ஆகஸ்ட் 15ஆம் தேதியை முடிவு செய்துவிட்டேன் என்றார்.

ஆண்டு முழுக்கத் தேர்வுக்குப் படித்தாலும் தேர்வுத் தேதி அறிவிக்கப்பட்டவுடன் தயாராகவில்லையே எனத் தோன்றும். சுமார் ஒரு வருட காலமாக இதைப் பற்றிப் பேசினாலும் ரஷீத்துக்கு அப்படித்தான் தோன்றியது. இன்னும் இரண்டு நாள் கூட இல்லையே. குறைந்த கால அவகாசத்தில் அதிகாரிகள் ஆயுதங்கள் எல்லாம் எப்படி ஒருங்கிணைப்பது? என்றார் பதற்றமாக. ஃபரூக் தீர்மானமாக இருந்தார். பின்வாங்கப் போவதில்லை. துணைக்குப் போகிறாரா இல்லையா என்பது முக்கியமில்லை. ஃபரூக்கின் முயற்சி தோல்வியுற்றால் ரஷீத்தையும் சேர்த்தே தூக்கிலிடுவார்கள். இதைச் செய்துதான் ஆக வேண்டுமெனில் செய்துவிடலாம், நான் சில அதிகாரிகளை அழைத்து வருகிறேன் என ரஷீத் ஒப்புக்கொண்டார்.

பத்து நாள்கள் முன்புதான் கந்தஹார் முஷ்டாகிடம் மேலோட்டமாகத் தகவல் தெரிவித்து ஆதரவு பெற்றிருந்தனர். எனினும் ஆகஸ்ட்

பதினைந்தாம் தேதி அவர் ஊரில்தான் இருக்கிறாரா என ஒருமுறை கேட்டு உறுதி செய்துகொண்டார் ரஷீத். திருமண விருந்தில் கடத்தல் களேபரங்களுக்கு ஆளான தலிம், முன்னாள் மேஜர் ஷஃப்ருல் ஹக், இருவரையும் வரவழைத்தார். திட்டத்தை மேலோட்டமாக விளக்கினார். அவர்கள் முன்னாள் மேஜர் நூருலை அழைத்துவந்தனர்.

ஃபரூக், பெங்கால் லான்சர்ஸ் வீரர்களைப் பயிற்சி கொடுத்து உருவாக்கியவர். அனைவருக்குமே அவர் மீது மரியாதை இருந்தது. அவர்களில் இருந்து நூற்றைம்பது பேரை மட்டும் தேர்வு செய்தார். அவர் பேச்சைத் தட்டாத, அதிகம் பேசாத, திறமையாகச் செயல்படக்கூடிய, இஸ்லாம் மீது நம்பிக்கையுள்ள நபர்கள். பிரிந்து சென்று தாக்கப்போகும் குழுக்களில் இருக்கப்போகும் முன்வரிசை வீரர்கள்.

ரஷீத்தின் 2வது ஃபீல்ட் பீரங்கிப்படையில் 6 இத்தாலிய பீரங்கிகள், 12 யுகோஸ்லோவ் பீரங்கிகளுடன், 600 வீரர்கள் இருந்தனர். ஃபரூக் படையணியில் 30 டி-54 டாங்கிகளுடன் 800 வீரர்கள் இருந்தனர்.

பெங்கால் லான்சர்ஸ் படையணி மாதம் இருமுறை பயிற்சியில் ஈடுபடுவது வாடிக்கையாக இருந்தது. டாங்கிகள் இடம் மாறுவதும், துப்பாக்கிகளுடன் வீரர்கள் செல்வதும் எந்தச் சந்தேகமும் கிளப்பாது.

32, தன்மண்டி. ஷேக் முஜிபுர் ரஹ்மானின் வீடு உறவினர்களால் நிறைந்திருந்தது. தங்கை மகளின் கல்யாணத்திற்காக வந்திருந்த சுற்றம் இன்னும் கிளம்பியிருக்கவில்லை. ஃபரூக்கின் இலக்காக இருந்தவர்கள் அனைவரும் வெளியூர் செல்லாமல் அருகருகே இருந்த இல்லங்களில் அந்த நாளில் இருந்தது முதல் அதிர்ஷ்டம். அன்றைக்கு ராக்கி பாஹினியின் தலைவர் பிரிகேடியர் நூருல் ஜமான் ஐரோப்பா கிளம்பிச் சென்றது இரண்டாவது அதிர்ஷ்டம். தலைமைப் பொறுப்பில் அனுபவமற்ற இளம் அதிகாரி இருந்தார்.

ஆகஸ்ட் 14ஆம் தேதி இரவு பத்து மணிக்கு, வழக்கமான பயிற்சிக்கு வருவதாக எண்ணி ரஷீத்தின் பீரங்கிப்படை வீரர்கள் கூடியிருந்தனர். அங்கிருந்து சில கிலோ மீட்டர்கள் இடைவெளியில் ஃபரூக்கின் பெங்கால் லான்சர்ஸ் தயாராக இருந்தனர். பதினொரு

மணியளவில் தலிமும் மற்றவர்களும் வந்தனர். ரஷீத் தன் படையை அழைத்துக்கொண்டு போய் ஃபரூக் படையுடன் இணைந்தார். நள்ளிரவு நேரத்தில்தான் முழுத் திட்டமும் அனைவருக்கும் சொல்லப்பட்டது.

ஒரு டாங்கி, டாக்கா விமானநிலைய ஓடுபாதையைத் தடுத்து நிற்கும். அதோடு செல்லும் வீரர்கள் மிர்புர் சாலை பாலத்தைக் கைப்பற்றித் தடுத்து நிற்பார்கள். வானொலி நிலையம், பங்களாதேஷ் ரைஃபிள்ஸ் படை இருக்கும் புது மார்கெட் பகுதிக்குக் கணிசமான வீரர்கள் செல்வார்கள். மூன்று முக்கியமான இலக்குகளான ஷேக் முஜிபுர் ரஹ்மான், அப்துர் ரப் செர்னியபட், பசுல் ஹக் மோனி வீடுகளுக்கு ஒவ்வொரு இடத்திற்கும் சுமார் நூறு பேர் கொண்ட பெரிய படைப்பிரிவு செல்லும்.

தலிம் வழிநடத்தும் படையை முஜிபுர் வீட்டுக்கு அனுப்ப நினைத்தார் ஃபரூக். பழைய நட்பின் காரணமாகவோ என்னவோ தலிம் அதைத் தவிர்த்து செர்னியபட் வீட்டுக்குப் போகிறேன் என்றார். ஃபரூக்கின் நம்பிக்கைக்கு உரியவரான ரஸில்தார் சென்றது மோனியின் வீட்டுக்கு. முன்னாள் மேஜர் நூர், மொஹைதீன், ஹூடா மூவரும் முஜிபுர் வீட்டுக்குச் சென்ற வீரர்களை வழி நடத்தினர். அவசியம் ஏற்பட்டால் எதிரில் வரும் யாரையும் கொல்லத் தயங்கவேண்டாம் என அறிவுறுத்தப்பட்டது. ரஷீத்தின் வேலை அரசியல் விவகாரங்கள்தான். எனவே அவர் கந்தஹர் முஷ்டாக்கை அழைத்துக் கொண்டு வானொலி நிலையம் சென்று முஜிபுர் நீக்கப்பட்டு இவர் பதவியேற்றுக்கொண்டார் என்பதை அறிவிக்க வைப்பார்.

அதிகாலை நான்கரை மணியளவில் அவரவர் இலக்குகளை நோக்கி முன்னேறினர். தொழுகை ஒலி கேட்டுக்கொண்டிருந்தது. ஃபரூக் தன் டாங்கிகளுடன் ராக்கி பாஹினி படையை நோக்கிச் சென்றார். மூவாயிரம் ராக்கி பாஹினி வீரர்களைச் சமாளிப்பது சவாலானது. முப்பதில் இரண்டு பழுதானதால் இருபத்தெட்டு டாங்கிகளே இருந்தன. அதில் இருபத்தைந்து டாங்கிகளுடன் கிளம்பினார். முஜிபுருக்கு டாங்கிகளைப் பெற்றுக் கொண்டதிலேயே விருப்பம் இல்லை என்பதால் டாங்கிகளில் ஆயுதங்கள், வெடி குண்டுகள் ஏதும் கிடையாது. எல்லாமே ராணுவக் கிடங்கில்

பூட்டி வைக்கப்பட்டிருந்தன. மெஷின் கன்களில்கூட புல்லட்கள் கிடையாது.

இவ்வளவு பெரிய டாங்கி வண்டியைப் பார்க்கும் போது மனித மனத்தில் ஏற்படும் அச்ச உணர்ச்சியே ஃபரூக்கிடம் இருந்த ஆயுதம். சோழர்களின் வேளக்காரப் படை போல முஜிபுரின் உயிரைக் காக்கச் சபதம் எடுத்திருந்த படை அது. ஆனால், ஃபரூக் எதிர்பார்த்ததே நடந்தது. ராக்கி பாஹினி பெரிய எதிர்ப்பு எதையும் காண்பிக்கவில்லை.

தலிம் தலைமையில் செர்னியபட் வீட்டுக்குச் சென்றவர்கள் வீட்டில் இருந்த ஒருவரையும் விடாமல் கொன்றனர். ஒளிந்திருந்த மகனுக்கு பதிலாக வேலைக்காரரை தவறாக நினைத்துச் சுட்டுவிட்டுத் தேடாமல் கிளம்பியதால் மகன் மட்டும் தப்பித்தார். மோனி வீட்டில் அவரும் அவருடைய கர்ப்பிணி மனைவியும் சுட்டுக் கொல்லப்பட்டனர். வேறு யாரையும் தொந்தரவு செய்யாமல் படை பின்வாங்கியது.

முஜிபுர் வீட்டில் நிலைமை அப்படி இல்லை. ஐந்தேகால் மணியளவில் படை அவர் வீட்டை அடைந்தது. நூற்று இருபது பேர் ஐந்து பீரங்கி வண்டியில் நெருங்கி அமர்ந்து சென்றனர். வெளியில் இருந்த காவலர்கள் ராணுவத்தைப் பார்த்ததும் சரணடைந்து பின்வாங்கினர். சுற்றுச் சுவரின் உள்ளே இருந்த லான்சர்ஸ் படை வீரர்கள் பீரங்கிகளுடன் கறுப்புச் சீருடை அணிந்த தங்கள் படை வீரர்களைப் பார்த்ததும் அமைதியாக வழிவிட்டனர்.

தரைத்தளத்தில் தூங்கிக் கொண்டிருந்த மெய்க்காப்பு வீரர்கள் சத்தம் கேட்டு விழித்து உடனே சுட ஆரம்பித்தனர். பீரங்கிப்படையில் இருந்த வீரர் தலையில் குண்டடி பட்டு இறந்தார். அவர்கள் பதிலுக்குச் சுட்டதில் மெய்க்காப்பு வீரர்கள் இறந்தனர். துப்பாக்கிச் சத்தம் கேட்கத் தொடங்கியவுடன் அனைவரும் பதற்றமானார்கள். ரஷீத்தின் பீரங்கிப்படை எதிரில் வரும் அனைவரையும் சுட ஆரம்பித்தது. வீரர்கள் ஒவ்வொரு அறையாக தேடுதல் வேட்டையைத் தொடங்கினர். முஜிபுரின் மகன் கமல் ஸ்டென் கன்னுடன் அவர்களை எதிர்கொண்டார். மேஜர் ஹூடா யோசிக்காமல் அவரைக் கொன்றார்.

முதல் மாடிக்குச் சென்றது படை. முஜிபுர் வெளியே சத்தம் கேட்டபோதே தொலைப்பேசி மூலம் ராணுவத் தலைமை அதிகாரிகளை அழைத்து வீரர்களுடன் வரச்சொன்னார். கடைசியாக அவர் பேசிய ராணுவப் புலனாய்வுத் தலைவர் ஜமீல் மட்டும் இரவுடையுடனே கிளம்பி வந்தார். வழியில் தடுத்து நிறுத்திக் கொல்லப்பட்டார். தொலைப்பேசியை வைத்துவிட்டு கைகளில் தன்னுடைய தனித்துவமான புகைபிடிக்கும் பைப்புடன் கீழே இறங்கி வந்தார் முஜிபுர். சில படிகள் இறங்கிய நிலையில் மேலே ஏறி வந்து கொண்டிருந்த மொஹைதின், நூருலை எதிர்கொண்டார்.

பார்த்த உடன் சுடச் சொல்லித்தான் கட்டளை. எனினும் மொஹைதின் அதைச் செய்யத் தயங்கினார். முஜிபுரின் ஆளுமை அத்தகையது. சார், தயவுசெய்து எங்களுடன் வாருங்கள் என்று சொன்னார். என்ன வேண்டும் உங்களுக்கு? என்னைக் கொல்லவா வந்திருக்கிறீர்கள்? எனக் கேள்வி மேல் கேள்வி கேட்ட முஜிபுரை எதிர்த்து எதையும் சொல்ல முடியவில்லை. மீண்டும் மீண்டும் மொஹைதின் எங்களுடன் வந்துவிடுங்கள் என்பதையே சொன்னார். படிக்கட்டில் பின்னால் இருந்த நூர், மொஹைதினை உரசிக் கொண்டு முன்னே சென்று முஜிபுரைச் சுட்டார்.

அடுத்து ஒரு முறை சுடுவதற்குத் தேவையின்றி அந்தக் குண்டே அவர் உயிரைப் பறித்துவிட்டது. சுட்ட வேகத்தில் உடல் திரும்பி முகம் படிகளில் மோத கீழே விழுந்தார் முஜிபுர். வலது கை புகைக்கும் பைப்பை இறுகப் பற்றியிருந்தது. 1974ஆம் ஆண்டு ஆகஸ்ட் 15ஆம் தேதி காலை 5.40 மணிக்கு வங்க நண்பன் முஜிபுர் ரஹ்மான் கொல்லப்பட்டுவிட்டார்.

திடீர்ப் புரட்சி

முஜிபைச் சுடத் தயங்கியது ஹூடா என்று சில நூல்களில் வேறுவிதமாக குறிப்பிடப்பட்டுள்ளது. பணிநீக்கம் செய்யப்பட்ட மேஜர்கள்தான் கொலை செய்தனர் என்பதில் யாருக்கும் மாற்றுக் கருத்தில்லை. முஜிபுரைக் கொன்றதோடு நிறுத்தாமல் முதல் மாடியில் இருந்த முஜிபுரின் இன்னொரு மகன் ஜமாலும் கொல்லப்பட்டார்.

முஜிபுரின் மனைவி, அவர் மகன்களின் மனைவிகள் எனப் பெண்களும் விதிவிலக்கல்ல. பத்து வயதான கடைசி மகனையும் விடவில்லை. நாற்பதுக்கும் மேற்பட்டோர் அந்த நாளில் கொல்லப்பட்டனர். கொலைகளோடு நிறுத்தாமல் ஒவ்வொரு அறையாக ஒவ்வொரு அலமாரியாக விலை மதிப்புள்ள பொருள்களைத் தேடிக் கொள்ளையடித்ததும் நடந்தது. வீட்டைச் சூறையாடினர். முஜிபுர் ரஹ்மானின் மகள்கள் இருவரும் அப்போது நாட்டில் இல்லாமல் போனதால் உயிர் தப்பினர்.

ஜியாவுர் ரஹ்மானுக்குத் தகவல் வந்தபோது அவர் அதை அமைதியாகவே கையாண்டார். அதிபர் இல்லாவிட்டால் துணை அதிபர் பொறுப்புக்கு வருவார் என்பதாக, அரசியல் நிகழ்வு என்கிற அளவில் அவர் பார்வை இருந்தது. உயர் ராணுவ அதிகாரிகள் ஆணையிட்டு நடந்த ராணுவப்புரட்சி அல்ல அது. இடைநிலை ராணுவ அதிகாரிகள் சிலர் தங்கள் போக்கில் முடிவெடுத்துச் செய்த படுகொலைகள்.

அனைத்து ராணுவ வீரர்களும் அவர்கள் செயலைக் கொண்டாடவில்லை. சிலர் வாழ்த்துத் தெரிவித்தார்களே தவிர மற்றவர்கள் இக்கொலைகளை ஆதரிக்கவில்லை. குறிப்பாக, குடும்ப உறுப்பினர்கள் மோசமாகக் கொல்லப்பட்டதை யாரும்

ரசிக்கவில்லை. ஆனால் படுகொலையில் ஈடுபட்ட மேஜர்களுக்கு எதிராக ராக்கி பாஹினி உள்ளிட்ட படைகள் கிளர்ந்தெழுந்து எதையும் செய்யவில்லை. மக்களுமே கூட காலையில் விதிக்கப்பட்ட ஊரடங்கு உத்தரவை மீறிப் பெருமளவில் கூட்டம் கூடி ஆர்ப்பாட்டங்களில் ஈடுபடவில்லை.

பெரும்பான்மையினர் அதிர்ச்சியில் இருந்தனர். வங்க நண்பன் முஜிபுரை வங்காளிகளே கொன்றனர் என்பது நம்பமுடியாத செய்தியாயிற்றே. குடும்பத்தோடு படுகொலை செய்யப்பட்ட தகவல் கூட முழுதாக அப்போது வெளியில் வந்திருக்கவில்லை. முன்னரே போட்டு வைத்த திட்டப்படி மக்களை வழிநடத்தக் கூடிய, இந்தியாவிடம் உதவி கேட்கக் கூடிய தலைவர்கள் சிறையில் அடைக்கப்பட்டனர். இக்காரணங்களுடன் முஜிபுர் ஆட்சி மக்கள் எதிர்பார்த்த அளவுக்கு இல்லை என்பதையும் சேர்க்கத்தான் வேண்டும்.

கந்தஹர் முஷ்டாக் வீட்டுக்கு ரஷீத் வந்தபோது அவர் கண்கள் துப்பாக்கியின் முனைகளையே பார்த்துக் கொண்டிருந்தன. மூன்று முறை சந்தித்துப் பேசியிருந்தாலும் எதற்கு வந்திருக்கிறார்கள் எனப் புரிந்தாலும் ஒருவேளை தன்னை இப்போது கொல்லப் போகிறார்களோ எனச் சந்தேகிக்காமல் இருக்க முடியவில்லை. துப்பாக்கிகள் கீழ் நோக்கி இறங்கி சல்யூட் அடித்து வணக்கம் தெரிவித்த பிறகே கொஞ்சம் நம்பிக்கை வந்தது. வானொலி நிலையத்துக்கு வந்து அறிவிப்பு செய்ய அழைத்த போதும் முழு நம்பிக்கை வரவில்லை. நான் என் காரில் வரலாமா? எனக் கேட்டார் முஷ்டாக். உங்கள் ஓட்டுநர் மீது நம்பிக்கை இருந்தால் தாராளமாக வரலாம் என பதில் கிடைத்தது.

கந்தஹர் முஷ்டாக் தன்மீது குற்றம் வராதபடி திட்டமிட்டு நடந்துகொண்டார். அனைத்து ராணுவ உயர் அதிகாரிகளையும் அழைத்து என்ன செய்யலாம் எனக் கேட்டு அவர்கள் வாயாலேயே நீங்கள் பொறுப்பெடுத்துக் கொள்ளுங்கள் எனச் சொன்ன பிறகு பதவியேற்றுக் கொண்டார். நடந்த விஷயங்களை வரலாற்றுத் தேவை எனக் குறிப்பிட்டார்.

இவர் வானொலியில் பேசும் முன்பே தலிம் இஸ்லாமிக் குடியரசாகிவிட்டது பங்களாதேஷ் என அறிவிப்பு செய்துவிட்டார். முஷ்டக் பேச்சில் அப்படி எதுவும் இல்லை. பின்னர் எதற்குத்தான்

முஜிபுர் கொல்லப்பட்டார் என்ற கேள்வி எழுந்தது. யார் உண்மையில் இதன் பின்னணியில் இருந்தனர் என்பதும் கடைசிவரை தெளிவாக பதில் கிடைக்காமல் போய்விட்ட கேள்விதான். சம்பவம் நிகழ்ந்த இரவில் அமெரிக்க அதிகாரிகள் வாகனங்களைப் பார்த்ததாகச் சொன்ன ஃபரூக், தாங்கள் அமெரிக்கக் கட்டளையின் பேரில் இதைச் செய்யவில்லை எனக் கற்பூரம் ஏற்றாமல் சத்தியம் செய்தார். இதைப்பற்றி ஏராளமான கான்ஸ்பிரசி தியரிகள், நூல்கள் உள்ளன. நாங்கள் எனக் குறிப்பிடாமல் நான், நான் எனக் குறிப்பிடும் ரஷீத், ஃபரூக் சொற்களை ஆராய்ந்து கூட ஒரு நூல் வெளியாகியுள்ளது.

படுகொலைக்குப் பிறகான அமெரிக்க அறிக்கை மிதமான சொற்களுடன் இருந்தது. இந்தியாவும் சோவியத்தும் கடுமையான கண்டனங்களைப் பதிவு செய்தன. இந்தியா, யார் பதவியில் இருக்கிறார்கள் என்ன நடக்கிறது என்பது தெளிவாகும் வரைக்கும் சிலகாலம் ராஜாங்க நடவடிக்கைகளை ரத்து செய்தது. பிரிட்டன், தூதரக உறவுகளை முறித்துக் கொள்ளவில்லை. எனினும் தன் அதிருப்தியைப் பதிவு செய்தது. பாகிஸ்தான், கத்திமேல் நடப்பது போலச் சொற்களைப் பயன்படுத்தி ஓர் அறிக்கையை வெளியிட்டது.

உள்நாட்டில் என்ன நடந்தது என்பதே முக்கியமானதல்லவா. முஷ்டக், மார்ஷியல் லா எனப்படும் ராணுவச் சட்டத்துக்கு ஆணையிட்டார். ஊரடங்கு உத்தரவு அமலுக்கு வந்தது. முஜிபுர் ரஹ்மானின் உடலை விமானத்தில் அனுப்பி அவருடைய சொந்த ஊரில் புதைத்தனர். படுகொலைக்கான தடயங்கள் அழிக்கப்பட்டன. விசாரணை ஏதும் நடக்கவில்லை. ஆயுதங்களை ஒப்படைத்த மேஜர்களை ராணுவத்தில் சேர்த்துக் கொள்ள உயரதிகாரிகள் தயாராக இல்லை. பதவியைப் பறிக்காமல் அவர்களைத் தனக்குக் கீழே பணியமர்த்தினார் முஷ்டாக்.

ராணுவத் தலைமைப் பதவியை ஜெனரல் ஷஃபியுல்லாவிடம் இருந்து மாற்றி ஜெனரல் ஜியாவுர் ரஹ்மானுக்குக் கொடுக்க வேண்டும் என ஃபரூக்கும் ரஷீதும் வலியுறுத்தினர். அதை முஷ்டாக் விரும்பவில்லை. எனவே தலைமைப் பதவியை ஜியாவுக்குக் கொடுத்து அதற்கும் மேலே பதவியை உருவாக்கி அதை ஜெனரல் கலிலுர் ரஹ்மானுக்குக் கொடுத்தார்.

இந்தியாவில் பயிற்சியில் இருந்த ஜெனரல் எர்ஷத்தை அழைத்து ஜியாவுக்கு அடுத்த துணைத் தலைவர் பதவியைக் கொடுத்தார். எர்ஷத் நான்கு மாதங்களுக்குள் பெற்ற இரண்டாவது பெரிய பதவி உயர்வு அது. ஜியாவுக்கு எதிரான நபராக அறியப்பட்ட காலித் முஷரப்பை ஜெனரல் ஸ்டாப் தலைமை பதவியில் இருந்து மாற்றாமல் அப்படியே வைத்திருந்தார். இவர்கள் அனைவருக்கும் மேலே ஜெனரல் எம்.ஏ.ஜி. ஓஸ்மானியை நியமித்தார். பப்பா டைகர் என அறியப்பட்ட அனுபவசாலி என்பது மட்டும் காரணமில்லை. ராணுவத்தினரின் மரியாதைப் பெற்றவர் என்பதால் ஏதேனும் சிக்கல் என்றால் அவர் பேச்சை மதிப்பார்களல்லவா.

அரசியல் கைதுகள் ஏராளமாக நடந்தன. முஷ்டாக், எதிர்ப்போரை சிறையில் தள்ளி, தன்னுடைய வழியை வேகமாகச் சீராக்கிக் கொண்டார். நீண்ட நாள் நிலுவையில் இருந்த சீனாவின் அங்கீகாரமும் பங்களாதேஷுக்குக் கிடைத்தது. பொருளாதார நடவடிக்கைகளில் நடந்த தவறுகளை ஆராயக் குழு அமைத்து பன்னிரண்டே நாள்களில் விவரங்களைப் பெற்றார். வெள்ளை அறிக்கையாக வெளியிட்டார். மக்கள் சுதந்திரமாகச் செயல்படும் உரிமையைக் கொடுக்க ஓர் ஆண்டு, அதன் பிறகு அடுத்த ஓர் ஆண்டில் தேர்தல் என கெடு தேதியை அறிவித்தார்.

அக்டோபர் மாதத்தில் கொலைகார மேஜர்களை மன்னித்து லெட்டினன்டாக பதவி உயர்வை அறிவித்தார். *Sons of the Sun* எனப் படுகொலையில் ஈடுபட்டோரைப் புகழ்ந்தார். மேஜர்களுக்கு அது போதவில்லை. நாயகர்களாகக் கொண்டாடி தம்முடைய ஆலோசனைப்படி ஆட்சியை நடத்த அழுத்தம் கொடுத்தனர். விசாரணை நடக்கவில்லை என்பதை ஜீரணிக்கவே போராடிக் கொண்டிருந்த சிலரும் இருந்தனர். அவர்கள் இந்த மன்னிப்பைச் சற்றும் எதிர்பார்க்கவில்லை. அவர்களில் ஒருவரான பிரிகேடியர் காலித் முஷரப் எதையேனும் செய்தே ஆகவேண்டும் என முடிவுசெய்தார்.

முஜிபுர் கொல்லப்பட்ட உடனேயே பிரிகேடியர் காலித் முஷரப், டாக்கா பிரிகேட் கமான்டர் ஷபத் ஜமிலுக்கு படையைத் தயாராக வைக்கும்படி உத்தரவிட்டிருந்தார். முஷ்டக் பதவியேற்றதால் சட்ட விரோதமாக வன்முறையில் இறங்குவதைத் தவிர்த்து நடவடிக்கைக்குக் காத்திருக்க முடிவுசெய்தார் காலித். அப்படி

ஏதும் நடக்காத நிலையில் ஜமால் உடன் பேசி முடிவெடுத்தார். முஜிப் இறந்த இரண்டு வாரங்களில் திடீர்ப் புரட்சி ஒன்றைக் கையிலெடுத்தார்.

ஜமில் உத்தரவின் பேரில் மேஜர் இக்பால், நவம்பர் 3ஆம் தேதி ஜெனரல் ஜியாவுர் ரஹ்மானை அவர் வீட்டில் துப்பாக்கி முனையில் சிறைபிடித்தார். ஜியாவின் மனைவி காலிதா ஜியா, அதே வீட்டின் தொலைப்பேசி இணைப்புடன் கூடிய மற்றொரு அறையில் இருந்ததால் இத்தகவலை கொலைகார மேஜர்கள் அறிந்து கொண்டனர்.

சந்தர்ப்பமும் சந்தர்ப்பவாதமும்

கந்தஹார் முஷ்டக், மேஜர்கள் எதிர்பார்த்தவிதத்தில் ஆட்சியைக் கொண்டு போகாமல் முஜிபின் அதே மதச்சார்பின்மைக் கொள்கையைப் பின்பற்றினார். கொலைப் படையில் இருந்த வீரர்கள், அதிகளவில் பணப்பரிசுகளைச் சிலரிடம் இருந்து பெற்றுக் கொண்டிருந்தனர். மேஜர்கள் முஜிபின் கொலைக்கான காரணமாக அவர்கள் சொன்னது, அது உண்மையோ பொய்யோ எதுவாக இருந்தாலும் அது அர்த்தமற்றுப் போய்க்கொண்டிருந்தது. எனவே எதிர்ப்புரட்சியாக யாரேனும் வரலாம் என்பதை முன்கூட்டியே மேஜர்கள் யூகித்திருந்தனர்.

தனக்குத் தொல்லை கொடுப்பார்கள் எனச் சந்தேகிக்கப்பட்ட நான்கு பேரை முன்னரே ஃபரூக் யோசித்துச் சிறை வைத்திருந்தார் அல்லவா. தாஜுதின் அஹமது, நஸ்ருல் இஸ்லாம், மொஹமத் மன்சூர் அலி, கமருஸ்மான். எதிர்ப்புரட்சி நடவடிக்கை ஏதேனும் நடந்தால் நேராகச் சென்று டாக்கா சிறையில் இருக்கும் இவர்களைக் கொன்றுவிடும்படி உத்தரவிட்டு சில வீரர்களைத் தயார் நிலையில் வைத்திருந்தார். ஜியா சிறைபிடிக்கப்பட்டதும் அவர்கள் தங்கள் வேலையைச் செய்யக் கிளம்பிவிட்டனர்.

ஆனால், சிறைக்குச் சென்றபோது சிறை அதிகாரி உள்ளே அனுமதிக்கவில்லை. மேலே உயரதிகாரிகளிடம் அனுமதி கேட்டு கடைசியாக கந்தஹார் முஷ்டக் வரை சென்றது. நீங்கள் அனுப்பிய வீரர்களா எனக் கேட்டதும் ஆமோதித்தார் முஷ்டாக். நான்கு அவாமி லீக் கட்சித் தலைவர்களும் சிறைச்சாலை உள்ளேயே சுட்டுக் கொல்லப்பட்டனர். பங்களாதேஷ் வரலாற்றில் அழிக்க முடியாத அவமானச் சின்ன நிகழ்வுகளில் ஒன்றாக இந்த ஜெயில் படுகொலைகள் அமைந்தன.

இதிலும் தடயங்கள் மறைக்கப்பட்டதால் முழுவிவரங்கள் வெளியாகவில்லை. தாஜுதின் அஹமது கடுங்காவல் சிறையில் இருந்து இந்தியாவுக்கு கடிதம் எழுதி உதவி கேட்டார், இந்திய யோசனையின் பேரில் காலித் புரட்சியைத் தொடங்கினார், அதனால் இவர்கள் கொல்லப்பட்டதாக ஒரு வாதம் இருக்கிறது. இந்தியா மட்டுமல்ல, காலித்திடம் கூடத் திட்டம் எதுவும் இருந்தது போலத் தெரியவில்லை.

காலித் முஷாரப் கொலைகளைப் பற்றி அறியாமல் கந்தஹர் முஷ்டக் பதவியில் நீடிக்கலாம் ஆனால் ராணுவத் தலைமையில் இருந்து ஜியாவை மாற்றவேண்டும், டாங்கிகள் ராணுவத்திடம் வரவேண்டும் என்ற கோரிக்கைகளுடன் பேச்சு வார்த்தை நடத்திக் கொண்டிருந்தார். முஷ்டாக் இதை நிறைவேற்றுவதற்குப் பதில் நான் பதவி விலகுகிறேன் என்றார். ஓஸ்மானியை அறிவிக்கச் சொன்னால் அவரோ, நான் அதிபரின் ஆலோசகராகப் பதவி வகிப்பதால் அவர் இல்லை என்றால் என் பதவிக்கும் அந்த அந்தஸ்து இல்லை எனப் பின்வாங்கினார். புரட்சி அப்போதே, திரைப்படச் சிரிப்புக் காட்சி போல நீர்த்துப் போனது.

ஒரு வழியாக பேச்சுவார்த்தைகளுக்குப் பிறகு ஜியாவிடம் இருந்து பதவி விலகல் கடிதம் பெறப்பட்டது. மேஜர்கள் நாட்டை விட்டு வெளியேற முடிவானது. ஃபரூக், ரஷீத், தலிம், ஹுடா, நூர், பாஷா, ஷரியர் உள்ளிட்ட முஜிப் கொலையாளிகள் 19 பேரும் மூட்டை முடிச்சுகளுடன் குடும்பத்தோடு விமானத்தில் ஏறிப் பறந்து நாட்டை விட்டு வெளியேறினர். இவர்களை நம்பி இவர்கள் பின்னால் அணிவகுத்து நின்ற ராணுவ வீரர்களை அம்போ எனக் கைவிட்டு இவர்கள் மட்டும் தப்பித்தனர்.

கொலைகார மேஜர்கள் போன்று தெளிவான திட்டத்துடன் காலித் புரட்சியைக் கையிலெடுக்கவில்லை. யாரையும் கொல்வதை அவர் விரும்பவில்லை. தானே தன்னை ராணுவத் தலைமையாக அறிவிக்காமல் வேறு யாரேனும் அறிவிக்கவேண்டும் என வலியுறுத்தினார். முஜிபுருக்கு ஆதரவாக நடந்த புரட்சி எனில் முதலில் அவர் சிறையில் இருந்த நான்கு பேரை விடுவிக்க சிறைக்குத்தான் சென்றிருக்க வேண்டும். அதுவும் இல்லை. அவர்கள் கொல்லப்பட்டதே மூன்றாம் நாள்தான் அவருக்குத் தெரியவந்தது. அதற்குள் மேஜர்கள் நாட்டை விட்டு வெளியேறிவிட்டனர்.

ஷபத் ஜமில் நான்கு பேர் கொல்லப்பட்ட தகவல் தெரிந்ததும் முஷ்டக் அதிபர் பதவியில் இருந்து விலக வலியுறுத்தினார். ஓஸ்மானி தடுத்திருக்காவிட்டால் மற்றொரு ரத்தக் களறியான சம்பவம் நடந்திருக்கவும் வாய்ப்பிருந்தது.

நீதிபதி அபுசயித் மொஹமத் சயிம் அதிபராக்கப்பட்டார். அரசியல் சாசனம் இதற்கெல்லாம் இடம்கொடுக்காதே என நாடாளுமன்ற உறுப்பினர்கள் கேள்வி எழுப்ப, திருத்தி எழுதுங்கள் எனத் தீர்மானமாக இருந்தார் ஜமில். சயிமுக்கு இதில் ஆர்வம் இல்லையென்றாலும் தாம் பொறுப்பேற்க முன்வராவிட்டால் நிலைமை இன்னும் மோசமாகுமே என ஒப்புக்கொண்டார். ராணுவத் தலைமைப் பொறுப்பு காலித் முஷாரப் வசம் வந்துவிட்டது. எந்தப் பதவி யாருக்கு என்கிற பேச்சுவார்த்தைகள் நடந்து முடிந்து வானொலியில் அறிவிப்பு வெளியிடுவதற்குள் அடுத்த புரட்சி வந்துவிட்டது.

மூன்று நாள்களுக்கும் மேலாக யார் ஆட்சி என்றே புரியாமல் மக்கள் குழம்பியிருந்தனர். விடுதலைப் போரில் பங்கு கொண்ட அபு தாஹிர் முன்னெடுப்பில் சிப்பாய் ஜனதாப் புரட்சிப் படை கிளம்பியது. 1975, நவம்பர் 7ஆம் தேதி. சிப்பாய்கள் நம் சகோதரர்கள், ஆபிசர்களின் ரத்தம் வேண்டும் என்கிற முழக்கத்துடன் மக்கள் டாக்கா தெருக்களில் இறங்கி இந்தப் புரட்சியில் கலந்து கொண்டனர்.

அபு தாஹிர், வீட்டுச் சிறையில் இருந்த ஜியாவுர் ரஹ்மானை விடுவித்தார். அபு தாஹிர் ஜியாவின் ஜி ஃபோர்ஸில் இணைந்து விடுதலைக்குப் போரிட்டதால் இருவருக்கும் ஏற்கெனவே அறிமுகம் இருந்தது. அபு தாஹிரைத் தழுவி நன்றி சொன்னார் ஜியா.

இந்தப் புரட்சியில் ராணுவ அதிகாரிகள் பலர் கொல்லப்பட்டனர். காலித் முஷாரப்பும் கொல்லப்பட்டார். மூன்றே நாள்களில் அவர் செய்த புரட்சியும் பதவியும் உயிரும் போயின. பங்களாதேஷைப் பொறுத்தவரை எந்தப் புரட்சி என்றாலும் வானொலி நிலையத்தைக் கைப்பற்றுவது முக்கியமான வேலை. அதன்படியே நடந்தது. ஜியா வந்து, தான் தற்காலிகமாக ராணுவச் சட்டத்தை நிர்வகிக்கும் பொறுப்பை ஏற்றுள்ளதாக அறிவித்தார்.

அபு தாஹிர் தங்கள் இயக்கத்தின் 12 அம்சக் கோரிக்கைகளை

அறிவிக்க வலியுறுத்தினார். பங்களாதேஷை புரட்சிகர சமத்துவ நாடாக்கும் அம்சங்கள் அதில் இருந்தன. முஜிபுரின் ஆறு அம்சக் கோரிக்கை இயக்கமும் இவர்கள் வலியுறுத்தலின் பேரில் அறிவிக்கப்பட்டது என்பது இங்கே குறிப்பிடத்தக்கது. சம்பள உயர்வு, உயர் அதிகாரிகளுக்கு எடுபிடி வேலை செய்யும் பேட்மேனாக ராணுவச் சிப்பாயை நியமிக்க எதிர்ப்பு போன்ற சில விஷயங்களை உடனே செயல்படுத்தி மற்ற கோரிக்கைகளை கண்டுகொள்ளாமல் விட்டார் ஜியா.

அடுத்த இரண்டு வாரங்களில் அபு தாஹிர் உடன் அவர் கூட்டாளிகளையும் கைது செய்ய உத்தரவிட்டார் ஜியா. ராணுவ நீதிமன்றத்தில் வேகமாக வழக்கை விசாரித்து புரட்சியில் பறிபோன ராணுவ அதிகாரிகளின் உயிர்களுக்கு நீதி வழங்கப்பட்டது. அபு தாஹிர் உள்பட முப்பத்து மூன்று பேர் தூக்கிலிடப்பட்டனர். தற்காலிக என்பதைக் கைவிட்டு 1976ஆம் ஆண்டு ராணுவச் சட்ட நிர்வாகியாகப் பொறுப்பேற்றார்.

அதிபராக இருந்த நீதிபதி சயிம், தன்னுடைய கருத்துக்கும் ஜியா கருத்துக்கும் வேறுபாடு இருப்பதால் அதற்குமேல் தொடர்வது சரியாக இருக்காது என நினைத்தார். உடல்நலக் குறைவு எனக் கூறி ஒரு வருடத்தில் அதிபர் பதவியில் இருந்து விலகிக் கொண்டார். துணை அதிபர் யாரும் இல்லையல்லவா. எனவே, 1977ஆம் ஆண்டு, ஜியாவுர் ரஹ்மான் பங்களாதேஷின் அதிபராக பதவி உயர்வு பெற்றார். முஜிபுர், முஷ்டக் இருவரும் அரசியலமைப்புச் சாசனத்தில் கண்டபடி திருத்தங்கள் செய்திருந்ததால் எதை வேண்டுமானாலும் செய்ய சட்டப்படி அனுமதி இருந்தது.

அரசியல் நடவடிக்கைகளில் இருந்து ஒதுங்கி இருந்த ஜியா, கடைசியில் தானும் ஓர் அரசியல்வாதியானார். ராணுவத்தில் இருந்தபோது, பங்களாதேஷ் தேசியவாதியாக ஜியா தன்னை வெளிப்படுத்தியதில்லை. விடுதலை அறிவிப்பை வெளியிட்ட வானொலி நிலையத்தைக் கைப்பற்றும் நோக்கத்தோடு அவர் அந்த வழியில் செல்லவில்லை. கேட்கப்பட்ட உதவியைச் செய்தார். நீங்கள் பேசுகிறீர்ளா என்றதும் எதையோ சொல்லி வைக்காமல் காகிதத்தை எடுத்து எழுதி சிற்றுரையாற்றி பங்களாதேஷ் வரலாற்றில் இடம்பிடித்துவிட்டார். அதுவரைக்கும் அவர் பொதுமக்களால் அறியப்படாத மற்றுமொரு ராணுவ அதிகாரி.

விடுதலைப்போரின் போது அவர் படையைச் சேர்ந்த வீரர்கள் பிகாரிகள் கூட்டம் ஒன்றைப் பிடித்து வந்து என்ன செய்வதெனக் கேட்டனர். ஆண்களைக் கொன்றுவிட்டு பெண்களை என்னவேண்டுமானாலும் செய்து கொள்ளுங்கள் எனச் சொன்னார் என்று, படையில் இருந்த ஒருவர் பகிர்ந்து கொண்ட தகவலை செய்தியாளர் அந்தோனி எழுதியிருக்கிறார்.

முஜிபுரின் ஆட்சியில் தனக்குக் குறைகள் இருந்தாலும் எதிர்த்து ஒன்றுமே செய்யவில்லை. அவரைக் கொல்லச் சதி நடப்பது தெரிந்தும் கண்டும் காணாமலும் இருந்தார். கொலைகார மேஜர்கள் மன்னிக்கப்பட்டபோதும் அப்படியே. ஆனால் அதிபர் பதவி கிடைக்கும் நேரத்தில் அப்படி ஒதுங்கவில்லை. சந்தர்ப்பத்தைச் சரியாக பயன்படுத்திக் கொண்டார்.

இந்தப்புள்ளி வரைக்கும் நடந்த நிகழ்வுகளால் பங்களாதேஷின் ஆதார குணங்கள் அந்த மண்ணில் வேரூன்றி கெட்டித்தட்டிப் போய்விட்டன. அதன்பிறகு அந்த மண்ணில் இருந்து முளைத்து யாருடைய ஆட்சி வந்தாலும் எல்லா ஆட்சியிலும் சில விஷயங்கள் ஒன்றுபோலவே இருந்தன.

மனித சக்திக்கு அப்பாற்பட்ட எளிதில் தப்பிக்க முடியாத இரண்டு சிக்கல்கள் பங்களாதேஷில் இருந்தன. இயற்கைப் பேரிடர். மக்கள் தொகைப் பெருக்கம். இவற்றைத் தள்ளிவிட்டுப் பார்த்தால் நான்கு விஷயங்களைச் சொல்லலாம்.

ஊழல். அதிகாரக் குவிப்பு. சார்புத்தன்மை. மதவாதம். இந்த அடிப்படையான சிக்கல்கள் எந்த ஆட்சியிலும் மாறவே இல்லை. பின்னர் வந்த ஆட்சிகளில் இவற்றின் விகிதாசாரங்களில் வித்தியாசம் இருந்ததே ஒழிய மாறுபட்ட ஆட்சியாக எதுவும் அமையவில்லை.

வேலை வேலை வேலை

ஷாஹித் ஜியாவுர் ரஹ்மான், 1936ஆம் ஆண்டு போக்ராவில் பிறந்தவர். அவரது தந்தை வேதியியலாளராக கல்கத்தாவில் அரசுப் பணியில் இருந்தார். தந்தைக்கு கராச்சிக்குப் பணி மாறுதல் கிடைத்தது. பள்ளி, கல்லூரிப் படிப்பை கராச்சியில் முடித்தார். பாகிஸ்தான் ராணுவத்தில் சேர்ந்தார். 1957ஆம் ஆண்டு கிழக்கு பெங்கால் ரெஜிமன்ட்டுக்கு மாற்றப்பட்டார்.

1959ஆம் ஆண்டிலிருந்து 1964ஆம் ஆண்டு வரை ராணுவத்தின் புலனாய்வுப் பிரிவில் பணியாற்றினார். பாகிஸ்தான் ராணுவத்தில் இதற்காக நுட்பமான பயிற்சிகள் பெற்றார். எந்த உணர்ச்சியும் வெளிப்படுத்தாத அளவான பேச்சின் மூலம் தன் மனத்தில் என்ன இருக்கிறது என்பதை யாருக்கும் தெரிவிக்காத குணம் கொண்டவர். 65ஆம் ஆண்டு நடந்த இந்தியா பாகிஸ்தான் போரில் தீரத்துடன் போர் புரிந்ததற்காக அதிகபட்ச விருதுகளைப் பெற்றது அவருடைய படையணி.

அதன் பிறகு பாகிஸ்தான் ராணுவ அகாடமியில் பயிற்றுநராக வேலை பார்த்தார். 1970ஆம் ஆண்டு சிட்டகாங்கில் எட்டாவது கிழக்கு பெங்கால் ரெஜிமன்ட்டுக்கு வந்து சேர்ந்தார். இரண்டாம் நிலை தலைமைப் பொறுப்பில் இருந்தார். விடுதலையை அறிவித்து அவர் பெயரால் அமைக்கப்பட்ட ஜி போர்ஸுக்குத் தலைமையேற்று வழிநடத்தியதால் பிரபலமடைந்தார். போரும் படுகொலைகளும் அவரை முப்பத்தொன்பது வயதிலேயே ராணுவத் தலைமைப் பதவியில் அமரவைத்தன. ராணுவ வீரர்கள் ஜியா மீது மிகுந்த மரியாதை கொண்டிருந்தனர். நடுத்தர வர்க்கத்தில் இருந்து வந்து அதிபர் ஆனதால் மக்களுமே அவரிடம் நம்பிக்கை கொண்டனர்.

முஜிபுர் உருவாக்கிய தேசியவாதம், சோஷலிசம், ஜனநாயகம், மதச்சார்பின்மைக் கொள்கைகளில் அநேகம் பேரைத் தொந்தரவு செய்தது மதச்சார்பின்மைதான். அவ்வளவுதானே, சரி, மாற்றிவிடலாம். அரசியலமைப்புச் சட்டத்தின் முதல் வரி, பிஸ்மில்லா இர் ரஹ்மான் இர் ரஹீம் - அல்லாவின் பெயரால் - எனத் தொடங்கும்படி மாற்றினார். எல்லாம்வல்ல அல்லாஹ் மீதிருக்கும் நம்பிக்கை எல்லாச் செயல்களுக்கும் அடிப்படையாக இருக்கும் என்பதைச் சேர்த்தார். சோஷலிசம் வரும் இடங்களில், பொருளாதார சமூகநீதி போன்ற சொற்களை மாற்றினார். உள்ளே இருந்த கருத்துகள் அப்படியே இருந்தன. மாற்றினார், ஆனால் மாற்றவில்லை. எல்லாத் தரப்புக்குமே இதில் மகிழ்ச்சி.

இதனால் அருகில் இருந்த இந்தியாவிலாவது சலசலப்பு உண்டாகியிருக்க வேண்டும். ஜியா, தன் நாட்டின் குடிமக்களை வங்காளியாக அடையாளப்படுத்தாமல் பங்களாதேஷி என மாற்றி அடையாளப்படுத்தினார். உள்நாட்டில் பலத்த வரவேற்பைப் பெற்றது. என்றைக்கேனும் மீண்டும் ஒருங்கிணைந்த வங்காளப் பேச்சுகள் வருமோ என்கிற இந்தியாவின் பயத்துக்கு முற்றுப்புள்ளி வைத்ததால் அங்கும் வரவேற்பு இருந்தது. எனினும் இந்தியா, சோவியத் நட்பிலிருந்து சற்றே விலகி அமெரிக்க, மத்திய கிழக்கு முஸ்லிம் நாடுகள் பக்கம் நகர்ந்தார். பாகிஸ்தானுடனும் சுமுக உறவை ஏற்படுத்த முயன்றார். பொதுவாக எல்லா நாடுகளுடன் நட்புடன் இருந்தார். ஐக்கிய நாடுகள் பாதுகாப்பு கவுன்சிலில் நிரந்தரமில்லாத உறுப்பினராகச் சேர்த்துக் கொள்ளப்பட்டது பங்களாதேஷ். தெற்காசிய நாடுகள் கூட்டமைப்பான சார்க் அமைப்பு உருவானதில் ஜியாவின் முன்னெடுப்பு குறிப்பிடத்தக்கது.

அரசியல் கட்சிகள் மீண்டு வந்து மக்களாட்சி நிறுவப்படுவது அவசியம் என நினைத்தார் ஜியா. அமைதியான வழியில் நடக்க விருப்பம் இருந்தால் தடைசெய்த கட்சிகளின் கோரிக்கையைப் பரிசீலனை செய்து அனுமதி அளித்தார். ஜமாத் இ இஸ்லாமி இயக்கத்தின் மீது இருந்த தடையும் நீக்கப்பட்டது. பத்திரிகைகள், ஊடகங்கள் மீதான தடையும் விலகி செயல்பட ஆரம்பித்தன. ஆனால், முஜிபுரின் மகள் ஷேக் ஹஸினா நாட்டிற்குள் நுழையத் தடை விதிக்கப்பட்டது. இந்திரா காந்தி, இந்தியாவில் புகலிடம் தரத் தயார் என அறிவித்தார்.

1978ஆம் ஆண்டு அதிபர் தேர்தல் நடத்தப்பட்டது. மௌலானா பாஷானியின் கட்சி உள்பட ஜியாவை ஆறு கட்சிகள் ஆதரித்தன. அவாமி லீக் உள்பட ஜெனரல் ஓஸ்மானியை ஆறு கட்சிகள் ஆதரித்தன. நாற்பது நாள்கள் அவகாசத்தில் அறிவிப்பு கொடுத்து இருபத்து மூன்று நாள்கள் மட்டுமே பரப்புரைக்கு அவகாசம் கொடுத்து எதிர்க்கட்சிகளைத் திக்குமுக்காட வைத்தார் ஜியா. வானொலி, தொலைக்காட்சி, செய்தித்தாள்கள் என அரசுத்தரப்பில் எல்லாமே ஜியாவுக்கு ஆதரவாகப் பரப்புரை மேற்கொள்ளப் பயன்படுத்தப்பட்டன். இதனால் சில கட்சிகள் போட்டியிடாமல் விலகி நின்று வேடிக்கை பார்த்தன. ஐம்பது சதவிகிதத்திற்கு மேல் வாக்குகள் பதிவாகின. முக்கால் பங்கு வாக்குகளை வாங்கி ஜியா அதிபர் ஆனார்.

ராணுவச் சட்ட நிர்வாகியாகவும் இருந்து அதிபராகவும் இருக்கச் சட்டம் அனுமதிக்கவில்லை. அதனாலென்ன. நியமனம், பதவியேற்பு எல்லாம் காகிதங்களில்தானே உள்ளன. முன்தேதியிட்டுத் திருத்தி சட்டப்படியானதாக மாற்றிக் கொண்டார். 1979ஆம் ஆண்டு பொதுத் தேர்தலை நடத்தினார். இம்முறை தானே கட்சி தொடங்கினார். பங்களாதேஷ் தேசிய கட்சி *(Bangladesh Nationalist Party - BNP)*. மூன்றில் இருபங்கு தொகுதிகளில் ஜியாவின் கட்சி வெற்றி பெற்றது. பிரதமரை நியமிக்கும் அதிகாரம் அதிபருக்கே.

நாடாளுமன்றத்தில் ஐந்தில் ஒரு பங்கு ஜியா விருப்பப்படுபவர்களை நியமிக்கலாம். முஜிபுரின் பக்ஸல் திட்டம் விலக்கிக் கொள்ளப்பட்டாலும் ஜியாவின் சட்டதிட்டங்களும் அதை ஒத்தே இருந்தன. ஒற்றைக் கட்சிக்குப் பதிலாக பல கட்சிகளுக்கு அனுமதி என்பது மட்டுமே பெரிய வித்தியாசம். காலவரையின்றி அதிபராக ஜியா நீடிக்க வழி ஏற்பட்டது. ஜியாவின் ஜனநாயகம் சர்வாதிகாரத்தை விட மோசமானது என ஓஸ்மானி குறிப்பிட்டார். அப்படிப் பேச அனுமதி இருந்தது. மாற்ற வழியில்லை.

புரட்சி முடிந்து பொறுப்பேற்ற முதல் நாளில் இருந்தே சட்டம் ஒழுங்கை நிலைநாட்ட நிறைய முயற்சிகள் எடுத்தார் ஜியா. அதற்கு முன்பு முஜிபுருக்குக் கீழே பணியாற்றிய காலத்தையும் கூடச் சேர்த்துக் கொள்ளலாம். ராணுவத்தில் படிநிலைகளை முறையாக்கினார். முறையான பயிற்சிகள் மூலம் ஒழுங்கைக் கொண்டுவந்தார். எத்தனை புரபஷனலாகக் கையாண்டாலும்

ஒழுங்கை மீறுவது நிற்கவில்லை. ஜியாவின் ஐந்தாண்டுகால ஆட்சியில் மூன்றரை மாதங்களுக்கு ஒருமுறை ஏதேனும் ஒரு ராணுவக் கிளர்ச்சி ஏற்பட்டது என்றால் பார்த்துக் கொள்ளுங்கள்.

காவலர்கள் நியமிப்பதிலும் அதிக ஆர்வம் காட்டினார் ஜியா. நாற்பதாயிரத்தில் இருந்த காவலர்கள் எண்ணிக்கையை எழுபதாயிரமாக உயர்த்தினார். இதில் பன்னிரண்டாயிரத்து ஐந்நூறு பேர் சிறப்பு பயிற்சி பெற்று ஆயுதங்களுடன் கிளர்ச்சிக்கு எதிராக நடவடிக்கை எடுக்கும் திறன் பெற்றிருந்தனர். இதுபோக கிராமம் தோறும் தன்னார்வலர்களைக் கொண்டு காவலர்களுக்கு உதவ வைத்தார். சுமார் ஒன்பது லட்சம் இளைஞர்கள் இதில் இணைந்தனர். பாய் ஸ்கவுட்ஸ், கேர்ல் கைட்ஸ் என ஆண்களும் பெண்களும் முறையான பயிற்சியுடன் களம் இறங்கினர்.

பாதுகாப்புக்கு பட்ஜெட்டில் ஒதுக்கிய தொகை மும்மடங்கானது. நல்ல பலன் இருந்ததை ஒப்புக் கொள்ளவேண்டும். செய்யும் வேலைக்கு ஊதியம் கிடைத்தது. உள்ளூர் குழுக்கள் என்பதால் மக்கள் இணைந்து பொதுநலனுடன் பாதுகாப்பை உறுதி செய்ய முடிந்தது. இதைப்போலவே கிராம சர்கார் திட்டமும் நல்ல வெற்றி பெற்றது.

நல்வாய்ப்பாக ஜியா ஆண்ட ஐந்தாண்டுகளில் இயற்கை பெரும் சேதம் விளைவிக்கவில்லை. விளைச்சல் கூடியிருந்தது. அமெரிக்கா பெருமளவு உதவி செய்தது. எனினும் ஊட்டச்சத்தின்மை ஒரு பெரும் சிக்கலாகவே இருந்தது. பங்களாதேஷுக்கு உதவி செய்வது உங்களின் கடமை என உலக நாடுகளை அதிகாரமாகக் கேட்க ஆரம்பித்தார் ஜியா.

இளைஞர் கூட்டுறவு அமைப்புகளை நிறுவினார். பொதுமக்களைக் கொண்டு ஏரி, குளம் தூர்வாருதல், சதுப்பு நிலப்பகுதிகளை மண் கொட்டி நிரப்புதல், சாலை சீரமைப்பு, கால்வாய் வெட்டுதல், குடிசை கட்டுதல் போன்ற பணிகளைச் செய்யவைத்தார். ஊதியம் கூடக் குறைய வந்தாலும் யாரும் முணுமுணுக்கவில்லை. வேலைக்கு உணவு, ஊதியமின்றி தன்னார்வத்துடன் செய்யும் பணி என எல்லா விதத்திலும் மக்கள் இதில் பங்கேற்றனர்.

முக்கியமாக இந்தப் பணிகள், தேசிய உணர்வு மேலோங்க வழிசெய்தது. வன்முறையைக் குறைக்க அதிக வேலை

ஒரு நிரூபிக்கப்பட்ட உத்தி. ஜியாவும் எந்நேரமும் வேலை செய்யும் நபராகத்தான் அறியப்பட்டார். கால்வாய்களும், சாலைகளும், பளிச்சென்ற கிராமங்களும் வெளிநாட்டினரிடம் காண்பித்துப் பெருமைப்பட ஏதுவாக இருந்தது கூடுதல் நன்மை. பன்னாட்டுச் சமூகத்திடம் பெறப்படும் உதவித் தொகை எப்படிப் பயன்படுத்தப்படுகிறது எனக் காட்டலாம்.

விதி வலியது

ஜியா உருவாக்கிய வேலைகளில் இருந்த சிக்கல், ஊதியமாகக் கணக்கெழுதப் பட்ட பணத்தில் பெரும்பகுதி ஊழல்வாதிகளின் சட்டைப் பைக்குள் போனது. அவ்வப்போது வெள்ளம் வரும் பகுதிகளில் மண்ணைக் கொட்டி வைத்தால் அடுத்த வெள்ளத்தில் ஆற்றோடு போய் மீண்டும் பழைய நிலைக்கு வந்துவிடும். செய்த வேலைகளால் நீடித்த பயன் இல்லை. பருத்தி மூட்டையை குடோனில் இருந்து எடுத்துப் போய் வீட்டில் வைத்து, பிறகு திரும்ப குடோனுக்கே கொண்டு வருவது போல இவ்வேலைகள் நடந்தன. இரண்டாண்டுகளில் மட்டும் பன்னிரண்டு கோடி டாக்கா பணத்துக்கு மேல் இதற்கு செலவிடப்பட்டிருந்தது.

பணம் கிடைத்து கட்சிக்காரர்கள் லாபமடைந்ததால் வெற்றிகரமான திட்டமாகவே பார்க்கப்பட்டது. எனவே, 1979ஆம் ஆண்டு டிசம்பரில் தொண்ணூறு மைல் நீளத்துக்கு கால்வாய் வெட்டும் பணி ஒன்று உருவாக்கப்பட்டது. நூறு கோடி டாக்கா பணத்துக்கு மேல் மதிப்புள்ள திட்டம். அறுபது லட்சம் டன் உணவு உற்பத்தி கூடுதலாகக் கிடைக்கும் என பரப்புரை மேற்கொள்ளப்பட்டது. ஜியாவின் பங்களாதேஷ் தேசிய கட்சி மூலம் தன்னார்வலராக இணைய பொதுமக்கள் ஊக்குவிக்கப்பட்டனர். சில நேரம் ராணுவமும் இப்பணிகளில் ஈடுபடுத்தப்பட்டது. பணம் சென்றதென்னவோ கட்சிக்காரர்களிடம்தான். ஜியா இறப்புக்குப் பிறகு இத்திட்டம் கைவிடப்பட்டது.

ஊழல் மட்டுமின்றி மதவாத அமைப்புகளுடன் கூட்டணியிட்டு தேர்தல்களைச் சந்தித்ததால் அவர்கள் வளர்ச்சிக்கு ஜியா ஆட்சி வழிவகுத்தது. பன்னிரண்டு சதவிகிதம் வேட்பாளர்கள் பங்களாதேஷ் விடுதலைக்கு எதிரானவர்கள் என தண்டனை

பெற்றவர்கள். அவாமி லீக் கட்சியினருக்கும் இவர்களுக்கும் இடையிலான வன்முறை முடிவேயின்றித் தொடர்ந்தது. இடதுசாரிகளும் விடுதலைப்போரில் எதிரணியில் இருந்தவர்களுக்கு பதவி உயர்வு அளிப்பதை எதிர்த்தார்கள். பதினைந்தாயிரத்துக்கும் மேற்பட்ட அரசியல் கைதுகள் நடந்தன.

முஜிபுரைப் படுகொலை செய்த தலிம், ரஷீத், ஃபரூக் உள்ளிட்டோர் பதவிகள் பெற்றனர். பங்களாதேஷின் வெளியுறவுத் தூதுவர் பொறுப்பில் ஆப்பிரிக்க, மத்திய கிழக்கு நாடுகளில் பணியமர்த்தப்பட்டனர். அதற்கு முன்னர் இவர்கள் பங்களாதேஷ் வந்து ஜியாவுக்கு எதிராக ஒரு கிளர்ச்சியில் ஈடுபட முயன்றது குறிப்பிடத்தக்கது. மாட்டிக்கொண்டு வேறு வழியின்றி கிளம்பிச் சென்றனர். இவர்களை நம்பி மீண்டும் ஒருமுறை அணிதிரண்ட ராணுவ வீரர்களை மீண்டும் கைகழுவிவிட்டுச் சென்றனர். அந்த ராணுவ வீரர்கள் தாங்களே எப்படிக் கிளர்ச்சியை முன்னெடுப்பது எனத் திட்டம் தீட்டினார்கள். மாட்டிக் கொண்டு உயிரை விட்டனர்.

கொஞ்சம் பெரிய அளவில் நடந்த ராணுவக் கிளர்ச்சிகள், சதித்திட்டங்கள் அனைத்தும் ராணுவ நீதிமன்றத்தில் அதி வேக விசாரணையில் தீர்ப்பாகின. குற்றம் செய்யவில்லை எனக் கூறினாலும் அவர்கள் தரப்பில் வாதாட வழக்கறிஞரோ, சாட்சிகளுக்கோ அனுமதியின்றி அரசுத் தரப்பில் மட்டும் வாதாடினர். குழுவாகப் பலர் தூக்கிலிடப்பட்டனர். ஆயிரத்துக்கும் மேற்பட்ட ராணுவ வீரர்களுக்கு மரண தண்டனை விதிக்கப்பட்டது. உலகளாவிய மனித உரிமை அமைப்புகள் இவர்களுக்காக குரல் எழுப்பின.

அடிக்கடி கிளர்ச்சிகளும் கொலை முயற்சியும் நடந்ததாலோ என்னவோ தனக்குக் கொடுக்கப்பட்ட சதி எச்சரிக்கையை ஜியா மதிக்கவில்லை. வழக்கமாக மிகக் கவனமாக இருப்பவர்தான். பலமுறை கடைசி நேரத்தில் கூட்டங்களை ரத்து செய்துள்ளார். உத்தரவு கொடுத்துவிட்டுப் போய் பாதுகாப்பான இடத்தில் மறைந்து இருந்துள்ளார். முன்கூட்டியே சதியைக் கண்டுபிடித்துத் தப்பியுள்ளார். சிட்டகாங் வரவேண்டாம் என்கிற அறிவுரையை மட்டும் ஏனோ கேட்கவில்லை. உடனே கிளம்பிவிடுங்கள், இரவு தங்க வேண்டாம் என்பதைக் கூட ஒப்புக் கொள்ளவில்லை.

1981ஆம் ஆண்டு மே மாதம் சிட்டகாங் சர்க்யூட் ஹவுஸில் வைத்து ஜியாவுர் ரஹ்மான் சுட்டுக் கொல்லப்பட்டார். முஜிபுர் கொலையைப் போலவே இதுவும் சிறு குழு ஒன்றின் முயற்சியே. சொல்லப்போனால் வீரர்களில் பலர், ஜியாவைச் சிறைபிடித்து கோரிக்கை வைக்கப் போகிறோம் என நம்பிச் சென்றவர்களே. எனவேதான் அரசு சரணடையச் சொன்னதும் ஆயுதங்களைப் போட்டுவிட்டு உடனடியாகச் சரணடைந்தனர். முஜிபுரைப் போலவே கதவைத் திறந்து கொண்டு வெளியே வந்து என்ன வேண்டும் உங்களுக்கு எனக் கேட்டு கொலையாளிகளை எதிர்கொண்டார். ஒரே ஆறுதல் முஜிபுர் கொலையாளிகள் போலன்றி, ஜியாவின் கொலையாளிகள் சிலர் தப்பிக்கும் முயற்சியில் சுட்டுக் கொல்லப்பட்டனர். மேலும் சிலர் அடுத்த ஆட்சியில் தண்டனை பெற்றனர்.

ஒரு விஷயத்தில் ஜியாவுர் ரஹ்மானை பாராட்டியே ஆகவேண்டும். முஜிபுர் இறந்த பிறகு துப்பாக்கி முனையில் அவரிடம் பதவி விலகல் கடிதம் பெறப்பட்ட போது முந்நூறு டாக்கா பணத்துக்கு வாடகை வீடு பார்க்கவேண்டும் எனச் சொல்லிக் கொண்டிருந்தார். நடுத்தரக் குடும்பத்துக்கு, எண்ணூற்றுக்குக் குறைந்து வீடு வாடகைக்குக் கிடைப்பது சிரமம் அப்போது. அதைவிட உயர்ந்த பதவியில் இருந்த போதும் அவர் எதையும் சேர்த்து வைத்திருக்கவில்லை. மேசை, நாற்காலிகள் வாங்கத் தன் சம்பளத்தில் முன்பணமாகப் பெற்றுத் திருப்பித் தந்தார். அட, இவ்வளவு நேர்மையா என்று வியந்தோ என்னவோ, அவர் மனைவி, பிள்ளைகளுக்கான வாழ்வாதாரப் பொறுப்பை அரசு ஏற்றுக் கொண்டது. பெரிய வீடு, ஐந்தாறு வேலையாள்கள், கல்விச் செலவு, கைச்செலவு எனத் தாராளமாக நடந்து கொண்டது அரசு.

துணை அதிபராக இருந்த அப்துஸ் சத்தார், அடுத்த அதிபரானார். ஆனால் உண்மையான பலம் ராணுவத் தலைமைப் பதவியில் இருந்த ஜெனரல் ஹுஸைன் முஹம்மது எர்ஷத்திடம் தான் இருந்தது. 1930ல் மேற்கு வங்காளப் பகுதியில் பிறந்தவர். படித்தது ரங்பூரில். மற்ற கதையெல்லாம் வழக்கமானதுதான். பாகிஸ்தான் ராணுவத்தில் பணியாற்றி கிழக்கு வங்காளத்துக்கு வந்து விடுதலையால் பெற்ற விரைவுப் பதவி உயர்வுகளால் தலைமைப் பொறுப்புக்கு வந்தவர். இந்தியா தேசிய பாதுகாப்புக்

கல்லூரியில் பயின்றவர் என்பது கூடுதல் சிறப்பு. முஷ்டக் இவரை ஜியாவின் துணைப் பொறுப்பில் நியமித்ததை நாம் ஏற்கெனவே அறிந்திருக்கிறோம்.

ஜியா இறந்து ஓர் ஆண்டு நிறைவடையும் முன்பே அதிபர் சத்தாரை மாற்றிவிட்டு இன்னொருவரைக் கொண்டு வந்தார். தன்னை ராணுவச் சட்ட நிர்வாகியாக அறிவித்துக் கொண்டார். அடுத்த ஆண்டில் அதாவது 1983, டிசம்பரில் அவரையும் அனுப்பிவிட்டு தானே அதிபராகிவிட்டார். வழக்கம் போல எந்த சட்டவிதிகளும் இதில் கடைப்பிடிக்கப்படவில்லை. ஊழல், அரசியல் கைதுகள், புதுக்கட்சி (ஜதியா கட்சி) எல்லாமும் அப்படியே முந்தைய ஆட்சிகளைப் போலத்தான். முக்கியமான ஒரு வித்தியாசம் இருக்கிறது. நாட்டுக்கு வெளியே தடுத்து நிறுத்தப்பட்டிருந்தவர்களை உள்ளே அனுமதித்தார். பங்களாதேஷ் வரலாற்றில் மற்றுமொரு திருப்பம் நிகழக் காரணமானது.

இணைந்த கைகள்

பங்களாதேஷிகள் பாலினச் சமத்துவத்தில் நம்பிக்கை உள்ளவர்கள். இத்தனை ஆண்டுகாலம் ஆண்கள் நம்மை வழிநடத்திச் சீரழித்தது போதும், இனி பெண்களுக்கு வாய்ப்பளிப்போம் என்கிற முடிவுக்கு வந்தனர். எர்ஷத்தை எதிர்த்துக் களத்தில் இருந்தது இரண்டு பேகம்கள் – பெண்கள்.

ஜியாவின் மனைவி காலிதா ஜியா, கணவர் மறைவுக்குப் பிறகு கட்சியை வழிநடத்தினார். அதைத் தவிர பெரிதாகச் சொல்லிக்கொள்ள நிறைய விஷயங்கள் இல்லை. இன்னொரு பேகம் முஜிபுர் ரஹ்மானின் வாரிசு ஷேக் ஹஸினா.

1947, செப்டம்பரில் பிறந்தவர் ஹஸினா. தந்தை பிறந்த அதே துங்கிபுராவில். பாட்டியின் வளர்ப்பில் இருந்து பின்னர் டாக்காவுக்கு வந்தார். அப்பா எந்நேரமும் சிறைக்குச் சென்று வருவதைப் பார்த்து வளர்ந்தவர்.

படிக்கும் போதே அரசியல் ஆர்வம் உண்டு. ஏதேன் கல்லூரியில் மாணவர் சங்கத்தின் துணைத் தலைவராக இருந்தார். அரசியல் போராட்டங்களிலும் பங்கு கொண்டார். டாக்கா பல்கலைக்கழகத்தில் மொழியியலில் பட்டப்படிப்பு படித்தார். கல்லூரி மாணவர் லீக்கிலும் பெண்கள் பிரிவுத் தலைவராக இருந்தார்.

இயற்பியலில் முனைவர் பட்டம் பெற்ற அணு ஆய்வாளர் வாஜித் மியாவைத் திருமணம் செய்து கொண்டார். கணவர், குழந்தைகள், தங்கை ரெஹனா உடன் ஐரோப்பியப் பயணத்தில் இருந்தபோதுதான் தந்தை முஜிபுர் படுகொலை செய்யப்பட்டார். மேற்கு ஜெர்மனியில் இருந்த பங்களாதேஷ் தூதரகத்தில் தஞ்சம் புகுந்தவர் பின்னர் இந்திரா காந்தி அழைப்பை ஏற்றுக் கொண்டார்.

ஆறாண்டுகள் டெல்லியில் தங்கியிருந்தவர் ஜியா படுகொலைக்குப் பிறகு பங்களாதேஷ் வந்தார். ஆயிரக்கணக்கான அவாமி லீக் கட்சிக்காரர்கள் திரண்டு அவருக்கு வரவேற்பு அளித்தனர். எர்ஷத் எல்லா அரசியல் கட்சிகளும் செயல்பட சில கட்டுப்பாடுகளுடன் அனுமதி அளித்தார். முஜிபுர் கொலையாளி ஃபரூக் கூடத் திரும்பி வந்து கட்சி ஆரம்பித்து அதிபர் தேர்தலில் போட்டியிட்டார்.

ஜியா உருவாக்கிய இளைஞர் கூட்டுறவு அமைப்புகளை எர்ஷத் கலைத்தார். பணம் செலவானதைத் தவிர செய்த வேலைகளினால் ஒரு பயனும் இல்லை. ஒரு தலைமுறையையே ஜியா ஊழல்மயப்படுத்தினார் என எர்ஷத் குறிப்பிட்டார். நிலச் சீர்திருத்தச் சட்டம் கொண்டு வந்தார். குறைந்தபட்ச விவசாயக் கூலி நிர்ணயம் செய்தார். சோஷலிஸக் கொள்கையெல்லாம் பேச மாட்டோம் என உறுதியளித்து தொழில்துறை வளர ஊக்கமளித்தார். ஜியா தொடங்கிய சார்க் கூட்டமைப்பு யோசனையைச் செயல்படுத்த முயற்சிகள் மேற்கொண்டார்.

மாவட்டங்களின் எண்ணிக்கையை உயர்த்தி நிர்வாகத்தை மத்தியில் இருந்து விடுவித்துப் பரவலாக்கினார். பங்களாதேஷ் சிவில் சர்வீஸ் தேர்வுகளுக்கு வடிவம் கொடுத்தார். பெண்களுக்கான தனித்துறை உருவாக்கப்பட்டு அவர்களின் சமூகப் பொருளாதார மேம்பாட்டுக்கு உதவி செய்தார்.

அரசியலமைப்புச் சட்டத்தைத் திருத்தி இஸ்லாம் மதத்தை, பங்களாதேஷின் அரச மதமாக அறிவித்தார். இதற்கு எதிராகப் பதியப்பட்ட 15 வழக்குகளை நீதிமன்றம் தள்ளுபடி செய்தது. அண்டை நாடான இந்தியாவுடன் பகைமை பாராட்டவில்லை. ராணுவத்தில் எர்ஷத் மேற்கொண்ட சீர்திருத்த நடவடிக்கைகள் குறிப்பிடத்தக்கவை. ஐக்கிய நாடுகள் சபையின் அமைதிப்படைக்கு வீரர்களை அனுப்பிவைத்தார். இதன் மூலம் அந்நியச் செலாவணியும் வந்தது. ஆயுதப் படைக்குள்ளே ஓரளவுக்கு அமைதியைத் தக்கவைத்தார். முழு அமைதி அல்ல. அரசியல்வாதிகளுக்கு கதவைத் திறந்துவிட்டதால் வெளியில் அதுவும் கிடையாது.

ஹஸினா மக்களைத் திரட்டிப் போராடி தேர்தலை நடத்த வலியுறுத்தினார். தாக்குதல்கள், அச்சுறுத்தல்கள் இடையே அரசியல் செய்தார். அடிக்கடி சில மாதங்கள் வீட்டுச் சிறையில் முடக்கப்பட்டார். 1986ஆம் ஆண்டு அதிபர் தேர்தலைப் புறக்கணிக்க

முதலில் முடிவு செய்தார். ராணுவச் சட்டத்தின் கீழ் நடந்த தேர்தல் என்பதால் காலிதா ஜியா உள்ளிட்ட மற்ற பல கட்சித் தலைமைகளும் புறக்கணிக்க எண்ணின. காலிதாவும் வீட்டுச் சிறையில் அடைக்கப்பட்டார். எட்டு கட்சிகளுடன் கூட்டணி அமைத்து கடைசி நேரத்தில் முடிவை மாற்றித் தேர்தலைச் சந்தித்தார் ஹஸினா. காலிதா, நாடாளுமன்றத்தைக் கலைக்கச் சொல்லி போராட்டத்தைத் தொடர்ந்தார்.

இதன் பிறகு, காலிதா ஜியாவுடன் இணைந்து செயல்படத் தொடங்கினார் ஹஸினா. டாக்கா, சிட்டகாங், குல்னா பகுதிகளில் பெரியளவில் போராட்டம் நடந்தது. எர்ஷத் காவல் படையை அனுப்பி அடக்க முயன்றார். டாக்கா முற்றுகையில் அவாமி லீக்கைச் சேர்ந்த நூருல் கொல்லப்பட்டார். ஐம்பத்து நான்கு மணி நேர வேலை நிறுத்தப் போராட்டம் அறிவிக்கப்பட்டது. பங்களாதேஷ் வரலாற்றில் நடந்த மிக நீண்ட வேலைநிறுத்தம் அது. எர்ஷத் அவசர நிலையைப் பிரகடனம் செய்தார். காலிதா ஜியாவையும் ஹஸினாவையும் சிறையில் அடைத்தார். அரசியல் தலைவர்கள் பலர் கைதாகினர். வன்முறையற்ற போராட்டமாகத் தொடங்கும் எல்லாமே வன்முறையில் முடிந்து சில உயிர்களை பலி வாங்கின.

பங்களாதேஷிகள் ஒற்றை எதிரியை எதிர்ப்பதென்றால் இறங்கி அடிப்பார்கள். வெற்றி நிச்சயம். மீண்டும் அவசர நிலைப் பிரகடனம், பள்ளி, கல்லூரிகள் இழுத்து மூடுவது என எதைச் செய்தாலும் எர்ஷத் பின்வாங்குவதைத் தவிர வேறு வழியில்லை. அவ்வளவு உக்கிரமாக மக்கள் கூட்டம் தெருவுக்கு வந்து எர்ஷத் பதவி இறங்கினால்தான் ஆயிற்று எனப் பிடிவாதம் பிடித்தது.

முதல் முறையாக ரத்தம் சிந்தாமல் பதவி விலகல் நடந்தது. மக்களாட்சி மலர்ந்தது. 1991ஆம் ஆண்டு நடந்த தேர்தலில் 73 கட்சிகள் போட்டியிட்டன. அவாமி லீக்கும் பங்களாதேஷ் தேசிய கட்சியும் அதிக தொகுதிகளைப் பெற்றன. பெரும்பான்மை தொகுதிகளை வென்ற பங்களாதேஷ் தேசிய கட்சியின் கலிதா ஜியா பதவியேற்றுக் கொண்டார்.

காலிதா ஜியா ஆட்சியில் நிகழ்ந்த முக்கியமான மாற்றம், அதிபருக்கு பதிலாக நாடாளுமன்ற அவைக்கு அதிகாரத்தை

மாற்றியது. அரசியலமைப்புச் சட்டத்தைத் திருத்தி அதிகார மாற்றத்தைச் சாத்தியமாக்கினார். பிரதமர் பதவி வலுப்பெற்றது.

கல்வி, பொருளாதாரத்திலும் சீர்திருத்த நடவடிக்கைகள் மேற்கொள்ளப்பட்டன. ஆரம்பக் கல்வியை இலவசமாக்கினார். பெண்கள் பத்தாவது வரை இலவசமாகப் படிக்க வழிவகை செய்தார். கைத்தொழில் கற்றுக் கொள்ளும் வாய்ப்புகளை அதிகப்படுத்தினார்.

கொஞ்ச காலம் மிதமான முகம் காட்டிய இயற்கை மீண்டும் சீறியது. 1991ஆம் ஆண்டு வந்த சூறாவளி ஒன்றேகால் லட்சம் பேருக்கு மேல் அள்ளிச் சுருட்டிப் போனது. ஊழல், உறவினர்களுக்குப் பதவி கொடுப்பதற்கு இவர் ஆட்சியும் விதிவிலக்கல்ல. எதிர்க்கட்சிகள், காலிதா பதவி விலகக் கோரின. ஐந்தாண்டுகள் எப்படியோ முழுதாக ஆண்டவர் 1996ஆம் தேர்தலின்போது இடைக்கால அரசை வைத்துத் தேர்தலை நடத்தாததால் அவாமி லீக் உள்ளிட்ட எதிர்க்கட்சிகள் புறக்கணித்தன.

இந்தியா போன்ற நாடுகளில் பதவியில் இருக்கும் ஆட்சியின் அதிகாரங்கள் குறைக்கப்பட்டு தேர்தல் ஆணையம் தேர்தலை நடத்தி முடிக்கும். பங்களாதேஷில் ஆட்சியில் இருப்போர் மீது நம்பிக்கை இல்லாததால் கேர்டேக்கர் எனப்படும் இடைக்கால அரசை நியமித்துத் தேர்தலை நடத்த ஆரம்பித்தனர். 1991ஆம் தேர்தல் அப்படி நடத்தப்பட்டதுதான்.

அடுத்த முறை அதைப் பின்பற்ற மறுத்தார் காலிதா ஜியா. யாருமே கலந்துகொள்ளாத தேர்தலில் தனிப் பெரும்பான்மையுடன் எல்லாத் தொகுதிகளிலும் வென்று பிரதமராகத் தொடர்ந்தார். ஆனால், ஆண் தலைவர்களைப் போல அதிக அடாவடி செய்யவில்லை. மக்கள் போராட்டங்களுக்குப் பணிந்து பதவி விலகி இடைக்கால அரசின் மேற்பார்வையில் மீண்டும் தேர்தல் நடந்தது. இம்முறை ஷேக் ஹஸினா ஆட்சியைப் பிடித்தார்.

பேகத்துக்கும் பேகத்துக்கும் சண்டை

ஹஸினா, ஓரளவுக்கு நல்லாட்சியே வழங்கினார். உணவு உற்பத்தி பெருமளவில் உயர்ந்து வறுமை குறைந்தது. வேலைவாய்ப்பு பெருகியது. பொருளாதார வளர்ச்சி உயர்ந்தது. ஜமுனா ஆற்றில் பாலம் கட்டி வடமேற்குப் பகுதி மக்களின் போக்குவரத்தை வேகமாக்கி அவர்களின் நெடுநாள் கோரிக்கையை நிறைவேற்றினார். கட்டியபோது உலகிலேயே நீளமான இந்த பங்கபந்து பாலம் - *Jamuna Multi-purpose Bridge* - தற்போது தெற்காசியாவில் நீளமான பாலங்களில் ஆறாவது இடத்தில் உள்ளது. பிரதமர், கேள்விகளுக்குப் பதிலளிக்கும் முறையை அறிமுகப்படுத்தியது, நான்கடுக்கு நிர்வாக முறையைக் கையாள்வது என அதிகாரத்திலும் புதுமையைப் புகுத்தினார்.

இந்தியாவுடன் முப்பதாண்டுகளாக இருந்த நதிநீர் பங்கீட்டுச் சிக்கலுக்குத் தீர்வு கண்டு ஒப்பந்தம் மேற்கொண்டார். பங்களாதேஷ் விடுதலைக்குப் பிறகு சிட்டகாங் மலைப்பகுதியில் வாழ்ந்த மக்கள் வங்காள மொழி தங்கள் மீது திணிக்கப்படுவதை எதிர்த்தார்கள். இந்தியாவின் திரிபுரா காடுகளில் பதுங்கி பங்களாதேஷ் ராணுவத்துடன் சண்டையிட்டனர். நெடுங்காலச் சிக்கலான இதையும் ஹஸினா முடிவுக்குக் கொண்டு வந்தார். சிட்டகாங் ஹில் டிராக்ஸ் அமைதி ஒப்பந்தம் மூலம் யுனெஸ்கோ அமைப்பின் அமைதி விருது அங்கீகாரம் ஹஸினாவுக்குக் கிடைத்தது.

தொண்ணூறுகள், பனிப்போர் மேகம் விலகி தாராளமயப் பொருளாதாரச் சூரியன் ஒளி வீசிய காலம். அதை ஹஸினா சிறப்பாகப் பயன்படுத்தினார். தனியார் நிறுவனங்களுக்குக் கதவைத் திறந்துவிட்டார். குறிப்பாகத் தொலைத் தொடர்புத்துறையும் தொழில்துறையும் நல்ல வளர்ச்சி பெற்றன. நாட்டின் மக்கள்

தொகையை மனிதவளமாகக் கருத வைத்தார். நாட்டின் வருமானத்தில் கால்பங்கு தொழில்துறையில் இருந்து வந்தது.

வீடற்றவர்களுக்கு வீடு கொடுத்தார். வயதானவர்களுக்கு ஓய்வூதியம் வழங்கினார். இத்திட்டம் பின்னர் கணவரை இழந்த பெண்கள், துணையற்ற பெண்கள் என மேலும் விரிந்தது. மாற்றுத் திறனாளிகளுக்கு பயிற்சிகள் வழங்கி வாழ்வாதாரத்துக்கு உதவினார். ஆம். உங்கள் ஊகம் சரிதான். நலத்திட்டங்களில் விடுதலை வீரர்களுக்கு முக்கியத்துவம் அளிக்கப்பட்டது. அவர்கள் அவாமி லீக் கட்சிக்காரர்கள் எனத் தனியாகக் குறிப்பிட்டுச் சொல்லவேண்டிய அவசியமில்லையல்லவா.

ஹஸினா, பதவிக்கு வந்ததும் தந்தை முஜிபுரைக் கொன்றவர்களைப் பாதுகாத்த சட்டத்தை ரத்து செய்தார். ஃபரூக் உள்ளிட்ட கொலையாளிகளைக் கைது செய்து நீதிமன்றத்தின் முன் நிறுத்தினார். விசாரணை நடந்தது. மரண தண்டனையும் வழங்கப்பட்டது.

எர்ஷத் பதவி விலகிய பிறகு ஊழல் குற்றச்சாட்டுகளுக்காக சிறையில் அடைக்கப்பட்டிருந்தார். அடுத்து நடந்த இரு தேர்தல்களிலுமே சிறையில் இருந்து போட்டியிட்டு வெற்றி பெற்றார். ஷேக் ஹஸினா பிரதமர் ஆவதற்குக் குறைந்த பெரும்பான்மை எண்ணிக்கையை இவருடைய கட்சியே கொடுத்து ஹஸினாவைப் பிரதமராக்கியது. சிறையில் இருந்து வந்த பிறகு கிங்மேக்கராக உயர்ந்தார். இதனால், ராணுவக் கிளர்ச்சிகள் முடிந்து அரசியல் பேரங்கள் பங்களாதேஷில் தாக்கம் செலுத்தத் தொடங்கின.

2001ஆம் ஆண்டு தேர்தலில் கூட்டணிக் கணக்குகள் வெற்றியைத் தீர்மானித்தன. காலிதா ஜியா, ஹஸினா கட்சிகள் ஆளுக்கு நாற்பது சதவிகித வாக்குகள் பெற்றிருந்தனர். ஆனால் தொகுதிக் கணக்கில் பார்த்தால் ஹஸினா 62 தொகுதிகளிலும் காலிதா 234 தொகுதிகளிலும் விநோதமான வித்தியாசத்தில் வெற்றி பெற்றிருந்தனர்.

மரண தண்டனை பெற்ற முஜிபுர் கொலையாளிகளின் தண்டனையை நிறைவேற்றாமல் கால தாமதம் செய்தார் காலிதா. மற்றபடி ஐந்தாண்டு ஆட்சியில் பொருளாதார வளர்ச்சி, ஊழல், வன்முறைகள் எல்லாம் மிதமான அளவில் தொடர்ந்தன.

இடைக்கால அரசின் கையில் பொறுப்பைக் கொடுத்து தேர்தல் நடத்த வேண்டும் எனும்போது மறுபடியும் சிக்கல் ஆரம்பமானது.

ஆட்சி முடிந்த 2006ஆம் ஆண்டு இறுதியில் தொடங்கி அடுத்த தேர்தல் நடந்த 2008ஆம் ஆண்டு இறுதி வரை இரண்டாண்டுகள் வன்முறைகளாலும் போராட்டங்களாலும் நிறைந்திருந்தது பங்களாதேஷ். லோகி போய்தா - The Logi Boitha Movement - என்றொரு இயக்கத்தை அவாமி லீக் கட்சி நடத்தியது. படகுக் கொக்கி, துடுப்புகளுடன் டாக்காவின் எல்லாத் தெருக்களையும் ஆக்கிரமித்தது அவாமி லீக். பங்களாதேஷ் தேசிய கட்சி, ஜமாத் இ இஸ்லாமி தரப்பில் எதிர்ப்பு இயக்கம் கிளம்பி வந்தது. தொழில்நுட்பம் வளர்ந்துவிட்ட காலமல்லவா. ரத்தம் தெறிக்கும் கொலைகள் வைரலாகி அனைவரையும் அதிர்ச்சிக்குள்ளாக்கின. எங்கள் தலைவர்கள் பலரை அவாமி லீக் கொன்றுவிட்டது எனச் சொன்னது ஜமாத் இ இஸ்லாமி.

அரசியல் நிலையற்ற தன்மையால் ராணுவ ஆதரவுடன் கேர்டேக்கர் இடைக்கால அரசு 2007ல் நியமிக்கப்பட்டது. காலிதா ஜியாவின் மகன் ஊழல் குற்றச்சாட்டில் கைதானார். காலிதா மீதும் வழக்குகள் பதிவாகின. எந்த அரசியல்வாதியும் அவரை வீட்டில் சென்று சந்திக்கத் தடைவிதிக்கப்பட்டது. ஒரு கட்டத்தில் நாட்டை விட்டு வெளியே சென்று விடவும் ஒப்புக் கொண்டார்.

ஹஸினா மீதும் ஏழாண்டுகளுக்கு முன்பு அவர் ஆட்சியில் இருந்தபோது லஞ்சம் பெற்றார் என வழக்கு பதிவானது. தன் மகனையும் மகளையும் சந்திக்க அமெரிக்கா சென்றிருந்தவரை மீண்டும் பங்களாதேஷ் உள்ளே வராமல் தடை விதித்தனர். பிறகு, வந்தால் கைது செய்ய ஆணை பிறப்பிக்கப்பட்டது. கைதானாலும் பரவாயில்லை எனக் கிளம்பி வந்தார் ஹஸினா.

2008 டிசம்பர் இறுதியில் தேர்தல் நடந்தது. 2009 ஜனவரியில் ஹஸினா பதவியேற்றார். இந்த முறையும் வாக்கு சதவிகிதம் அதேதான். ஆனால் கூட்டணிக் கணக்குகளைப் போட நன்றாகக் கற்றுக் கொண்டதால் அவாமி லீக் மாபெரும் வெற்றியை ஈட்டியது. ஹஸினா, தீவிர அரசியலில் நுழைந்து இருபதாண்டுகள் கடந்துவிட்டன. சட்டத்தை எப்படிப் பயன்படுத்த வேண்டும் என்பதையும் சிறப்பாகக் கற்றுக் கொண்டார் ஹஸினா. அதன் பிறகு பதினைந்து ஆண்டு காலம் அவர் செய்தது சரியானதா

என்று கேள்வி வரும் போதெல்லாம் சட்டப்படியானது என்றே பதிலளித்தார்.

முஜிபுர் கொலையாளிகளில் ஃபரூக் உள்பட அகப்பட்டவர்களுக்குத் தூக்கு தண்டனையை நிறைவேற்றினார். ரஷீத், நூருல் போன்று வெளிநாடுகளில் அடைக்கலமானவர்களை நாட்டுக்குக் கொண்டுவர முடிவில்லாத முயற்சிகள் தொடர்ந்தன. வயதாகிச் செத்துப் போனாலும் உயிருடன் இருந்தாலும் நாட்டில் உள்ள அவர்களது சொத்துக்களை முடக்கினார். அரசியலில் ஈடுபாட்டால் உறவினர்களையும் தூக்கி உள்ளே போட்டார். பழிவாங்கினாரா நீதியை நிலைநாட்டினாரா என்பது ஒருபக்கம் இருக்கட்டும். அதோடு நிறுத்தவில்லை.

காலிதா ஜியா வசித்து வந்த சுமார் மூன்று ஏக்கர் நிலத்தில் அமைந்த வீட்டை விட்டு அவரை வெளியேற்ற சட்டப்படி நடவடிக்கை எடுத்தார். ஜமாத் இ இஸ்லாமி அமைப்பு தேர்தலில் போட்டியிட நீதிமன்றம் மூலம் தடை விதிக்கப்பட்டது.

போர்க் குற்றங்களுக்காக பலர் மீது வழக்கு பதிந்து விசாரணை நடந்தது. ஜமாத் இ இஸ்லாமியைச் சேர்ந்த அப்துல் காதர் மௌலா, ஆயுள் தண்டனை பெற்றார். அவருக்கு மரண தண்டனை கேட்டு, 2013ஆம் ஆண்டு இளைஞர்கள் உள்பட ஆயிரக்கணக்கானோர் கிளர்ந்தெழுந்து ஷாகின்பாக் போராட்டம் நடத்தினர். சிட்டகாங், சில்லெட்டு, ராஜ்பாரி, ராஜ்ஷஹி, நவகாளி, நர்சிங்டி என நாடு தழுவிய அளவில் பெரும் எண்ணிக்கையில் மக்கள் கூடி வன்முறையற்ற போராட்டங்களை நடத்தினர்.

தியாகிகளின் தாய் என்றழைக்கப்படும் ஜஹன்னாரா இமாம் விடுதலைப் போரின் போது தனக்கேற்பட்ட அனுபவங்களை நினைவுக்குறிப்புகளாக எழுதியிருந்தார். அவருடைய பதினெட்டு வயது மகன் ருமியை இழந்ததைப் பற்றி மட்டுமின்றி ஒவ்வொரு நாளும் எப்படி இருந்தது என்பதை விவரிக்கும் நூல். நாஜிக் கொடுமைகளை விவரித்த டயரி ஆஃப் ஆனி மாதிரி, எழுதியவர் இறந்து பல வருடங்களுக்குப் பிறகும் பெஸ்ட் செல்லராக விற்றுத் தீர்ந்தது. நீதி கேட்பவர்களின் அடையாளமானார் ஜஹன்னாரா. அப்துல் காதரைத் தூக்கிலிட்டு நீதி வழங்கப்பட்டது.

இன அழிப்பு தொடர்பாக ஆயிரத்து அறுநூறு பேரைச் சந்தேகிப்பதாக போர்க்குற்றங்களின் உண்மை விசாரிப்பு

ஆணையம் சுட்டிக்காட்டியிருந்தது. அவர்கள் மீது வழக்கு பதிந்து, அனைத்துலகக் குற்றவியல் நீதிமன்றம் டாக்காவில் அமைக்கப்பட்டு விரைவாக விசாரணை நடந்தது. குற்றப்பட்டியலில் இருந்த பாகிஸ்தானியர்கள் விலகியே இருந்தனர். உலகளாவிய மனித உரிமை அமைப்புகள் நியாயமான விசாரணை நடக்கவில்லை எனக் கவலை எழுப்பினர். மக்கள் குரலுக்கு நடுவே அது காணாமல் போனது. தூக்கிலிடப்பட்டோரும் ஆயுள் தண்டனை பெற்றவர்களும் அரசியல்வாதியாக, அமைச்சராக மக்கள் செல்வாக்குள்ள வாழ்க்கையை வாழ்ந்து கொண்டிருந்தனர் என்பது குறிப்பிடத்தக்கது.

உன் குத்தமா? என் குத்தமா?

தங்கள் தலைவர்கள் சட்டப்படி தூக்கிலிடப்படுவதை வேடிக்கை பார்க்காமல் அவர்களின் தொண்டர்கள் போராட்டத்தில் இறங்கினர். ஷாகின்பாக் போராட்டங்களுக்கான எதிர்ப்போராட்டங்களால் வன்முறை வெடித்தது. இதில் முப்பதுக்கும் மேற்பட்டோர் இறந்தனர். புதுப்புது இஸ்லாமிய அடிப்படைவாத அமைப்புகள் வேகமாக முளைத்தன.

நீதிமன்ற வாசலில் வைக்கப்பட்ட நீதி தேவதை சிலை இஸ்லாமுக்கு எதிரானது என்று கூட சர்ச்சை உண்டானது. கண்ணுக்கு மறைவாக எங்கோ தூக்கிப் போய் போட்டனர். இறைமறுப்பு குற்றமானது. இணைய வலைப்பக்கங்களில் நாத்திகக் கருத்துகளை எழுதியோர் தேடித் தேடிக் கொல்லப்பட்டனர். 2015ஆம் ஆண்டில் மட்டும் ஐந்து இளம் எழுத்தாளர்களை அடிப்படைவாத அமைப்புகள் கொன்றன. இந்தியாவில் பாரதிய ஜனதா ஆட்சி அமைந்த பிறகு இரு நாடுகளிலும் அரசியல் காரணங்களுக்காக பல செய்திகள் திரித்துப் பரப்பப்பட்டன.

பலம் பொருந்திய நாடாக இருப்பதால் பொருளாதார, பாதுகாப்பு ஒப்பந்தங்களில் இந்தியாவின் கை ஓங்கியிருப்பதாக பல பங்களாதேஷிகளிடம் அதிருப்தி உள்ளது. இந்தியாவில் முஸ்லிம்கள் தாக்கப்படும் செய்திகளால் உண்டாகும் கவலை, ஹஸினாவின் இந்திய நட்பு எல்லாமே பங்களாதேஷ் அடிப்படைவாத அமைப்புகளால் பயன்படுத்திக் கொள்ளப்படுகின்றன. இந்தியாவிலும் அப்படியே. பங்களாதேஷில் இந்து கொல்லப்பட்டார் எனச் செய்தி பரவும். ஆராய்ந்து பார்த்தால் அவர் பல தலைமுறையாக அவாமி லீக் கட்சிக்காரராகத் தன்னை அடையாளப்படுத்தி அதற்காகவே உயிரை விட்டிருப்பார்.

பங்களாதேஷ் விடுதலையின் ஐம்பதாண்டுக் கொண்டாட்டத்தில் இந்தியப் பிரதமர் மோடி கலந்து கொள்வதை எதிர்த்து நடந்த கலவரத்தில் பன்னிரண்டு பேர் இறந்தனர். போராட்டத்தில் ஈடுபட்டோர் இந்திய ஜனாதிபதியை அழைத்திருக்கலாம் என்றனர். மோடி எதிர்ப்பானது இந்திய ஊடகங்களில் இந்திய எதிர்ப்புப் போராட்டமாகச் செய்தியானது. மதத்தைப் பின்பற்றுவது சொந்த விஷயம், கொண்டாட்டம் எல்லாருக்குமானது. இது ஹஸினாவின் கொள்கை. பங்களாதேஷ் அடிப்படைவாதிகள் இதைப் பகடி செய்து ஹஸினா எதிர்ப்பையும் இஸ்லாமிய ஆதரவாகக் கட்டமைத்தனர்.

புள்ளிவிவரங்கள், ஆண்டுதோறும் இந்தியாவுக்கு எல்லை தாண்டி வரும் பங்களாதேஷிகள் எண்ணிக்கை மூவாயிரத்திற்குள் இருப்பதைக் காட்டுகின்றன. கலவரங்கள், அரசியல் நடவடிக்கைகள் எதனாலும் இந்த எண்ணிக்கையில் மாற்றமின்றி கடந்த பல ஆண்டுகளாக இப்படியே இருக்கிறது. ஆனால் மதவாதத்தில் ஆர்வம் இருப்பவர்கள் அமைதியற்ற தோற்றத்தை நிறுவ முயல்கின்றனர். இதனால் தொடர்ந்து பங்களாதேஷில் வாழும் இந்துச் சிறுபான்மையினர் பதற்றத்தில் இருக்கின்றர்.

2016ஆம் ஆண்டில் ஆர்டிஸன் பேக்கரியில் ஒரு தாக்குதல் நடத்தப்பட்டது. இஸ்லாமிய அடிப்படைவாத அமைப்பு, கவன ஈர்ப்புக்காகவே இதை நடத்தியது. ஒன்பது இத்தாலியர், மூன்று ஜப்பானியர், ஓர் இந்தியர் உள்பட மொத்தம் இருபத்தொன்பது பேர் கொல்லப்பட்டனர். பணயக்கைதிகள் இருபது பேர். பங்களாதேஷ் விரைவு நடவடிக்கைப் படை (Rapid Action Battalion RAB) களத்தில் இறங்கி நடவடிக்கை எடுத்தது.

முஜிபுரின் ராக்கி பாஹினி படை 2.0 தான் ஹஸினாவின் விரைவுப் படை. டாக்காவில் தலைமைப் படையணி இருக்கிறது. நாடு முழுக்க பதினைந்து விரைவுப் படையணிகள் உள்ளன. அமெரிக்க நிதியுதவியும் பயிற்சியும் கூட உண்டு. நாடு முழுக்க இந்த விரைவுப் படை தீவிரவாத எதிர்ப்பு நடவடிக்கைகளை மேற்கொண்டது. போதைத் தடுப்பு, அவசர உதவி, பண்டிகை காலங்களில் கூடுதல் பாதுகாப்பு போன்ற வேலைகளை இப்படை செய்தது. அதுமட்டுமில்லை. மனித உரிமைகள் எதையும் கணக்கில் கொள்ளாமல் யாரை வேண்டுமானாலும் விசாரணைக்கு

அழைத்துச் செல்வதும் அவர்களில் பெரும்பாலானோர் திரும்ப வராமலே போவதும் இயல்பானது. கொன்றுவிட்டு சட்டைப் பையில் போதை மருந்தை வைத்து வழக்கு புனைவதாக குற்றச்சாட்டுகள் உள்ளன. சில அதிகாரிகள் மீதான குற்றம் நிரூபிக்கப்பட்டு சிறைத் தண்டனையும் விதிக்கப்பட்டுள்ளது.

படையணியைச் சேர்ந்தோர் மட்டுமின்றி பங்களாதேஷின் இரு பெரும் கட்சிகளான அவாமி லீக், பங்களாதேஷ் தேசிய கட்சிகளின் தலைவர்கள், தொண்டர்கள், மாணவர் அமைப்பு, விவசாய அமைப்பு உள்ளிட்ட இக்கட்சிகளின் துணை அமைப்பில் உள்ளோர் எனப் பலர் மீது வழக்குகள் உள்ளன.

வழக்கு விசாரணை நடந்து நீதிமன்றத்தில் நிரூபிக்கப்பட்டு தண்டனை பெற்ற தகவலின் அடிப்படையில் உண்மைத் தன்மையை உறுதி செய்ய முடியும். ஆனால் பங்களாதேஷில் இரு கட்சிகளும் மாறி மாறி ஆட்சி செய்ததில் சட்டத்தை வளைத்துப் பல நடவடிக்கைகள் மேற்கொள்ளப்பட்டன. எனவே எது அரசியல் காரணங்களுக்காகப் புனையப்பட்டது எது உண்மை என்பதில் உண்டாகும் மயக்கத்தை இரு கட்சிகளுமே தங்களுக்குச் சாதகமாகப் பயன்படுத்துகின்றன. தங்களை நிரபராதிகள் என வாதிடுகின்றன.

ஒன்று மாற்றி ஒன்று ஏதோ காரணங்களுக்காகத் திரளாக மக்கள் கூடி ஹஸினாவுக்கு எதிராகப் போராட்டம் நடத்திக் கொண்டே இருந்தனர். 2018ஆம் ஆண்டு மாணவர்கள் முன்னெடுத்த சாலைப் பாதுகாப்பு இயக்கம் அதில் ஒன்று. சாலை விழிப்புணர்வை மையமாகக் கொண்டு நடந்த போராட்டம். பலன் இருந்தது. அந்த ஆண்டு பதினைந்தாயிரமாக இருந்த இறப்பு எண்ணிக்கை அடுத்தாண்டு பாதியாகக் குறைந்தது.

ஹஸினா ஆட்சியில் உலக நாடுகள் வியக்கும் படியான பொருளாதார முன்னேற்றம் இருந்தது. உணவுக்காக வெளிநாடுகளில் இருந்து உதவி பெறுவது நிறுத்தப்பட்டது. 2010-2016க்கு இடைப்பட்ட காலகட்டத்தில் 8 மில்லியன் மக்கள் வறுமைக் கோட்டிற்கு கீழிருந்து மீட்கப்பட்டனர். வறுமைக் கோட்டில் வாழும் மக்கள் ஏறக்குறைய இருபது சதவிகிதமாகக் குறைந்தனர். ஏழைகள் எண்ணிக்கை குறைந்து நடுத்தர வர்க்கத்தினர் எண்ணிக்கை அதிகரித்தது.

அறுபதுகளில் இருந்த எழுத்தறிவு சதவிகிதம் தொண்ணூற்று ஐந்தாக உயர்ந்தது. பெண்கள் கல்வி இடைநிற்பது குறைந்து சேர்க்கை நாற்பதிலிருந்து எழுபதாக உயர்ந்தது. சிசு மரணம் ஆயிரம் பிறப்புகளுக்கு நாற்பதில் இருந்து இருபத்தாறாகக் குறைந்தது. சராசரி ஆயுள் எழுபத்திரண்டு வயதானது.

பெண்கள் வேலைவாய்ப்பு சுமார் நாற்பது சதவிகிதமாக அதிகரித்தது. அரசியல் அதிகாரத்தில் பெண்களை அமர்த்தும் நாடுகளில் ஏழாவது இடத்தை பங்களாதேஷ் பிடித்தது. உள்ளாட்சிகளில் முப்பத்து மூன்று சதவிகித ஒதுக்கீடு அமல்படுத்தப்பட்டது.

மருத்து உற்பத்தித் துறை ஐந்து பில்லியன் டாலர் மதிப்புக்கு உயர்ந்தது. இந்தியாவை விட அதிக ஜிடிபி உடன் வெற்றிநடை போட்டது. ஆடை உற்பத்தித் துறை அதற்கு முக்கியமான காரணம். ஆடை உற்பத்தித் துறையில் உலகளவில் இரண்டாவது இடத்தைப் பிடித்தது. ஆனால் அதில் பல விதிமுறை மீறல்கள் நடக்கின்றன.

ராணா பிளாஸா இடிந்து விழுந்து ஆயிரத்து நூறு பேருக்கும் மேல் இறந்தனர். இவ்விபத்து பல விஷயங்களை வெளிச்சமிட்டுக் காட்டியது. எட்டடுக்கு ராணா பிளாஸாவில் இறந்தோர் அனைவரும் பங்களாதேஷின் ஆடைத் தொழிற்சாலையில் பணியாற்றியவர்கள். காலிதா ஆட்சியிலும் ஒன்பதடுக்கு கட்டடம் இப்படி இடிந்து விழுந்தது. ஆயத்த ஆடைத் துறையில் நடக்கும் மனித உரிமை மீறல்கள் வெளிவரக் காரணமாக இம்மாதிரி விபத்துகள் அமைந்தன.

நீரின் மேல் வாழ்க்கை

பங்களாதேஷ் ஏற்றுமதியில் சுமார் எண்பது சதவிகிதம் ஆயத்த ஆடைகள்தான். பொருளாதார வளர்ச்சியில் பன்னிரண்டு சதமானத்துக்கும் அதிகமாக இத்துறையே பங்களிக்கிறது. கோடிக்கணக்கான மக்களுக்கு வேலை வாய்ப்பைக் கொடுக்கிறது. கோவிட் பெருந்தொற்றுப் பொருளாதாரச் சரிவைச் சமாளிக்க ஆடை உற்பத்தித் துறையே பெருமளவில் கைகொடுத்தது. உலகளவில் ஆயத்த ஆடைகளை ஏற்றுமதி செய்வதில் சீனாவுக்கு அடுத்த இடத்தில் இருக்கிறது பங்களாதேஷ்.

அமெரிக்க ஐரோப்பிய நாடுகளின் ஃபாஸ்ட் ஃபேஷன் எனப்படும் மாறிக்கொண்டே இருக்கும் ஆடைத் தேவைகளை நிறைவேற்ற ஆசிய நாடுகளில் உழைத்துத் தேய்கிறார்கள். தரமான பட்டும் மஸ்லின் துணிகளும் தயாரித்த கலைஞர்களின் வாரிசுகள், குறைந்த ஆயுள் கொண்ட ஃபாஸ்ட் ஃபேஷன் ஆடைகளைத் தயாரிக்கிறார்கள்.

தேவைக்கு அதிகமாக ஆடை மோகம் தவறென்ற பரப்புரைகளும் சீனா, பங்களாதேஷ் தொழிலாளர்களை முன்வைத்து நடக்கிறது. யார்தான் அதைக் கேட்கிறார்கள்? வாங்கிக் குவித்துக் கொண்டே இருப்பவர்களின் தேவைக்காகப் பன்னிரண்டு மணி நேரத்துக்கும் மேலே கூட மக்கள் வேலை செய்கிறார்கள். சாயம், வேதியியல் பொருள்கள் நிறைந்த பணிச்சூழல். இடப்பற்றாக்குறையால் குறுகிய இடத்தில் அடைந்து கிடந்து வேலை பார்க்கும் நிலை. உடல்நலக் கோளாறுகளை ஏற்படுத்தினாலும் இரண்டு வேளை உணவுக்கு அந்த வேலை தேவையாக இருக்கிறது. சுற்றுச்சூழல் பாதிப்பும் அதிகளவில் உள்ளது. பில்லியன் டாலர்களில் வருமானம் வருவதால் வரிவிலக்குகள் கொடுத்து அரசும் இதை ஆதரிக்கிறது.

இதே மாதிரி பாதுகாப்பற்ற, சுற்றுச்சூழலை அச்சுறுத்தும் மற்றொரு துறையும் பங்களாதேஷில் இருக்கிறது. கடலோரப் பகுதியல்லவா. அதனால் கப்பல்களை உடைக்கிறார்கள். சிட்டகாங் கப்பல் உடைப்புத் தளம் உலகிலேயே மிகப்பெரிய தளங்களில் ஒன்று. தோராயமாக முப்பதாயிரம் கோடி டாக்கா பணத்தில் வியாபாரம் நடக்கிறது. லட்சக்கணக்கானோர் வேலை வாய்ப்புப் பெறுகிறார்கள். சுற்றுச்சூழலில் விளையும் ஆபத்து பற்றியெல்லாம் சிந்திக்க நேரம் இல்லை.

ராணா பிளாஸா விழுந்ததற்கு, அது குளத்தின் மீது கட்டப்பட்டிருந்ததும் ஒரு காரணம். நீரின் மீதே வாழ்க்கை நடத்தும் லட்சக்கணக்கான மக்கள் நிறைந்த நாடு பங்களாதேஷ். ஆண்டின் சில மாதங்கள் நீரால் நிறைந்திருக்கும், சில மாதங்களில் நீரின் சுவடே இன்றி வீடு கட்டி விவசாயம் செய்து வாழும் பகுதிகள் பல இங்கே உண்டு. பத்மா, பிரம்மபுத்ரா, மேக்னா, ஜமுனா போன்ற ஆறுகள் நிறைந்த நாடு. சிற்றாறுகளும் நிறைய.

ஆழம் நிறைந்த சமுத்திரம், ஆழம் குறைவான கடல், ஆறு, ஏரி, ஆற்றின் கழிமுகம் சூழ்ந்திருக்கும் திட்டுகள் நூற்றுக்கணக்கில் உள்ளன. நீர் இல்லாத காலங்களில் இங்கே விவசாயம் நடக்கிறது. விளைச்சல் சாத்தியமாகும் நிலத்திட்டுப் பகுதிகளை பங்களாதேஷில் சார் *(Char)* என்றழைக்கிறார்கள்.

ஏழெட்டு அடிக்கு மூங்கில் கம்புகளை நட்டு வைத்து அதன் மேலே தகரத்தால் தரை அமைத்து வீடு கட்டிக் கொள்கிறார்கள். நீர் வடியும் வரை அங்கேயே அப்படியே வாழ்கிறார்கள். சேகரித்து வைத்த தானியங்களும் மீனும் உணவு. நீர் வடிந்த பிறகு விவசாயம் செய்கிறார்கள். விடுதலைக்குப் பிறகு, குறிப்பாக பங்கபந்து பாலம் கட்டியதற்குப் பிறகு நீரின் பாதை மாறியுள்ளதாகச் சிலர் நினைக்கிறார்கள். சுற்றுச்சூழல் மாறுபாடுகளால் ஆறுகள் தங்கள் பாதையை கொஞ்சமாக மாற்றினாலும் காலங்காலமாக அங்கே வசிப்போர் பாதிக்கப்படுகின்றனர்.

வெள்ளம், சூறாவளி, புயல், வறட்சி, மண் அரிப்பு போன்ற இயற்கை இடர்கள் ஒன்று மாற்றி ஒன்று வந்து கொண்டே இருக்கும். ஹஸினா காலத்தில் உலக நாடுகளுடன் இணைந்து காலநிலை மாற்றத்தை எதிர்கொள்ள முயற்சிகள் மேற்கொள்ளப்பட்டன. எரிபொருள், பிளாஸ்டிக் பயன்பாட்டில் அதிகம் பங்களிக்கும்

வல்லரசு நாடுகள் அதனால் ஏற்படும் பாதிப்புகளைக் களையவும் பங்களிப்பது முறைதானே. பயன்படுத்தாமலே பாதிப்புக்கு ஆளாகும் பங்களாதேஷ் போன்ற நாடுகளைக் காப்பது அவர்கள் கடமைதானே.

இயற்கைப் பேரிடர்களால் பங்களாதேஷில் ஆயிரங்களில் தொடங்கி லட்சங்களில் உயிரிழப்பு நடந்துள்ளது.

தொழில்நுட்ப வளர்ச்சியால் இப்போது உயிரிழப்புகள் குறைந்துள்ளன. நிறைய மக்கள் தங்கும்படி ஷெல்டர்களை ஒரு மாடி உயரத்தில் அமைத்துள்ளனர். முன்கூட்டியே தீவிரமாக எச்சரிக்கை செய்தி சேர வழி செய்துள்ளனர். சமூகமாக மக்கள் ஒருவருக்கொருவர் உதவுகின்றனர். ஆனால் வாழ்வாதாரம் இன்றிப் போவதைத் தவிர்க்க இயலாது. நகரங்களை நோக்கி மக்கள் இடம்பெயர்ந்து கொண்டே இருக்கின்றனர்.

நகரத்தின் இட நெருக்கடியுடன் ஒப்பிடுகையில் பேரழிவுகளே மேல் எனலாம். அதிக மக்கள் வசிக்கும் நாடுகளில் எட்டாவது இடத்தில் இருக்கிறது பங்களாதேஷ். உலக மக்கள் தொகையில் இரண்டேகால் சதவிகிதம் அது. பதினேழு கோடிக்கு மேல் மக்கள் வசிக்கும் இந்நாட்டின் நகரங்களில் குடிசைப் பகுதிகள் அதிகம் இருப்பதில் வியப்பேதும் இல்லை.

டாக்காவில் மட்டுமே ஆயிரக்கணக்கில் குடிசைப் பகுதிகள் உள்ளன. இங்குள்ள பேகுன்பாரி குடிசைப்பகுதியில் அதிகபட்சமாக முப்பத்துநான்காயிரம் பேர் வசிக்கின்றனர். வேலை கிடைக்கும் எனக் குடும்பத்தோடு கிளம்பி வந்து தங்க இடம் இன்றி ஒற்றை அறையில் முடங்கிக் கிடக்கிறார்கள். நாடு முழுவதும் உள்ள நகரங்களில் நிறைய குடிசைப்பகுதிகள் உள்ளன.

குடிசைப் பகுதிகளோடு முகாம்களும் இருக்கின்றன. மியான்மரில் ரோஹிங்யா முஸ்லிம்கள் தாக்கப்பட்டபோது அடைக்கலம் தேடி வந்தவர்களை ஹஸினா ஏற்றுக்கொண்டபோது உலகநாடுகள் அவரைப் பாராட்டின. 2017ல் வந்தவர்கள் இன்னும் லட்சக்கணக்கில் முகாம்களில் அடைந்து கிடக்கின்றனர். குறைந்தபட்சம் முப்பதாயிரத்தில் ஆரம்பித்து லட்சங்களில் ஒவ்வொரு முகாமிலும் மக்கள் உள்ளனர். ஐக்கிய நாடுகள் சபையின் உதவிகள் கிடைத்தாலும் போதுமானதாக இல்லை.

பங்களாதேஷ் குடிமக்களின் தேவைகளைப் பூர்த்தி செய்வதே பெரும் சவாலாக இருக்கும் நிலையில் கூடுதலாக அகதிகளைக் கையாள்வதும் அரசுக்குப் பெரும் தலைவலி.

பிரிவினையின் போதும் விடுதலைப் போரின்போதும் அகதிகளாக்கப்பட்ட மக்களுக்கே இன்னும் விடிவில்லை. பாகிஸ்தான் கொஞ்சம் பேரை திரும்ப அழைத்துக் கொண்ட பிறகும் ஏராளமானோர் அகதிகளாக பங்களாதேஷில் இருக்கின்றனர். 2006 ஆம் ஆண்டு அறிக்கை ஒன்று சுமார் மூன்று லட்சம் பேர் இப்படி இருப்பதாகத் தெரிவிக்கிறது. நீதிமன்றம் பலருக்குக் குடியுரிமை வழங்க வலியுறுத்திய பிறகும் இவர்கள் நிலை அப்படியே தொடர்கிறது. இங்க அடிச்சா அங்க வலிக்கும் என இவர்கள் வன்முறைக்கு இலக்காவதும் நடக்கிறது. 2014ஆம் ஆண்டு நடந்த தாக்குதலில் கூட 10 பேர் கொல்லப்பட்டனர்.

ஒன்றுமே செய்யாமல் உண்டாகும் இத்தனை இடர்களுக்கு மத்தியில் அரசியல் செய்வோரால் ஏற்படும் சவால்களையும் சேர்த்தே பங்களாதேஷ் ஆட்சியாளர்கள் சமாளிக்க வேண்டியிருக்கிறது.

இட ஒதுக்கீடு

பங்களாதேஷிகள் என்ற அடையாளத்தை ஜியா அளித்த போது விடுதலைப் போரின் கசப்புகளைக் கடந்து மக்கள் நகர்ந்துவிட்டதைப் போலத் தோன்றியது. ஆனால் ஒவ்வொரு ஆட்சியும் எடுத்த ஒவ்வொரு முடிவும் ஆதிகாலப் பிரிவினை அரசியலை புது முகமூடியோடு நடத்துகின்றன. இம்முடிவுகள் மனித உரிமைகளை மதித்து, நீதியை நிலை நாட்ட, சட்டத்தைக் காக்க எடுக்கப்பட்டனவா அல்லது வெறும் அரசியல் லாபங்களுக்காக எடுக்கப்பட்டனவா என்பதே அவசியம் எழுப்பப்பட வேண்டிய கேள்வி.

பங்களாதேஷ் விடுதலைக்குப் போராடியவர்கள், அதை எதிர்த்தவர்கள். இந்த இரண்டு பிரிவு மட்டுமே இருப்பது போலத் தோன்றலாம். புள்ளிவிவரங்களைக் கூர்ந்து நோக்கினால் எண்பது சதவிகித மக்கள் இரு கட்சிகளை நம்புகிறார்கள். அரசியல் மூலம் விடுதலைக்குப் போராடிய முஜிபுரின் அவாமி லீக். ராணுவம் மூலம் விடுதலைக்குப் போராடிய ஜியாவின் பங்களாதேஷ் தேசிய கட்சி. மீதம் இருப்பதில் இவர்களைப் பிடிக்காதவர்களைத் தவிர்த்துப் பார்த்தால், தீவிர இடதுசாரி, தீவிர வலதுசாரி தத்துவங்களில் நாட்டம் கொண்டவர்கள். இவர்களுக்கு மக்களிடையே இருக்கும் ஆதரவு, ஆட்சியில் யார் அமர்கிறார்கள் என்பதைத் தீர்மானிப்பதால் இரு பெரும் கட்சிகளுமே இவர்களோடு சமரசம் செய்து கொள்ள முயல்கிறார்கள்.

இடஒதுக்கீடு தங்கள் கட்சிகளை ஆதரிப்போரைத் தக்கவைப்பதின் நுட்பமான வடிவம். விடுதலைக்குப் போராடியவர்கள் இரு கட்சிகளிலுமே இருந்தாலும் யார் ஆட்சியில் இருக்கிறார்கள் என்பதைப் பொறுத்தே பயன்கள் சென்றடைந்தன. பலன்களை

பெறவேனும் ஏதோ ஒரு கட்சியில் மாணவப் பருவத்தில் இருந்தே தங்களை இணைத்துக் கொள்ள வேண்டிய கட்டாயத்திற்குக் குடிமக்கள் ஆளாகின்றனர்.

முஜிபுர் காலத்தில் முப்பது சதமானம் விடுதலைப் போரில் பங்கேற்றவர்களுக்கு இடஓதுக்கீடு வழங்கப்பட்டது. பத்து சதமானம் போரில் பாதிக்கப்பட்ட பெண்களுக்கு. நாற்பது சதமானம் பின்தங்கிய நிலையில் இருந்த மாவட்டங்களைச் சேர்ந்தவர்களுக்கு. மிச்சம் இருந்த இருபது சதமானம் மட்டுமே கல்வி மதிப்பெண் தகுதியில் கிடைத்தது. பின்தங்கிய மாவட்ட இடஓதுக்கீட்டில் இருபதைக் குறைத்து தகுதி அடிப்படையிலான இடஓதுக்கீடு பின்னர் நாற்பது சதவிகிதம் ஆனது.

இட ஓதுக்கீட்டின் அடிப்படைத் தத்துவம் சமமின்மையைச் சரிசெய்வது. இனம், மதம், சாதி, பாலினம், நிறம், நிலப்பகுதி என ஏதோ ஒரு காரணத்தின் அடிப்படையில் உரிமை மறுக்கப்பட்டு பின்தங்கிய நிலையில் இருப்போரின் ஊன்றுகோல் இடஓதுக்கீடு. வரலாற்றுத் தவறைச் சரிசெய்யும் வாய்ப்பு. பங்களாதேஷில் இனப் பாகுபாடு இருந்தது உண்மையே. பாதிக்கப்பட்டது நாட்டில் உள்ள அனைவரும்தானே. நாடு உருவான பிறகு சிலருக்கு மட்டும் சிறப்புச் சலுகை வழங்கும் முடிவென்பது இடஓதுக்கீட்டுத் தத்துவத்திற்கே எதிரானது.

நடைமுறைக்கு வந்த சில ஆண்டுகளில் வேலைக்கான இட ஓதுக்கீட்டில், வயது காரணமாக விடுதலை வீரர்கள் பிரிவில் காலியிடங்கள் இருந்தன. வாரிசுகளுக்கு அந்த இடம் ஓதுக்கப்பட்டது. அடுத்த தலைமுறையில் பேரன் பேத்திகளுக்கும் அப்படியே அது தொடர்ந்தது. நாற்பத்து நான்கு சதமானம் மட்டுமே தகுதி அடிப்படையில் இருந்தது. எனவே, 2013, 2018ஆம் ஆண்டுகளில் இடஓதுக்கீட்டில் சீர்திருத்தம் கோரிப் போராட்டங்கள் நடந்தன.

கடைசியாக 2024ஆம் நடந்த போராட்டம் ஹஸினா ஆட்சியை முடிவுக்குக் கொண்டுவந்தது. அதன்பிறகு பிறப்பிக்கப்பட்ட ஆணை 93 சதவிகிதம் தகுதி அடிப்படையில் நியமிக்க வழிகோலியது. ஐந்து சதவிகிதம் விடுதலைப் போராட்ட வீரர்களின் சந்ததிகளுக்கும் மீதம் உள்ளது இனச் சிறுபான்மையினர், மாற்றுத் திறனாளிகள், பால்புதுமையினருக்கும் ஓதுக்கப்பட்டது.

பங்களாதேஷில் இருந்து ஹஸினா விரட்டப்பட்ட பிறகு ராணுவம் ஆட்சியை எடுத்துக் கொள்ளுமா என்பதே பலரின் கேள்வியாக இருந்தது. ஜெனரல் வாக்கர் உஜ் ஜமான் மீதே அனைவரின் கவனமும் சென்றது. இவருடைய தாத்தா, பாட்டி பிரிட்டிஷ் காலத்தில் தலைவர்களாக இருந்து பதக்கம் பெற்றவர்கள். அப்பா நீதிபதி. வாக்கர் ராணுவத்தில் சேர்ந்தது எர்ஷத்தின் ஆட்சி நடந்த 1985ல். படிப்படியாக உயர்ந்து ராணுவத் தலைமைப் பொறுப்புக்கு வந்தவர். ஹஸினாவின் உறவினர் குடும்பத்துப் பெண்ணை திருமணம் செய்ததால் இவரும் தூரத்து உறவினர் ஆகிறார். பதினெட்டு மாதங்களில் தேர்தல் நடத்தப்படும் என உறுதியளித்து முஹம்மது யூனூஸை இடைக்கால அரசின் தலைவராக நியமித்திருக்கிறார்.

முஹம்மது யூனுஸ், அறுபதுகளில் சிட்டகாங் பல்கலைக்கழகத்தில் பொருளாதாரப் பேராசிரியராகப் பணியாற்றியவர். அமெரிக்காவிலும் பேராசிரியராக வேலை பார்த்தார். எழுபதுகளில் பங்களாதேஷ் மக்கள் பஞ்சங்களால் அவதிப்படுவதைப் பார்த்து வேலையை விட்டு விட்டு கிராமீன் வங்கியைத் தொடங்கினார். ஜியாவுர் ரஹ்மான் ஆட்சியில் அரசுடன் இணைந்து கிராம சர்க்கார் திட்டங்களையும் முன்னெடுத்தார்.

குறைந்த வட்டியில் குறுங்கடன் வழங்கியது கிராமீன் அமைப்பு. ஏழை எளிய மக்கள் தங்களின் வாழ்வாதாரத்தை உயர்த்த வங்கிகளில் இருந்து குறுங்கடன் பெற முடியாமல் அதிக வட்டிக்கு வாங்கி வறுமையில் உழல்கின்றனர். அவர்களை மீட்க, ஆய்வு முயற்சியாக கிராமீன் செயல்படுத்தப்பட்டது. முதலில் வங்கிகள் தரப்பில் இதற்கு எதிர்ப்பு இருந்தது. ஆனால் இந்த நிதி மாதிரியால் மக்கள் வாழ்வில் முன்னேற்றம் இருந்ததால் அமைதியாகிவிட்டனர். யூனுஸ், பல்வேறு பன்னாட்டு அமைப்புகளுடன் இணைந்து பணியாற்றினார். வழிகாட்டியாக இருந்தார். 96ல் பங்களாதேஷ் இடைக்கால அரசின் ஆலோசகராகவும் செயல்பட்டுள்ளார்.

2006ஆம் ஆண்டு இவருக்கு நோபல் பரிசு வழங்கப்பட்டது. அதன் பிறகு அரசியலில் நேரடியாக ஆர்வம் காட்ட ஆரம்பித்தார். தூய்மையான ஊழலற்ற வேட்பாளர்களை மக்கள் தேர்ந்தெடுக்க வேண்டும் என டெய்லி ஸ்டார் பத்திரிகையில் எழுதினார். சரி, இவ்வளவு தூரம் வந்தாகிவிட்டது கட்சியும் தொடங்கிவிடலாம்

என நினைத்தார் போல. மக்கள் சக்தி எனப் பொருள்படும் நகோரிக் ஷக்தி கட்சியைத் தொடங்கினார். சில மாதங்களில் கட்சியைக் கலைத்துவிட்டார்.

ஹஸினாவுக்கும் இவருக்கும் பெரிய முன்விரோதம் எதுவும் இல்லை. 2009ல் ஆட்சிக்கு வந்தபோது, யூனுஸுக்கு மக்கள் மத்தியில் இருந்த செல்வாக்கு ஹஸினாவுக்குப் பிடிக்கவில்லை. அவ்வளவுதான். கிராமீன் வங்கியின் நடவடிக்கைகள் ஆய்வுக்குட்படுத்தப்பட்டன. கடன் பகிர்வில் முறைகேடு உள்ளிட்ட 174 வழக்குகள் பாய்ந்தன. கிராமீன் வங்கியின் சமூக நலக்குழுவால் தயாரிக்கப்படும் தயிரில் தரம் இல்லை என்று கூட ஒரு வழக்கு பதிவானது. ஆறு மாதம் சிறைத் தண்டனை பெற்று பின்னர் மேல் முறையீட்டில் ரத்தானது.

இதெல்லாம் ஒன்றும் சரிப்பட்டு வராது என அமெரிக்காவுக்குக் கிளம்பிவிட்டார். பத்தாண்டு காலம் வம்புதும்புக்குப் போகாமல் தனது வங்கி மாதிரியைப் பற்றிப் பாடம் எடுத்துக் கொண்டு இருந்தார். 2024 ஆண்டு ஜூலைப் புரட்சியில் மாணவர்கள் அழைப்பின் பேரில் தற்காலிகத் தலைமைப் பொறுப்பை ஏற்றுக் கொண்டார். தற்காலிகப் பிரதமர் அல்ல, வழிகாட்டிதான்.

நீங்க நல்லவரா? கெட்டவரா?

நாட்டின் குடிமக்களை, வல்லுநர்களை தலைமைப் பொறுப்பில் அமர்த்தி ஆறு கமிஷன்களை ஏற்படுத்தினார். அரசியலமைப்பு, தேர்தல் முறை, நீதித்துறை, காவல்துறை, ஊழல் தடுப்பு ஆணையம் மற்றும் பொது நிர்வாகம் உள்ளிட்ட ஆறு முக்கியமான துறைகளில் மாற்றங்களை பரிந்துரைப்பது இந்த ஆணையங்களின் பணி. இக்குழுக்களில் மாணவர்களும் உள்ளனர்.

பத்துக்கும் மேலே பணவீக்கம் இருந்த நிலையில்தான் யூனுஸ் பொறுப்பேற்றார். வங்கித் துறையில் நிறைய சீர்திருத்தங்களைக் கொண்டுவந்தார். வட்டி விகிதம் சரியா, ஆயுள்காப்பீட்டின் கொள்கை சரியா என்பது போன்ற விவாதங்கள் நடக்காமல் இல்லை. ஆனாலும் இன்னும் கீழே போகாமல் நிலைத்தன்மையைக் கொண்டு வந்தார். பொருளாதார நடவடிக்கை பற்றிச் செய்தி வரும்போதெல்லாம் பதற்றம் வருவதைத் தடுக்க முடியவில்லை. மிகக் குறைந்த நிலைக்கு வீழ்ந்து மீண்டது பங்குச் சந்தை. ஹஸினாவும் கட்சிக்காரர்களும் உறவினர்களும் ஆயிரம் கோடிக்கு மேலான பணத்தை ஆண்டு தோறும் வெளிநாட்டுக்குக் கொண்டு சென்றதாகக் கூறி நடவடிக்கைகளில் இறங்கினார் யூனுஸ். பணத்தை மீட்பதன் மூலம் நாட்டின் பொருளாதாரத்தை மீட்க முடியும் என்பது யூனுஸின் நம்பிக்கை.

மக்களாட்சியைக் கொண்டுவருவதில் அரசியல் கட்சிகள் சுதந்திரமாகச் செயல்படுவதும் முக்கியமானது. ஆனால், யூனுஸ் வந்த நூறு நாள்களில் கிட்டத்தட்ட மூன்று லட்சம் புதிய வழக்குகள் பதிவாகின. பெரும்பாலும் அரசியல் வழக்குகள்.

பத்திரிகை சுதந்திரம் மீண்டது. இதிலும் ஓர் ஆனால் இருந்தது. அரசுத் தரப்பை ஆதரிப்பவர்களுக்கு மட்டும்தான் அந்தச்

சுதந்திர மீட்பு. முந்நூற்றுக்கும் மேற்பட்ட பத்திரிகையாளர்கள் மிரட்டல், வன்முறையை எதிர்கொண்டார்கள். சுமார் இருபது வழக்குகள் செய்தியாளர்களுக்கு எதிராகப் பதிவாகின. நூற்றுக்கும் மேற்பட்டோரின் செய்தியாளர் அடையாள அட்டை ரத்து செய்யப்பட்டது. நீதிபதிகள், காவல்துறை அதிகாரிகள் உள்பட பல அரசு அதிகாரிகள் பணி நீக்கம் செய்யப்பட்டனர். தன்னுடைய ஆதரவாளர்களுக்குப் பதவி கொடுக்கிறார் என்கிற ஹசினா மீதான குற்றச்சாட்டு யூனுஸ் மீதும் தொடர்ந்தால் பங்களாதேஷ் மீண்டும் ஒரு முடிவிலாத சுழலில் சிக்கும். இம்மாதிரியான செயல்களை எதிர்த்துத்தான் மாணவர் போராட்டம் நடந்தது.

யூனுஸ் அமெரிக்கச் சார்புடையவராக அறியப்படுபவர். அது தெரிந்த கதைதான். எனினும், நூறு நாள் ஆட்சியில் நடந்த விஷயங்கள் பாகிஸ்தான் ஆதரவு அதிகரித்திருப்பதைக் காட்டின. ஹஸினா ஆட்சி, 1971ஆம் ஆண்டில் நடந்த இனப்படுகொலைக்கு பாகிஸ்தான் மன்னிப்பு கோர வலியுறுத்தியது. நீதி வழங்க முயற்சி எடுத்தது. ஜமாத் இ இஸ்லாமி தலைவர்கள் உள்படப் பலர் தூக்கு தண்டனை பெற்றனர். அமைப்பு தடை செய்யப்பட்டது. யூனுஸ் அரசு வந்ததும் இந்த அமைப்பின் மீதான தடையை நீக்கிவிட்டார்.

முகமது அலி ஜின்னா உருது மட்டுமே அலுவல் மொழி என்கிற அறிவிப்புதான் ஒரு விதத்தில் விடுதலைப் போராட்டங்களின் தொடக்கம். யூனுஸ் ஆட்சியில் டாக்காவின் தேசிய பிரஸ் கிளப்பில் ஜின்னாவின் 76வது நினைவு நாள் கொண்டாடப்பட்டது. உருது மொழிப் பாடலைப் பாடி அவர்தான் தேசத்தந்தை, அவர் இல்லாவிட்டால் பங்களாதேஷ் உருவாகியிருக்காது எனப் பேசினார்கள்.

ஹஸினா ஆட்சியில் அறிவிக்கப்பட்ட எட்டு தேசிய விடுமுறை நாள்களை ரத்து செய்தார்கள். அப்பா முஜிபுர் ரஹ்மான், அம்மா, சகோதரர் பிறந்த நாள்களை குழந்தைகள் தினம், தேசிய அரசியலமைப்புச் சட்ட தினம் என ஏதாவது பெயர் வைத்து தேசிய விடுமுறையாக அறிவித்திருந்தார் ஹஸினா. படுகொலை செய்யப்பட்ட முஜிபுர் ரஹ்மான் இறந்த ஆகஸ்ட் 15 ஆம் தேதி தேசிய துக்க அனுசரிப்பு நாளாக இருந்தது. அதுவும் ரத்தானது. அதைவிட முக்கியமாக பங்களாதேஷ் விடுதலைப் போரில்

பிரசித்தி பெற்ற முஜிபுரின் உரையாற்றிய மார்ச் 7ம் ரத்தான நாள்களில் ஒன்று.

மாணவர் தலைவர்களில் ஒருவரான நஹித் இஸ்லாம், 1971 சிக்கலை முடித்துக்கொள்ள வேண்டும் எனச் சொன்ன யோசனையின் பேரில் இந்த நடவடிக்கை எடுக்கப்பட்டது. 1971க்குப் பிறகு முதன் முறையாக சட்டோகிராம் (சிட்டகாங் பெயர் 2018ல் மாற்றப்பட்டது) துறைமுகத்திற்குக் கராச்சியில் இருந்து கப்பல் வந்தது. பாகிஸ்தான் வர்த்தகக் கப்பல்கள் இலங்கைக்கு வந்து அங்கிருந்து சரக்கை வேறொரு கப்பலுக்கு மாற்றிக் கொண்டு பங்களாதேஷ் வருவதே இதுவரை வழக்கமாக இருந்தது.

பாகிஸ்தான், பங்களாதேஷ் இரு நாடுகளும் இணைந்து கூட்டுப் பொருளாதார ஒப்பந்தங்களை மேற்கொள்ள இருக்கிறார்கள். பங்களாதேஷில் இருந்து பாகிஸ்தானுக்கு ஆயுத ஆர்டர் கொடுக்கப்பட்டது. பன்னெடுங்காலமாக பாகிஸ்தான், அண்ணன் தம்பி போல இருந்த தங்களை இந்தியா பிரித்துவிட்டதாகக் குற்றம் சொல்லி வந்தது. இந்த சந்தர்ப்பத்தை நழுவ விடுவார்களா என்ன? பாகிஸ்தான் அரசு, பங்களாதேஷ் மக்கள் வந்து போக விசா கட்டணம் தேவையில்லை என அறிவித்தது. பழைய கசப்பான நினைவுகளை மறந்து இரு நாடுகளும் ஒற்றுமையாக இருப்பது நல்ல விஷயம்தான். ஆனால் உள்நாட்டுச் சிக்கல்களில் கவனம் செலுத்துவது இன்னும் அவசியமானது.

நூற்றெண்பது நாடுகளில் நடத்திய ஆய்வுகளின் படி பங்களாதேஷ் ஊழல் நிறைந்த நாடுகளின் பட்டியலில் பன்னிரண்டாவது இடம் பிடித்துள்ளது. தெற்காசிய நாடுகளில் இரண்டாவது இடம். நூற்றுக்கு இருபத்தைந்து மதிப்பெண்கள். இந்தியா நாற்பது, இலங்கை முப்பத்தாறு மதிப்பெண்கள் பெற்றுள்ளன. ஐந்தாண்டுத் திட்டங்கள், பன்னாட்டு உதவிகள், பெரும் எண்ணிக்கையிலான மக்களின் உழைப்பு, எதைக் கொண்டு போய்க் கொட்டினாலும் நிரம்பாத ஓட்டை வாளியாக பங்களாதேஷ் மாற ஊழலும் காரணம்.

காலிதா ஜியாவும் சரி அதற்கு முந்தைய ஆட்சியாளர்களும் சரி, நேர்மையான தேர்தலை நடத்தவில்லை. 2009ஆம் ஆண்டில் பதவிக்கு வந்த ஹஸினா அதன் பிறகு, 2014, 2018, 2024 தேர்தல்களையும் அவ்வாறே நடத்தினார். கேர்டேக்கர்

இடைக்கால அரசு என்பதை முற்றிலும் நீக்கினார். சின்ன மீனைப் பெரிய மீன் விழுங்கும் வங்காளத் தத்துவமான மஸ்த்ய நியாயம் தற்காலத்திலும் பொருந்தும். அடுத்த ஆட்சியில் புதிய ஆட்சியாளர் வந்தாலும் பழைய ஆளே மீண்டும் வந்தாலும் முந்தைய ஆட்சியைவிடப் பெரிய தவறுகளைச் செய்தார்கள். புதிய ஆட்சி பெரிய மீனாகவும் முந்தைய ஆட்சி சிறிய மீனாவும் மாறுவது வாடிக்கையானது.

எத்தனையோ ஆட்சியைக் கண்டிருந்தாலும் எர்ஷத் ஆட்சி மட்டும்தான் சர்வாதிகார ஆட்சி எனப்பட்டது. ஹஸினா அதை மாற்றிவிட்டார். பதினைந்து ஆண்டுகளில் சட்டப்பூர்வமாகப் படிப்படியாக ஹஸினா சர்வாதிகாரத்தைக் கையில் எடுத்தார். அரசியலுக்கு வந்த பிறகு பலமுறை அவரைக் கொல்ல முயற்சிகள் நடந்தன. பத்தொன்பது முறை உயிர் தப்பியிருக்கிறார். நாட்டின் அதிபரையே கொன்றாலும் அரசியல் ஆதரவிருந்தால் தப்பிக்கலாம் என்பது வலுவாகப் பதிந்த செய்தி.

பங்களாதேஷிகள், சட்டத்தைப் பின்பற்றும் மக்களாட்சியைத்தான் விரும்புகிறார்கள். ஒவ்வொரு முறை அதற்காகப் போராடும் போதும் ஒரு கட்டத்தில் அப்போதைய எதிர்க்கட்சியாகச் செயல்படும் அவாமி லீக் கட்சியோ பங்களாதேஷ் தேசிய கட்சியோ போராட்டத்தைத் தங்கள் கட்டுப்பாட்டில் கொண்டு வருகின்றன. 2024ல் ஹஸினாவுக்கு எதிரான போராட்டத்திலும் அவர் நாட்டை விட்டுச் சென்றபிறகும் வன்முறை தொடர்ந்து பல அவாமி லீக் கட்சிக்காரர்கள் கொல்லப்பட்டனர். ஏனெனில் போராட்டம் பங்களாதேஷ் தேசிய கட்சி, ஜமாத் இ இஸ்லாமி போன்றோர் கைக்குப் போய்விட்டது.

ஜூலைப் போராட்டத்தைத் தொடங்கிய மாணவர்கள் முடிந்தவரை அமைதிப் பணிகளில் ஈடுபட்டனர். யூனுஸ் நிர்வாகத்தில் எடுக்கப்படும் நடவடிக்கை ஹஸினா ஆதரவாளர்களை ஒட்டி மட்டுமே இருந்தால் மீண்டும் நாடு இரு பிரிவாகப் பிரிவதையே ஊக்குவிக்கும்.

இரு கட்சியும் வேண்டாம் என்பதே மாணவர்கள் நிலைப்பாடு. தொழில்நுட்ப வசதிகள் 2024 மாணவர் போராட்டத்தில் முக்கியமான பங்காற்றின. பல்வேறு நாடுகளில் இருக்கும் மாண்வர்கள் தங்கள் அடையாளத்தை மறைத்து போராட்டம்

பற்றிய தகவல்களைப் பகிர்ந்து உதவினர். இவர்கள் அடையாளத்தை மறைத்தே நின்று, தொடர்ந்து ஆட்சியைக் கண்காணிக்கப் போவதாக அறிவித்தனர். அதாவது நாட்டுக்குள் இருக்கும், நாடுகடந்து வசிக்கும் மாணவர்கள் குழுவாக இணைந்து விஜிலான்டி அமைப்பாகச் செயல்படும் திட்டம்.

மக்களாட்சிக்கான பங்களாதேஷிகள் போராட்டம் மக்களாட்சியைக் கொண்டு வந்தால் மட்டுமே முழுமை பெறும். அதுவும் சுதந்தரமான நேர்மையான தேர்தலாக அமைவது அவசியம். லட்சக்கணக்கான துப்பாக்கிகளைத் திரும்பக் கொடுத்து மக்களாட்சிக்கு ஆதரவு தெரிவித்தவர்கள் பங்களாதேஷிகள். மக்களாட்சியை நிறுவுவார்கள் என நம்பலாம்.

(முற்றும்)

உதவிய நூல்கள், தளங்கள்

The Rape of Bangla Desh - Anthony Mascarenhas

Bangladesh: A Legacy of Blood - Anthony Mascarenhas

இணைய ஆர்கைவ் தளங்களில் தகவல்கள் சேகரிக்கப்பட்ட ஒவ்வொரு பக்கத்தையும் குறிப்பிடாமல் முகப்புப்பக்கம் மட்டும் குறிப்பிடப்படுகிறது. பிபிசி, தி பிரிண்ட், அல்ஜசிரா உள்ளிட்ட செய்தித்தளங்களின் யூட்யூப் சேனல்களில் இருந்தும் இந்நூலுக்கான தகவல்கள் எடுக்கப்பட்டுள்ளன.

https://www.nationalarchives.gov.uk

https://en.banglapedia.org

https://partitionstudiesquarterly.org

https://archive.org/

https://www.genocidebangladesh.org

https://www.internationalcrimesdatabase.org

https://songramernotebook.com/archives/103236

https://www.tangail.gov.bd/en

https://mofa.gov.bd/

https://www.nation.com.pk

https://assets.publishing.service.gov.uk

https://bangladesh.uz

http://rroa.co.in/pdf/The_Indira_Mujib_Treaty.pdf

https://www.mea.gov.in/bilateral-documents.htm?dtl/5621

https://www.observerbd.com/news.php?id=411474#:~:text=But%20Tungipara%20on%20the%20day,bitsy%20little%20boy%20in%20Bangla.

https://www.thedailystar.net/opinion/views/news/the-fiery-call-freedom-3264796

https://sites.uab.edu/humanrights/2017/04/21/bangladesh-forgotten-genocide/

https://www.nytimes.com/1974/02/23/archives/pakistan-admits-that-bangladesh-exists-as-nation-prime-minister.html

http://bdlaws.minlaw.gov.bd/act-details-367.html

https://nvdatabase.swarthmore.edu/content/bangladeshis-bring-down-ershad-regime-1987-1990

https://eias.org/publications/op-ed/sonar-bangla-how-sheikh-mujibur-rahmans-dream-for-bangladesh-is-becoming-a-reality/

https://economictimes.indiatimes.com/news/international/world-news/bangladesh-pm-sheikh-hasina-had-survived-19-assassination-attempts-in-four-decades/articleshow/86616826.cms?from=mdr

https://www.aljazeera.com/news/2017/5/26/bangladesh-lady-justice-statue-removed-after-protests

https://www.tbsnews.net/bangladesh/corruption/bangladesh-remains-one-most-corrupt-countries-south-asia-corruption-perception

https://www.nytimes.com/1974/12/30/archives/bangladesh-acts-to-curb-violence-soldiers-patrol-streets-as-mujib.html

https://www.thedailystar.net/backpage/four-could-not-even-be-traced-1269388

https://www.theguardian.com/books/2013/mar/01/of-blood-and-fire-jahanara-imam-review

https://www.thedailystar.net/opinion/news/agartala-case-provided-spark-our-dream-independence-2048817

https://www.thedailystar.net/op-ed/my-husband-moazzem-hossain-73559

https://caravanmagazine.in/essay/blood-water

https://www.cbgr1971.org/index.php/sheikh-mujib-s-march-7-speech-english-text

https://www.bbc.com/news/world-asia-16207201

https://www.thedailystar.net/supplements/victory-day-special-2017/genocide-1505440

https://southasiajournal.net/forgotten-heroes-of-bangladesh/

https://www.thedailystar.net/in-focus/news/how-the-mukti-bahini-was-trained-2097481

https://www.osmanimuseum.org.bd/e/

https://www.osmani.towerhamlets.sch.uk/our-school/history

https://www.thedailystar.net/supplements/bangabandhus-homecoming-day/news/we-dont-know-defeat-1852090

https://www.thedailystar.net/law-our-rights/news/50-years-bangladesh-constitution-nutshell-3160281

https://www.thedailystar.net/news/bangladesh/news/pictures-kader-siddique-and-his-kaderia-bahini-during-liberation-war-2916496

https://www.researchgate.net/profile/Mohammad-Rahman-110/publication/275019597_The_Scale_of_Smuggling_Out_of_Bangladesh/links/552e70990cf22d43716e70f4/The-Scale-of-Smuggling-Out-of-Bangladesh.pdf

https://idsa.in/system/files/strategicanalysis_Jamwal_0304.pdf

www.ingramcontent.com/pod-product-compliance
Lightning Source LLC
LaVergne TN
LVHW090325051026
849518LV00005B/1886
* 9 7 8 9 3 4 8 4 3 9 4 4 4 *